एम आणि हूमराव

मुंबईच्या माहीम इलाक्यातील एका वन बीएचके फ्लॅटमध्ये राहणाऱ्या इमेल्डा मेंडीज, ऊर्फ 'एम' हिने आपल्या बिनधास्त बोलण्याने, कल्पना शक्तीच्या बळाने, अव्यक्त प्रेमाने आणि क्वचित मर्मावर घाव घालणाऱ्या प्रांजळपणाने कुटुंबीयांवर भुरळ पाडून ठेवलेली आहे. ह्या बरोबरच तिच्या नवऱ्याला, मुलाला व मुलीला तिच्या मानसिक आजाराचा आणि त्यातून वारंवार उद्भवणाऱ्या मरणइच्छेचा कठीण सामना करावा लागत आहे. ही कादंबरी आपल्याला हालवतेही आणि त्याचबरोबर हसवतेही.

जेरी पिंटो यांची ही पहिली कादंबरी मानसिक आजाराचा शोध घेताघेता कौटुंबिक नात्यांची आणि एका विलक्षण प्रेमाची हृदयस्पर्शी कहाणी होते.

एम आणि हूमराव

जेरी पिंटो

मराठी अनुवाद
शांता गोखले

पॉप्युलर प्रकाशन, मुंबई

एम आणि हूमराव
(म–१२४८)
पॉप्युलर प्रकाशन
ISBN 978-81-7185-515-5

EM ANI HOOMRAO
(Marathi : Novel)
Jerry Pinto
Tr. Shanta Gokhale

पहिली आवृत्ती : २०१५/१९३६

प्रकाशक
हर्ष भटकळ
पॉप्युलर प्रकाशन प्रा. लि.
३०१, महालक्ष्मी चेंबर्स
२२, भुलाभाई देसाई रोड
मुंबई ४०० ०२६

अक्षरजुळणी
ऑलरीच एन्टरप्रायझेस
माहीम, मुंबई ४०० ०१६

मुद्रक
रेप्रो इंडिया लि.
एम.आय.डी.सी. इंडस्ट्रियल एरिया
महापे, नवी मुंबई ४०० ७१०

एकदा मी घरी आलो तर आई कोणा मैत्रिणीशी फोनवर बोलत होती. मैत्रिणीने विचारलं असावं मी काय करतोय म्हणून. कारण आईचं उत्तर होतं, ‘‘बाबा? अगं तो लिहिण्याचा प्रयत्न करतोय.’’ प्रयत्न अजून चालूच आहे, मीम.

तर मग हे तुझ्यासाठी, मीधॅड, मॅकडगल, द मॉब्स्टर, मेड्लसम मॅटी, ऊर्फ इमेल्डा फिलोमीना परपेचुआ पिंटो, पूर्वाश्रमीची टेलिस.

अनुक्रमणिका

१

कोणीतरी नळ सोडला

प्रिय कानोबा,

खिडकीबाहेर एक माणूस केविलवाण्या आवाजात ''मीठ हवंय का मीठ'' असं विचारतोय. ''मीऽऽऽठ. मीठवाला मीऽऽऽठ'' असा गळा काढतोय. इतर आवाज : आई चर्चमधल्या सकाळच्या प्रार्थनेबद्दल काहीतरी पुटपुटत्येय. एक आगाऊ चिमणी माझ्या टोस्टचा शेवटचा तुकडा मागत्येय.

तुझी फारच आठवण येत्येय. पण तू मला साधं कार्डच टाकणार असशील तर मात्र मी सपशेल मौन पाळेन. पोस्टकार्डं ओझरत्या ओळखीच्या लोकांसाठी असतात. आपली आता मैत्री झाल्येय. तेव्हा तू सुबक कागदाचं पॅड खरेदी कर आणि मला रीतसर पत्र लिही. असल्या चिठ्ठ्याचपाट्या सामान्यांसाठी असतात.

एक फुलपाखरू खिडकीच्या काचेवर डोकं आपटून घेतंय. त्याची वाट मोकळी करून द्यायला मला उठलं पाहिजे. तुझं पुढचं पत्र तत्परतेने हाती पडलं नाही, तर तू मानवी भक्षणासाठी अयोग्य आहेस असं ठरवून मी तुला सिंहांच्या तोंडी देईन.

प्रेम
मी

ता. क. चिमणी जिंकली. इमेल्डा शून्य. चिमणी एक.

तिच्या पत्रांमध्ये ती त्याला कानोबा म्हणायची.

''कानोबा का?'' सर जे. जे. हॉस्पिटलच्या क्र. ३३ वॉर्डमध्ये (मनोरुग्ण) मी तिला विचारलं.

आपले हिरवेगार डोळे माझ्याकडे वळवून ती हसली. अंगावरची विरलेली चादर चिवडणारी तिची बोटं काही क्षण थांबली.

''तुझ्या कधी लक्षात नाही आलं त्याचे कान कसले गोड आहेत ते? किंचित बिघडलेल्या कानोल्यांसारखे?''

माझ्या वडिलांच्या कानांचा मी तोपर्यंत कधी विचार केला नव्हता. पण त्या दिवशी संध्याकाळी स्वयंपाकघरात माझ्यासाठी आणि बहिणीसाठी खरपूस परतलेले बटाटे ते पातेल्यातून खरवडून काढत असताना त्यांच्या कानांचा वेगळेपणा माझ्या लक्षात आला. त्यांचे कान तिला प्रथम कधी दिसले असतील? तिच्या प्रेमात पडण्याचा ते एक भाग होते की प्रेमात पडल्यानंतरच्या हळव्या काळात तिला त्यांची जाणीव झाली? आणि त्या नावाने तिने त्यांना प्रथम हाक मारली तेव्हा त्यांनी ताबडतोब ओ दिली असेल? असेलही, साधं 'का' म्हणूनही न विचारता. ते एकत्र असले की त्यांच्यात हे असंच चालायचं.

प्रेम हा प्रकार मला कोड्यात टाकतो. खासकरून त्यांचं प्रेम, जे त्यांनी, मुख्यतः तिनेच, अनेक खाजगी संकेतांनी आणि विधींनी भरून टाकलेलं होतं. ती त्याला मँबोही म्हणे. आणि ऑगी मार्च. पण ऑगस्टीन, जे त्याचं खरं नाव होतं, ते कधीच नाही. तो तिला इमेल्डा म्हणायचा. तिचं नाव. आणि अधूनमधून प्रिये.

त्याच्यासाठी तिच्याकडे एक आणखी नाव होतं. सैतानी नग, सै.न. एका रात्री बऱ्याच उशिरा, ह्या इटुकल्या घरांच्या शहरातल्या आमच्या पिटुकल्या घराच्या व्हरांड्यात उभं राहून एकत्र सिगरेटी ओढत असताना मी तिला ह्या नावाविषयी विचारलं होतं. आमच्या मागे आमचं अख्खं ४५० चौरस फुटी वन-बेडरुम-हॉल-किचन घर गपगार होतं. समोरच्या चाळीची एक बाजू कड्यासारखी आमच्यासमोर उभी ठाकली होती. आमच्या आणि तिच्या मधल्या चौकटीतल्या दोन झाडांच्या पानांमधून रस्त्यावरचा दिवा मिचमिचत होता. ती हसायला लागली. कुंटणखान्यात शोभेल असा तिचा घोगरा आवाज.

"तो सारखा मला पापात खेचण्याचा प्रयत्न करत असे म्हणून."

"कोण?" माझी बहीण सूझन जागीच होती. आमच्या दोघांमध्ये तिने स्वतःसाठी जागा करून घेतली आणि आमच्या तोंडून निघालेले धुराचे ढग हाताने उडवले.

"तुझे वडील."

"पण लग्नानंतर ते पाप कुठे असतं?"

"रोमन कॅथलिकांच्या मते ते नेहमीच पाप असतं."

"हे खरं नाही."

“का नाही? मुलं हवी असतील तेव्हाच ते करण्याची मुभा असावी असं वाटतं. मला चार हवी होती. महाराज म्हणाले मग उरलेल्या दोघांचा खर्च तू कर. म्हणजे प्रश्न म्हणतात तसा मिटला. पण त्यामुळे उरलेली सव्वीस मला देऊन टाकावी लागली.”

“काय?” सूझन आणि मी एकमेकांकडे बघतोय. ढीगभर भावंडं आणि त्यांचा आम्हाला पत्ता नाही?

“सरळ पिशवीतूनच दिली,” तिने खुलासा केला. “काहीतरी सुरू झालंय हे मला लगेच कळायचं. खूट्ट असा आवाज झाला की ओळखायचं पुन्हा दिवस राहिले. मग माता मेरीकडे मागणी, हा इवला जीव ज्याला हवा असेल त्याला देऊन टाक. उपरोक्त माहीमच्या माता मेरीला ज्या बायका मेणाची बाळं वाहत असतात त्यांच्यापैकी एखादीला.”

“म्हणजे तू...?” मी धजून सुरुवात केली.

“गर्भपात? छे. मला काय समजलास तू? मी पाच पायऱ्या खाली उतरून सहा पायऱ्या उडी मारायची.”

“पायऱ्यांवरून उडी?”

“सहा पायऱ्या आणि धपकन खाली पडायचं. असं सहा वेळा करायचं, तेव्हा त्या इवल्या जीवांची पिशवीवरची पकड सैल व्हायची.”

ती सूझनकडे वळली.

“पण तुझी भानगड झाली तर मात्र माझ्याकडे यायचं. मी येईन तुझ्यासोबत डॉक्टरकडे. ‘लखोबाचं लंबक’ म्हणायच्या आत आपण तुझं चुटकीसरशी डी आणि सी करून टाकू.”

“ते काय असतं?”

“डायलेशन आणि क्युरेटिंग. ते नक्की काय असतं कोण जाणे. पण उच्चारावरून वाटतं तुम्हाला सत्ताड उताणं पाडतात, उघडतात आणि एक लहानसा curate आत सरकवतात. हे काम फक्त डॉक्टरांनी करायचं असतं. म्हणजे तुझी भानगड झालीच तर तुझ्या शरीरात ढवळाढवळ करायला एक रीतसर डॉक्टर असेल. आपल्याला गल्ली-बोळांतला गर्भपात नकोय.”

“पण दत्तक का नाही द्यायचं?”

“दत्तक?”

“मदर टेरीझा आमच्या कॉलेजात आली होती...”

“तुमच्या कॉलेजात?”

“हो.”

"मला नाही सांगितलंस."

"नाही?"

"नाही. मला कोण कशाला सांगेल? काय म्हणाली?"

"ती म्हणाली आपल्याला दिवस राहिले तर बाळ होऊ द्यायचं आणि तिच्या स्वाधीन करायचं."

"असं म्हणाली? बापरे."

ती आठ्या पाडून काही वेळ चूप राहिली, विचार करत.

"शतकानुशतकं जगाशी नातं तोडून राहण्याचा हा परिणाम. काँव्हेंटमध्ये राहिली. तिचा हा देशही नाही. असो... समज मला दिवस गेले. मी मस्त फुगले आणि लोक म्हणायला लागले तारीख कधी, किंवा अरे वा पोट पुढे आलंय म्हणजे नक्की मुलगा, किंवा तुला काय हवंय निळा का गुलाबी आणि त्यानंतर माझ्या छातीशी बाळच नाही. मग त्यांना काय वाटेल विचार कर. मी काय सांगणार? बाळ झालं आणि मला ते परवडणारं नव्हतं आणि पाडायचंही नव्हतं म्हणून मदर टीकडे धाडून दिलं?"

"कदाचित बाळ गुपचूप होऊ द्यायचं असेल," मी म्हटलं.

"हो तर. सहा-सात महिने सुट्टीवर जायचं. कुठे?"

"गोवा?"

"गोवा!" ती नाटकी ठसक्यात म्हणाली. "मुंबईपेक्षाही भयंकर. म्हणजे चक्क 'ओ हेराल्डो'मध्ये जाहिरातच दिल्यासारखं... वाईट चालीची बाई, 'आ' वासून बघण्यासाठी आणि रुमालामागे कुजकट शेरे मारण्यासाठी उपलब्ध. स्थळ : होली फॅमिली चर्च, रविवारची प्रार्थना. खाजगी भेटीसाठी आणि संपूर्ण कथाकथनासाठी संपर्क : फादर हे-ते."

तिने मान हलवली.

"ब्रह्मचर्य वगैरे पाळण्याचे हे परिणाम. आपण पापांची कबुली कोणाकडे देतो? कुटुंबाची काळजी कशाशी खातात हे ज्यांना माहीत नाही अशा पाद्र्यांकडे. त्यांना गर्भपात वगैरे म्हणजे महापाप वाटणारच. कळतं का काही त्यांना? सगळी मौजमजा वाटत असेल. करून पहा म्हणावं. बिचारी गर्टी आठवते. एकदा तिला वाटलं, झालं की काय..."

"गर्भपात?"

"नाही रे मूर्खा. दिवस राहिले की काय. तारीख चुकली. कधीच चुकत नसे. ती समजायचं ते समजली. ऑफिसनंतर ती मला बाहेर घेऊन गेली आणि आम्ही चौपाटी शेजारच्या रस्त्यावर उभ्या राहिलो आणि तिने तीन

प्लेट भरून पोपया खाल्ला. मला वाटलं पोट बद्ध झालं असेल. पण नंतर आम्ही बाँबेलीमध्ये गेलो आणि तिने तीन जिन लगावल्या, खोकल्याचं सिरप असल्यासारख्या. तेव्हा कुठे तिचा काय प्रयत्न चाललाय ते तिने मला सांगितलं. म्हणाली, ''आत भट्टी करून बिचाऱ्याला बाहेर काढायचं. आत गरम झालं की पिशवी आवळते आणि ते पुटदिशी बाहेर येतं. येईल असं वाटतं.'' दुसऱ्या दिवशी ऑफिसला आली ती मढ्याला शेकून जिवंत करावं अशी दिसत. काम फत्ते झालं होतं. तुझ्या बाबतीत असं झालं ना बाई, तर सरळ डी अँड सी करून घे. हे काही खरं नाही. तेच मी तुला सांगत्येय सूझनबाई, आणि तुलासुद्धा रे...''

''मला?''

''हो तुला. तुझा पुढे मागे कसाही कल असो, तुला कशाला दिवस जातील? पण एखाद्या मुलीच्या भट्टीत पाव शिजवलास तर तिला सरकारी दवाखान्यात घेऊन जायचं, मिस्टर आणि मिसेस डिसूझा असं नाव सांगायचं...''

''डिसूझा का?''

''माहीत नाही. कोणतंही नाव सांग रे. फक्त तिचं खरं नाव नाही. आणि काम झालं की तिला शांत जागी विश्रांतीसाठी ने, पोटभर रडायला अवसर दे आणि ती घरी जाण्याच्या अवस्थेत येईपर्यंत तिच्या बरोबर राहा.''

''म्हणजे तिला सहा पायऱ्यांवरून उडी मार आणि माहीमच्या मेरीला बाळ दे असं सांगायचं नाही?''

''दुष्ट माणूस आहेस. एका म्हाताऱ्या बाईच्या अपराधी भावनेची टिंगल करतोयस,'' एम म्हणाली. पण तीही हसत होती.

आम्ही तिला नेहमीच एम म्हणत असू. कधी काळी आई किंवा माई अशा एखाद्या सामान्य नावाने तिला हाक मारलीही असेल, पण आठवत नाही. ती 'एम' होती आणि आमचे वडील अधूनमधून 'हूमराव'. ही नावं कशी पडली ह्याचा सूझनने आणि मी बराच विचार केलाय. आम्ही सोडून दुसरं कोण हा शोध लावायचा प्रयत्न करणार आहे? पण उत्तर सापडलेलं नाही. ('एम' हे 'मदर'चं आद्याक्षर आणि वडील काहीही विचारलं तरी हू हूं असं उत्तर द्यायचे म्हणून असेल?) क्वचित कधी आम्ही तिला डूगल्स किंवा घोडेश्वर म्हणायचो. ही आणि अशी नावं मनाच्या कुठल्या तरी कोपऱ्यातून उपटायची आणि आली तशी निघून जायची. पण बाकी सर्व

काळ ती ‘एम’च होती आणि ते नाव उच्चारताना अनेकदा आवाजात उद्‌गारचिन्ह असायचं.

एकदा सहज मी तिला मातोश्री म्हटलं. एका रिची रिच कॉमिकमध्ये मला सापडला होता तो शब्द. त्यात एक अत्यंत शिष्ट आणि श्रीमंत अशी मेडा मनी नामक मुलगी आपल्या आईला मातोश्री म्हणते. मला माहीत असायला हवं होतं की असल्या पांडित्याला इथे दाद मिळणार नाही. पण मी नऊ-दहा वर्षांचा. मला पांडित्याचा अर्थ कुठे माहीत होता? एमने विडी पिता पिता माझ्याकडे डोळे बारीक करून बघितलं. (विड्या स्वस्त म्हणून ती प्यायची आणि म्हणायची, एकदा तुम्ही विडीच्या पथाला लागलात की मुळमुळीत सिगरेटचा रस्ता नजरेआड होतो. आम्ही लहान असताना क्वचितच हूमराव आमच्यासाठी काहीतरी गोडधोड घेऊन यायचा. पण तिच्यासाठी गणेश छाप विडीची दोन बंडलं आणायला मात्र तो कधीच विसरला नाही.)

‘‘मातोश्री?’’ धुराच्या नागमोडी रेषांमागे तिचे डोळे चमकले. ‘‘आहे खरी. ते मी केलंच, नाही का? आणि केल्याचा जिवंत पुरावा तू आहेस.’’

मी लाजेने लाल झालो असणार. ती जोरजोरात आणि बेताल हसली.

‘‘मला वाटलं तुम्हा मुलांना पोपट-योनी भानगडीबद्दल इत्थंभूत माहिती असते.’’

‘‘असते,’’ मी खालच्या स्वरात म्हटलं. आमचा संवाद आता कोणत्या दिशेने जाणार आहे हे जाणून मी टरकलो.

‘‘मग तुम्हाला काय वाटलं, तुम्ही दोघं शुचिर्भूत योनीतून निपजलात? बापरे, लग्नानंतरच्या त्या पहिल्या काळात आम्हाला बिछान्यापासून दूर ठेवणं कठीण होतं.’’

‘‘एम!’’

‘‘काय झालं? एकदम इडिपल वगैरे वाटतंय का?’’

‘‘इडिपल काय असतं?’’

एमला गोष्टी सांगण्याची हौस. ती सुटली.

रक्तबंबाळ डोळे, पुढे काय होणार ह्याची खात्री नाही, अशा अवस्थेत मुलीच्या म्हणजेच स्वतःच्या बहिणीच्या आधाराने इडिपस रस्ता फुटेल तिथे निघाला तेव्हा मी ‘‘शी’’ म्हटलं.

‘‘शी म्हणणं ठीक आहे पण फ्रॉइडने लिहून ठेवलंय की प्रत्येक मुलाला आपल्या आईबरोबर ते करायचं असतं. अर्थात फ्रॉइडला शी म्हणावंच. ऑस्ट्रियन लोक असतातच तसे. पण हा जरा जास्तच चक्रम असणार. मी

वंशवादी वगैरे नाही. पण ह्यांचा देश जर्मनीने सर्व बाजूंनी वेढलेला. ह्यांना नौसेना कशाला हवी होती?"

"फ्रॉइड नेव्हीत होता?" मी गोंधळून विचारलं.

"येडपटा, मी 'साउंड ऑफ म्यूझिक'बद्दल बोलत्येय."

हूमराव खोलीत आला.

"पोराला काय सांगत्येस?"

"मनोरुग्ण चिकित्सा विकासाच्या चळवळीबद्दल!" एमने आव्हानात्मक स्वर लावला.

"म्हणजे इड, इगो, सूपरइगो वगैरे सांगून झालं तर?" त्यांनी प्रसन्नपणे चौकशी केली.

"अरेच्चा. मी तिथून सुरुवात करायला हवी होती नाही का?"

"मग कुठून केलीस?"

"मी? इडिपस कॉम्प्लेक्स समजावून सांगत होते."

हूमराव काही बोलला नाही. त्याने काही केलंही नाही. फक्त तिच्याकडे बघितलं. ती गडबडली.

"तेही ज्ञानच आहे. ज्ञान चांगलं असतं. ज्ञानाचे केवढे फायदे असतात. नेहमीच असतात," ती म्हणाली. तर्कशुद्ध बोलण्याचा तो प्रयत्न होता. पण ती दीनवाणी झाली होती. आपल्या मानसिक अवस्थेचं पांघरूण म्हणून ती कधीच का वापर करत नाही हे मला खूप उशिराने उमगलं. आपले नातेसंबंध समान पातळीवर असावेत ह्यावर तिचा गाढा विश्वास होता. हूमरावने तिला थोडा वेळ तसंच तडफडू दिलं. मग मान हलवली. मग 'द हॅमलिन चिल्ड्रन्स एन्सायक्लोपीडिया' उघडला. ह्या पुस्तकाला मी कधी हात लावत नसे. कारण ते सूझनला वाढदिवसाची भेट म्हणून मिळालेलं होतं. त्या पुस्तकातून त्याने मला गर्भधारणा आणि जन्म ह्याविषयीची सर्व माहिती संथपणे समजावून सांगितली.

एवढं पुरायला हवं होतं. पण माझ्या डोक्यात अजून एमने सांगितलेली गोष्ट रुतलेली होती.

"मुलांना ते आईबरोबर का करावंसं वाटतं?" मी विचारलं. एखादा कमी हिमतीचा माणूस असता तर बोंबा ठोकत खोलीतून पळाला असता किंवा मुलाला गप्प बस म्हणून दरडावलं असतं. पण हूमरावने मला 'हायपॉथिसिस' म्हणजे गृहीतक हा शब्द शिकवला, थोडासा फ्रॉइड समजावून सांगितला आणि माझा गोंधळ कमी केला. मग म्हणाला, "आता

'हायपॉथिसिस'चे इतर शब्द कर. वीसहून अधिक प्रत्येक शब्दाला दहा पैसे.''

हायपॉथिसिस हा शब्द मला भयंकर आवडला. मोठ्या लोकांचा होता आणि मस्तपैकी परका. असा शब्द मी कधी ऐकलाच नव्हता. मला असे आणखी खूप शब्द मिळवायचे होते. मला वाटलं की हायपॉथिसिससारख्या शब्दांचा आपल्याकडे साठा असेल तर त्याच्या साहाय्याने आपण जगाला तोंड देऊ शकू. जगाला तोंड देणं मला बापजन्मात जमणार नव्हतं. ते फारच प्रचंड काम होतं. मागण्या वारेमाप आणि निश्चित नेमलेला अभ्यासक्रम नाही.

आमच्या तथाकथित कुटुंबाचं काय करायचं हेही मला धड समजत नव्हतं. म्हणजे मुळात आम्ही कुटुंब म्हणून नक्की काय आहोत हेच कळलं नव्हतं. एवढंच कळलं होतं की आम्ही इतरांसारखे नाही आणि त्याचं मूळ कारण गुरफटलेलं होतं माझ्या आईच्या मज्जातंतूत.

''मज्जातंतू काय असतात?'' मी हूमरावला एकदा विचारलं. मला माहिती हवी होती म्हणून नाही तर त्याचं माझ्याकडे लक्ष वेधून घेण्याचा तो उत्तम मार्ग होता म्हणून. त्याने वर्तमानपत्र खाली ठेवलं आणि मला गॅलरीत नेलं. आमच्या कॉलनीच्या इमारतींच्या अधेमधे वायर्सचे पुंजके सापांसारखे वळवळत लोंबले होते. त्यांच्याकडे बोट दाखवून तो म्हणाला, ''ते काय आहे?''

हे मला मुळीच आवडत नसे. सांगा, विचारू नका.

''वायर्स,'' मी म्हणालो.

''त्या काय करतात?''

''वीज?''

''बरोबर. त्या विजेच्या वाहिन्या असतात,'' तो म्हणाला. ''तेच काम शरीरात मज्जातंतू करतात.''

विजेच्या करंटसारखे विचार माझ्या आईच्या डोक्यात सैरावैरा फुतकारत धावतायत असं चित्र माझ्या डोळ्यांसमोर उभं राहिलं. हे चित्र संपूर्ण लहानपणभर माझ्या आईच्या अवस्थेचा, तिला दर काही महिन्यांनी हॉस्पिटलात जाण्याच्या गरजेचा खुलासा म्हणून मी मनात बाळगलं. मग तिने दुसरं चित्र रंगवलं.

पुन्हा एकदा ती वॉर्ड ३३ मध्ये खिडकीजवळच्या पलंगावर पडलेली. त्यावर गडद हिरवी चादर आणि तिथून बाहेरचा व्ह्यू. आम्हाला एक बाई

आणि पुरुष टॅक्सीतून उतरताना दिसले. तरुण होते. काही क्षण तसेच हॉस्पिटलच्या समोर ते घुटमळत उभे राहिले. मग त्या पुरुषाने बाईचा हात हातात घेतला आणि ते इमारतीत शिरले. आमच्या दृष्टिआड झाले.

''ह्यासाठी भारतीय बायका आजारी पडतात,'' एम म्हणाली. ''आपल्या नवऱ्यांनी आपला हात धरावा म्हणून.''

''म्हणून तू इथे आलीस?''

मला माझी जीभ चावावीशी वाटली. लाल केप फडफडवत जगाला सट्कन वळसा घालावा, काळाचं चक्र मागे फिरवावं आणि परत येऊन तो प्रश्न न विचारण्याचा निर्णय घ्यावा. पण एम ती एमच. उत्तर देण्याचा प्रयत्न तिने सुरू केला होता.

''ठाऊक नाही बाळा. मी का इथे आले ते ठाऊक नाही. कुठेतरी नळ आहे. तुझ्या जन्मानंतर तो कोणीतरी सोडला.''

दुःखाची तीव्र कळ ही माझ्या प्रश्नाची परतफेड.

''माझी तुझ्यावर खूप माया होती. तुझ्याआधी सूझनवर. तिची ऊब, तिचं हसणं, तिच्या पायांची छोटी छोटी बोटं, तिच्या नखांची नवलाई, ती वाढत गेली तेव्हा तिचं खरचटलेलं कसं एका दिवसात बरं व्हायचं, मी दिसले की तिचा चेहरा कसा उजळायचा, ती अंगावर दूध कशी प्यायची. पण तुझ्या जन्मानंतर...''

ती पुन्हा खिडकीकडे वळली. एक ॲम्ब्यूलन्स आत आली, शहरातल्या सर्वच ॲम्ब्यूलन्साप्रमाणे आळसटलेली. वाहतुकीला निर्ढावलेल्या, मृत्यूबद्दल बेफिकीर असलेल्या, कोणाच्याही तातडीला न जुमानणाऱ्या ड्रायव्हरने कॅबिनमधून उतरण्याआधीच विडी शिलगावली. कोणीतरी आतून दार उघडलं, दोन तरुण उड्या मारून बाहेर आले आणि आतला स्ट्रेचर ओढून काढण्याचा प्रयत्न करू लागले. हे आम्ही दोघंजण एकत्र बघत होतो.

''मी अशी आले?'' तिला हॉस्पिटलमध्ये कसं आणलं ते ती विसरली होती.

''नाही,'' मी म्हटलं. ''तू टॅक्सीतून आलीस.''

''अंगात काय घातलं होतं?''

''हिरवा ड्रेस. खिसेवाला.''

ती गोंधळलेली दिसली.

मी पलंगाजवळच्या कपाटात धुंडाळलं. कपाटावर 'पेशंटच्या वस्तू' असं लिहिलं होतं. त्यातून मी तो ड्रेस बाहेर काढला.

“तो का?” ती म्हणाली. “आण इकडे.”

तिने ड्रेसवरून हात फिरवला, त्याची अधिक ओळख करून घेण्यासाठी.

“नळ?” मी विचारलं.

“सॉरी, मला वेड लागतंय वाटतं.”

आम्ही दोघं ह्यावर हसलो, पण किंचितच. हा आमचा एक रूढ संकेत होता. तो विनोद, ते हसणं.

“तू जन्मल्यानंतर कोणीतरी तो नळ सोडला. प्रथम त्यातून थेंबथेंबच गळायचे. काळे थेंब. ते मला अत्यंत दुःखी करायचे. मला त्याआधी दुःख झालं नव्हतं असं नाही. कोणाला ते चुकलंय? दुःख काय असतं माहीत होतं मला. पण ते असं कारणाशिवाय येऊ शकतं हे माहीत नव्हतं. कितीतरी आठवडे मी ते दुःख सोसत जगले.”

“निचऱ्यासाठी गटार नव्हतं?”

“नव्हतं. अजूनही नाहीये.”

थोडा वेळ ती शांत होती.

“तेलासारखं असतं ते. काकवीसारखं. आधी हळू. मग एके दिवशी उठले तर भसाभस वाहत होतं. त्यात बुडेन असं वाटलं. वाटलं माझ्याबरोबर तुला इवल्याशाला आणि सूझनला मी त्यात बुडवेन की काय. म्हणून उठले, कपडे केले, खाली उतरले आणि बसच्या समोर उडी मारण्याचा प्रयत्न केला. वाटलं होतं सगळंच आटपेल, पट्कन. धाडदिशी. पण नाही.”

तिची बोटं चादर चिवडू लागली.

“माहित्येय.”

“हो. जखमेची खूण अजून आहे.”

आम्ही चूप होतो. मला हे ऐकायचं नव्हतंही आणि ऐकायचं होतंही.

“बस थांबली. कंडक्टरने मला टॅक्सीतून हॉस्पिटलमध्ये नेलं. तो समोर बसला. पद्मासन घालून.”

“पद्मासन?”

“माझं रक्त टॅक्सीत पायाशी वाहत होतं. तिथेसुद्धा गटार नव्हतं. पाऊस पडून गेल्यासारखं मला सगळं आठवतंय. तुझ्या लक्षात आलंय की पाऊस पडून गेल्यावर हवा कशी स्वच्छ होते ते? सर्व स्पष्ट आणि उठून दिसतं पण जरा पातळ होऊन. जणू धुळीच्या कणांनी आधी सगळं बांधलेलं असतं. मला वाटलं...”

तिची बोटं पुन्हा चादर चिवडू लागली. चादर अंगावरून घसरली. पायाच्या अंगठ्यापासून घोट्यापर्यंत जाणाऱ्या जखमेच्या वळाकडे आम्ही दोघं बघत होतो. उंचावलेला दडदडीत वळ.

''कितीतरी महिने ड्रेसिंग करावं लागलं. डॉ. साहा यायचे सोपस्कार करायला.''

''भरकटू नकोस,'' मी म्हटलं.

''मी कुठे होते?''

''टॅक्सीत, बाहेरचं जग स्वच्छ.''

ती गोंधळली.

''तूच म्हणालीस, जग स्वच्छ झालं होतं.''

''जग नाही रे. माझ्या डोक्यातलं ते.''

तिने जेव्हा जेव्हा स्वतःचा जीव घेण्याचा प्रयत्न केला तेव्हा तेव्हा तो स्वतःचं शरीर खोलून रक्त वाहू देण्याचा मार्ग होता का? तेच असेल का तिचं गटार? तीच असेल का व्यवस्था?

''आणि ह्या वेळी? आत स्वच्छ झालंय?'' मी विचारलं.

''ह्या वेळी शुद्ध जाता जाता मला बारीकसा आवाज ऐकू आला, मला वाचवा.''

''तुझा होता.''

''नाही. मला वेगळ्याच कुणीकडून ऐकू आला.''

''तुझाच होता तो,'' मी पुन्हा म्हटलं.

''तसंच असेल नाही? मला तो दुसऱ्याच कोणाचा वाटला. मग तू आलास. सूझन आली. हे व्हायला नको होतं. माझी इच्छा होती तुम्हाला आयुष्यात असं काही बघायला लागू नये.''

त्या दिवशी हूमराव घरी नव्हता तरी सूझन आणि मी बाहेर गेलो होतो. ते सुगीचे दिवस होते. हूमराववर स्टॉक मार्केटने कृपा केली होती. काही शेअर्स विकून त्याने एमसाठी नर्स ठेवली होती. कधी नव्हे ती एमची जबाबदारी दुसरं कोणीतरी घेत होतं.

आम्ही टीनेजर्स होतो. एक साहस करत होतो. अमिताभ बच्चनची १९८३ची हिट फिल्म पाहायला निघालो होतो. हे हूमरावला आवडलं नसतं. आणि एमने चेष्टा केली असती. पण त्या दोघांना पत्ता कोण लागू देणार होतं? फिल्ममध्ये आम्ही पोटभरून हसलो. कसला आनंद होता बाहेर जाण्यात, आमच्या वयाच्या इतरांसारखं हसण्यात. दुपारही उबदार होती,

हसण्यासाठी निर्माण केलेली. शो संपल्यावर आम्ही घरी आलो तेव्हा नर्स झोपलेली. एम कुठे आहे ह्याची तिला सुतराम कल्पना नव्हती. आणि घर किती मोठं तर एक बेडरुम, एक हॉल, एक लहानसं स्वयंपाकघर, दोन चिंचोळे पॅसेज आणि चार बाय दोनची एक गॅलरी. सूझनला शंका आली. ती तडक बाथरुमकडे धावली. आतून उत्तर नाही. हाक मारली, ''एम, एम.'' सूझनच्या आवाजाला भीतीची धार. मी दरवाजा ठोठावला. हाका मारल्या. शेवटी आतमधून ओला, बुळबुळीत आवाज आला आणि दरवाजा उघडला.

''मी पुन्हा प्रयत्न केला,'' एम म्हणाली. ती रक्ताने माखली होती. तिच्या केसात रक्त होतं, हातांवर होतं, कपड्यांवरून निथळत होतं. पाणी तापवायला मी इमर्शन रॉड काढला. सूझन नर्सकडे धावली. पण ती चलाख बाई मागे न बघता दुपारच्या उन्हात कधीच गडप झाली होती. सूझनने हूमरावला फोन केला. तिचा आवाज अगदी वेगळा झाला होता. नेहमीचा नाही. पातळ, दुरून आल्यासारखा पण तरीही स्पष्ट. मी प्रयत्न केला तर तो मला आजही ऐकू येईल. पण मी प्रयत्न करत नाही. एम कुडकुडत बाथरुमच्या दाराजवळच्या भिंतीला रेलून उभी होती. मी तिला लहान स्टुलावर नेऊन बसवली. तिचे हात दोन गुडघ्यांमध्ये ओळंबले होते. मी एक हात उचलला आणि बघायला वळवला. त्यावर एक बारीक चीर होती. काळपट लाल. अबोल चीर.

''एमने आत्महत्येचा प्रयत्न केलाय,'' सूझनचा आवाज. मग ती परत आली.

''काय म्हणाला?'' मी विचारलं.

''काय म्हणणार?'' वैतागून पाणी किती तापलंय याचा बोटाने अंदाज घेत ती म्हणाली. ''येतो म्हणाला.''

मी एमच्या डोक्यावर गरम पाणी ओतलं. ते खाली पडलं तेव्हां लाल झालेलं होतं. तिचा ड्रेस वर करायला सूझन खाली वाकली. मी ''जातो'' पुटपुटून बाहेर आलो. माझ्या आईला नागवं केलं जाणार होतं. मी बाहेर जाऊन दुसरा फोन केला. आजीला. एमच्या आईला. खंबीर बाई. तंबूच्या खांबासारखी.

''आलेच,'' आजी म्हणाली.

''टॅक्सी घे,'' मी म्हटलं.

''घेते,'' आजी म्हणाली.

मी थोडा वेळ गॅलरीत उभा राहिलो. बाहेर वाहतूक वाहत होती. एक चिमणी टपकन जमिनीवर बसली. तिच्या मागून एक कावळा. चिमणी भुर्रकन उडाली. कावळा शिष्टपणे पिसारा साफ करत बसला. एक चिकू विकणारा चिकू घोलवडचे असल्याचं जाहीर करत होता. मग मी भरपूर साखर घातलेला चहा करायला आत गेलो. कुठेतरी वाचलं होतं शॉकसाठी साखर चांगली. कोणाला बसला होता शॉक?

एम आणि सूझन बाहेर आल्यावर मी त्यांना चहा दिला. सूझनने एमला खाली बसवलं आणि तिच्या ओठाशी कप धरला. मी बाथरुममध्ये गेलो आणि सर्व नळ सोडले. जमीनभर पाण्याचा पूर केला. आमच्या खराट्याला जरा वापरल्यावर आडवं व्हायची सवय होती. तो रक्ताने चिंब झाला होता. कसले तरी गुंतवळांसारखे दिसणारे बटके होते. ते काय होते ते आजवर मला कळलेलं नाही. पण त्यांनी गटार तुंबत होतं. मी पायाने ते एका कोपऱ्यात ढकलले. आता ते पाण्याची वाट अडवून रक्ताचा निचरा थांबवू शकत नव्हते. आगकाड्यांचा आपल्या बोटांवर जो वास राहतो तो वास नाकात भरला. लोखंड. माझ्या मेंदूच्या एका कोपऱ्यात लोखंड, ॲनीमिया, हिमोग्लोबिन, रक्त असे शब्द खटखट जुळत गेले. मी खाली गेलो आणि आयर्न टॉनिक घेऊन आलो.

मी परत आलो तोपर्यंत आजी आणि हूमराव घरी पोहचले होते. तो बाथरुम साफ करायला लागला होता. आजी चहा पीत एमशी बोलत बसली होती.

त्या दिवशी संध्याकाळी आम्ही काय केलं आठवत नाही. मी झोपलो कधी, उठलो कधी काही आठवत नाही. फक्त डॉक्टर साहा, आमचे फॅमिली डॉक्टर, आल्याचं आठवतंय. त्यांनी चुकचुकत एमची मलमपट्टी केली. ह्या वेळी मनगटं. हूमरावचा बँडेजबिंडेजवर विश्वास नव्हता. जखम स्वच्छ ठेवली तर हवा-उजेडातच ती अधिक लवकर बरी होते असं त्याचं मत होतं. पण त्याने डॉक्टर साहांना विरोध केला नाही.

‘‘हॉस्पिटलमध्ये न्यायला हवंय का?’’ त्याने विचारलं.

‘‘झोप कशी लागते बघा,’’ डॉक्टर साहांनी उत्तर दिलं.

आम्ही त्या रात्री झोपलो, त्या अर्थी आजीने आणि हूमरावने एमवर पाळत ठेवली असावी. पण रातोरात काहीतरी बदल घडला असावा. कारण सकाळी ती घरी नव्हती. आमच्या हॉस्पिटलच्या पाळ्या सुरू झाल्या. एक दिवस सूझन, एक दिवस मी आणि दररोज हूमराव. त्या काळातच कधीतरी

तिने माझ्या जन्मानंतर सुटलेल्या नळासंबंधी आणि त्याच्या काळ्या धारेने ती कशी भरून जायची ह्यासंबंधी मला सांगितलं. माझं हृदय फाटून त्याला एक भोक पडलं. तिच्या एका वाक्याने माझी ही अवस्था झाली तर मग तीस वर्षांच्या वैवाहिक जीवनात हूमरावचं काय झालं असेल?

२

हेलो चाफेकळी

इमेल्डाने ऑगस्टीनला प्रथम पाहिलं ऑफिसमध्ये. तिच्या डायरीतली नोंद :

“‘तोफेसारख्या आवाजाचा उगम आज शेवटी सापडला. आन्द्रादे ह्या आमच्या ऑफिसमधल्या अधिकृत फ्लर्टला विचारलं, ‘कोणाचा हा आवाज?’ तो म्हणाला, ‘आवाज? ए जी एमचा.’ मी बुचकळ्यात. तो गोंधळला.

‘नाव नाही माहीत. आम्ही त्याला ए जी एमच म्हणतो. त्याच्या नावाची आद्याक्षरं असतील ती.’

‘तुला तो आवडत नाही?’ मी विचारलं.

‘का? मस्त माणूस आहे. दिसेलच तुला.’

‘पण नाव माहीत नाही?’

‘माहित्येय की, ए जी एम.’ तो म्हणाला.

आता ह्याला काय म्हणावं?

मला इथे काम करणं आवडेलसं वाटतंय. फार अंकबिंक टाइप करायला लागले नाहीत तर.’’

आम्हाला एमची डायरी आणि पत्रं वाचण्याची परवानगी होती. कधीतरी तीच वाचून दाखवायची. वाचताना ती चष्मा नाकावर उंच चढवायची. मग त्याच्या काळ्या चौकटीमागे तिच्या दाट भिवया पूर्ण झाकल्या जायच्या. तिला कधीच काही फाडून टाकताना मी पाहिलं नव्हतं. तिला आलेल्या चिठ्ठ्या, कागदाचे चिटकोरे वगैरे सर्व अनेक रंगीबेरंगी पिशव्यांमध्ये कोंबून ठेवलेले असायचे. अधूनमधून त्या पिशव्यांमध्ये धुंडाळून ती चिठ्ठ्या, पत्रं, कागदाचे तुकडे बाहेर काढायची. काही चाळायची, काही वाचायची आणि स्वप्नात रंगायची.

एमची पत्रं कुटुंबासाठी खुली होती. पण तिच्या डायऱ्या मात्र सूझनने किंवा मी तिच्या हयातीत वाचल्या नाहीत. (सूझनने आजपर्यंत नाही.) त्या वाचण्याची आम्हाला उत्सुकताही नव्हती. आम्हाला फार पूर्वी कळून चुकलं होतं की त्यातून तिच्या आजाराबद्दल कोणतीही अधिक माहिती मिळणार नाही आणि तिचे वाईट दिवस यायचे तेव्हा तिच्यापर्यंत कसं पोहचायचं ह्याचा सुगावाही लागणार नाही. किंवा सत्याच्या अधिक जवळ जाणारं कारण हे असू शकेल, की डायऱ्यांमध्ये काय सापडेल ह्याची आणि ते सापडल्यावर आम्ही ते कसं हाताळायचं ह्याची आम्हाला भीती वाटत होती. अजूनही मी एमच्या वह्या वाचतो तेव्हा माझ्या आईला शोधत नसतो. ऑगस्टीनच्या प्रियतमेला शोधत असतो.

'ए एस एल'च्या म्हणजे अँपरसँड स्मिथ लिमिटेडच्या ऑफिसमध्ये रुजू झालेल्या नव्या मुलीचा ऑगस्टीन ऊर्फ ए जी एमला शोध लागायला वेळ लागला नाही. इंजिनिअरिंगची उत्पादने बनवणाऱ्या ह्या कंपनीत तो जूनियर मॅनेजर (सेल्स) होता आणि इमेल्डा स्टेनोटायपिस्ट होती. ती नोकरीला लागल्यानंतर दोन दिवसांनी तो तिच्याशी बोलला :

'तोफेचा आवाज माझ्याशी बोलला. आगाऊच आहे. माझ्या डेस्कवरून उडत उडत जातो, माझ्यावर डोळ्याच्या निळ्या बॅटऱ्या रोखतो, 'हेलो चाफेकळी' म्हणतो, समोरच्या भिंतीवर आपटून उलट उडतो आणि इतर कामं करायला जातो.'

ह्या नोंदींत मला माझे वडील दिसत नाहीत. ते टिकाऊपणासाठी बनवले गेले होते, वेगासाठी नाही, हा माझा विश्वास. चेंडूप्रमाणे उडत जाणारे वडील पटण्यासारखे नव्हते. मी त्यांना त्या काळाच्या संदर्भात पाहण्याचा प्रयत्न केला. त्या काळात तरुण तडफदार पुरुष ऑफिसला जाताना कसे दिसत असतील त्याप्रमाणे मी त्यांना कपडे चढवले : पांढरा शर्ट, काळी पँट, काळे बूट, काळे पायमोजे. शिवाय एक-दोन जादा शर्ट आणि टॅल्कम पावडरचा डबा जवळ बाळगलेला हे नक्की. म्हणजे घातलेल्या शर्टाची खळ उकाड्याने उतरली की बदलायला दुसरा तयार. त्यांना बायका लाडक्या. जेव्हा 'इलस्ट्रेटेड वीकली'च्या शब्दकोड्यासाठी त्यांना बक्षीस मिळालं, तेव्हा त्यांनी ऑफिसातल्या प्रत्येक बाईला पांढऱ्या टिशू पेपरने लपेटलेलं, पिवळ्या रिबनने बांधलेलं, सोबत फर्नची पानं असलेलं एक एक गुलाबाचं फूल दिलं.

गर्ट्रूड इमेल्डाला म्हणाली, त्या दिवशी ऑफिसची बाग झाल्यासारखं वाटलं. त्यानंतर कितीतरी दिवस गुलाबांचा सुगंध ऑफिसमध्ये दरवळत होता. वास्तवात नसेलही पण ए एस एलमध्ये काम करणाऱ्या तरुणींच्या मनात नक्कीच. गर्ट्रूडने हँडबॅग उघडून अजूनही जपून ठेवलेली पिवळी रिबन इमेल्डाला दाखवली.

''सर्वच पुरुष एकसारखे नसतात ह्याची सतत आठवण राहावी म्हणून,'' ती म्हणाली. प्रेमाच्या लढाईतली ती एक अनुभवी सैनिक होती. एका विवाहित माणसाशी इतकी वर्षं तिचा प्रेमसंबंध होता की नेमकी किती वर्षं हे तिच्याही ध्यानात नव्हतं. ''आणि दुष्काळात तेरावा म्हणावं तसं तो आहे मुस्लीम.''

प्रेम हा दुष्काळ असू शकतो हे समजायला इमेल्डाचं वय कमी पडत होतं. मोतासिमचा धर्म तेरावा का असावा हेही कळायला तिचं वय कमी पडत होतं. 'हेलो चाफेकळी'ला साजेसं उत्तर द्यायलासुद्धा तिचं वय कमी पडलं होतं. म्हणून ती काहीच बोलली नव्हती.

''का नाही बोललीस?'' गर्ट्रूड आश्चर्याने चकित.

''काय बोलावं कळलं नाही.''

''साधं हेलो?''

पण इमेल्डाने जे चित्रपट पाहिले होते त्या सर्वांत तडफदार तरुण जेव्हा 'हेलो चाफेकळी' म्हणतो तेव्हा त्याच्या आगाऊपणाला हिरॉइन असं काही उत्तर देते की जाई-जुईच्या बागेतली त्याची स्वैर भटकंती तिथल्या तिथे थांबते. तिच्या मार्मिक उत्तराने ती इतरांपेक्षा वेगळी आहे हे प्रस्थापित होतं. आणि शाब्दिक चार हात करायला ती योग्य भिडू आहे, प्रेम करायला योग्य प्रेयसी आहे हे निश्चित होतं.

त्या दिवशी 'हेलो चाफेकळी'ने इमेल्डाला निरुत्तर केलं होतं. तुच्छतेने बघण्याचा एक अर्धवट प्रयत्न फक्त तिने केला होता. ''तेसुद्धा आन्ना मन्यानीच्या तोऱ्यात नाही.'' ती म्हणाली. गर्ट्रूडला ह्यातलं काहीच समजेना. तिच्या जगात पुरुष शिकार करतो आणि बाई त्याचं सावज होण्याची वाट पाहत असते. पुरुष घिरट्या घालू लागला की सावजाने त्याला आपल्याकडे ओढून घेण्याचं कसब दाखवायचं असतं.

''अर्थात प्रेमाबिमाचा मूर्खपणा केला नाही तरच हं!'' बॉबेलीजमध्ये कोकफ्लोट पिता पिता ती म्हणाली. ''ताळतंत्र सोडायचं असेल तर काही उपयोग नाही.''

ए एस एलमध्ये गर्ट्रूड इमेल्डाची जिगर दोस्त बनली. तिच्या स्वतःच्या प्रेमप्रकरणात तडजोडींचे इतके खाचखळगे नसते तर प्रेमाच्या मार्गावर ती तिची वाटाडीही झाली असती. पहिल्यांदा गर्ट्रूड जेव्हा मोतासिमवरच्या तिच्या प्रेमातल्या गुप्त दुःखाविषयी बोलायची तेव्हा इमेल्डाला फार वाईट वाटायचं. पण नंतर तिच्या लक्षात आलं की तिच्या बोलण्यात यांत्रिकता होती. म्हणजे मुळात गर्ट्रूडचं आयुष्य एका छान चौकटीत बसलं होतं, ज्यात तिला प्रेम आणि दुःख सम प्रमाणात मिळत होतं. त्या चौकटीत बिछाना उबवणारा आणि हिल स्टेशन्सच्या डाक बंगल्यात नेऊन हिंडवणारा, पण तिच्या निर्णयांमध्ये ढवळाढवळ न करणारा असा एक पुरुष होता.

''मी मुलींना सतत सांगत असते स्वतःचं घर घ्या. त्यांच्या मनातला प्रश्न चेहऱ्यावर लगेच दिसतो. 'हे कोण चिखलातलं कबुतर आपल्याला उपदेश करतंय?' पण माझं मन स्वच्छ आहे. मला जग समजतं. देवच मला न्याय देईल. आपलं स्वतःचं घर असलं की तिथे पाहिजे ते आपण करू शकतो. आपल्याला उभं रहायचं असेल तर तिथे बस म्हणणारं कोणी नसतं.''

''मोतासिम पण नाही गर्टी?''

''मोतासिम तर नाहीच नाही,'' गर्ट्रूड म्हणाली. ''आम्ही भेटलो तेव्हा त्याचं लग्न झालेलं नव्हतं माहित्येय? आणि आमचं असं जमलं.'' तिने चुटकी वाजवली.

''पहिल्या भेटीत खल्लास!'' इमेल्डा आनंदाने म्हणाली. तिला तसलं काहीतरी व्हावं अशी फार इच्छा असायची. म्हणजे तिला स्वतःला व्हावं असं नाही. दुरून पाहण्यासाठी.

''तसंच काहीतरी. आन्द्रादेच्या घरी त्यानी माझ्याकडे एकदा पाहिलं मात्र—म्हणजे सिनेमानंतर, आम्ही सगळे ऑफिसमधून गेलो होतो—एकदा पाहिलं मात्र आणि खतम. तो माझ्याकडे बघतोय आणि त्याचे डोळे म्हणतायत, 'हवी. मला हवी.' मी तेव्हा खूप लहान होते. निष्पाप. प्रेमावर पूर्ण विश्वास असणारी.''

अनेक बायकांप्रमाणे गर्ट्रूडचाही चांगुलपणावरचा विश्वास उडाला होता. त्याची तीन कारणं होती. ज्या माणसावर तिचं प्रेम होतं तो तिच्याशी लग्न करत नव्हता हे एक. विश्वास उडालेल्या बाईच्या प्रतिमेला शोभतील असे तिच्याकडे दोन सिगरेट होल्डर्स होते, एक ऑनिक्सचा, एक मोती शिंप्याचा. लहर लागली की ती ते आपल्या भसभोंगळ बॅगेतून काढायची. हे दुसरं. शेवटचं कारण. खूप वर्षांपूर्वी एका सुस्वभावी मेडिकल रेप्रेझेंटेटिव्हचं

तिच्यावर प्रेम जडलं होतं आणि तो तिला ह्या सगळ्यातून सोडवायला तयार होता.

"म्हणून मी तुमच्या वडिलांकडे शब्द टाकला." गर्ट्रूड तिच्या जुन्या मैत्रिणीला, इमेल्डाला, आमच्या एमला, क्वचित कधीतरी भेटायला यायची. तशा एका भेटीत तिने आम्हाला हे सांगितलं. तिच्या भेटी ती खूप विचारपूर्वक योजायची. एमला तिला भेटण्याची इच्छा असेल तेव्हा ती कधीच येत नसे. एम जेव्हा उदास आणि आपल्याआपल्यात असायची, तेव्हा नेमकी यायची. आजारी मैत्रिणीला भेटायला पाऊण तास पुरे असा काहीसा तिचा हिशेब असायचा. तितका वेळ सूझनला किंवा मला तिची करमणूक करावी लागत असे. मग ती परत जायची आणि नंतर कधीतरी एमला तिला भेटण्याची इच्छा झाली की आपण नाराज झालो आहोत असा ती आव आणायची. मला स्वच्छ दिसायचं की मैत्रिणीच्या गरजेच्या वेळी आपण हजर असतो असं तिला तरीही वाटत असे. लोक स्वतःला कसे फसवतात ह्याचा मला मिळालेला हा पहिला धडा. म्हणून मला तिच्याशी बोलायला अगदी आवडत नसे. पण बोलायला आवडतही असे. कारण एम बरी होती, एकसंध होती तेव्हाची ही मैत्रीण. आणखी एक कारण. कोणत्याही सामान्य व्यक्तीशी बोलताना तिच्या सामान्य जगात प्रवेश करण्याचं आपल्याला आमंत्रण मिळाल्यासारखं वाटायचं. त्या जगात लोकांना सामान्य दुःखं आणि काळज्या असतात, उदाहरणार्थ पैसे, सेक्स, पाप, प्रॉपर्टी इत्यादी. अशा लोकांच्या त्यांच्या आईविषयीच्या भावना संदिग्ध नसतात. किंवा स्वतःच्या स्वीकारार्हतेबद्दल त्यांच्या मनात भय नसतं. असं निदान मला तरी वाटायचं.

"मी तुझ्या वडिलांकडे शब्द टाकला," ती म्हणाली, "मी म्हटलं, तू तिच्याशी बोलणार असशील, तर जरा जपून. घिसाडघाई नाही चालणार."

"घिसाडघाई?"

"म्हणजे पावलं जपून टाकायची," मी म्हटलं, "ती आमच्यातली नाही, प्रेम केलं आणि सोडून दिलं. मला ती सदैव गांगरल्यासारखी दिसायची."

गर्ट्रूडचं म्हणणं बरोबर होतं. आपण ऑफिसमध्ये नेमकं काय करतोय ह्याविषयी एमला खरंच अंदाज नव्हता. तिच्या दिवसाची सुरुवात चर्चमध्ये प्रार्थनेने होत असे, किंवा व्हावी अशी तिच्याकडून अपेक्षा होती. मग ट्रॅमने कामाला. काम म्हणजे डिक्टेशन घेणं, पत्रं टाइप करणं, कागदपत्र फाइलींमध्ये

लावून ठेवणं, आलेले टेलिफोन घेणं. हे काम ती डोळे झाकून करू शकली असती. त्याआधी एम शिक्षिका होती. हे तिच्याविषयीच्या माझ्या कल्पनेत चपखल बसायचं. पण स्टेनो म्हणून मी तिचा विचार मुळीच करू शकत नव्हतो. हा माझा शिष्टपणा असेल.

''नोकरी बरी होती,'' आम्हाला ती म्हणाली होती. ''पण एवढ्या मोठ्या ऑफिसात त्या सर्व प्रौढ लोकांच्यात सतत वावरायचं म्हणून चिंता वाटायची.''

''प्रौढ लोकांच्यात? तू प्रौढ नव्हतीस?''

''वयाच्या दृष्टीने होते. पण प्रौढ असल्यासारखं मला वाटत नसे. म्हणजे कारटून्समध्ये असतं तसं... डिक्टेशन घ्यायला ये आणि मग टेबलाभोवती शिवाशिवी. मला ऑफिस गर्ल मुळीच व्हायचं नव्हतं.''

एमने १६ वर्षांची असताना सीनियर केंब्रिज केलं तेव्हा तिला वाटलं होतं आता कॉलेज. बसस्टँडवर उभं राहायचं, मैत्रिणींशी गप्पा मारायच्या आणि ती मुलं आपल्याकडे बघतच नाहीयेत असा आव आणायचा. शिवाय मिल्टन, छंदशास्त्र ('किती चावट वाटतो ना शब्द?') आणि फ्रेंच साहित्यावर लेक्चर्स. अशी तिची स्वप्नं होती. मनातल्या मनात तिचा विचार चालायचा, इतर कॅथलिक आणि अँग्लोइंडियन मुलींसारखं आपण फ्रॉक्स घालायचं की कोएलो सिस्टर्ससारख्या खादीच्या साड्या नेसायच्या आणि कोल्हापुरी चपला घालायच्या? डोळ्यांत भरेल असं सहज सौंदर्य आणि सहज केसांत खोवलेली फुलं.

ती सर्टिफिकेट आणि शिक्षिकांच्या शुभेच्छा घेऊन घरी आली तेव्हा ही स्वप्नं संपली.

''डॅडी विचारतील,'' आजी म्हणाली, ''तू नाही म्हणायचं.''

एमची आई कोड्यात बोलायची. तिच्या संभाषणात जवळपास सर्व महत्त्वाच्या शब्दांना फाटा दिलेला असायचा. तिच्या डोक्यात फार भाषा चिणल्या गेल्या होत्या म्हणून असेल. गोव्यात कोंकणी, रंगूनमध्ये बर्मीज, लढाईच्या काळात कलकत्त्यात बंगाली आणि आता इंग्रजी, तिच्या मुलीची बोलायची आणि स्वप्नाची भाषा. त्यामुळे तिच्या शब्दसंख्येत भरपूर घट झाली होती. ती चेहऱ्यावरचे भाव आणि हातवाऱ्यांच्या साहाय्याने बोलायची आणि धरून चालायची की आपण जे बोलतोय ते लोकांना समजतंय. हे अशक्य जरी वाटलं तरी कसंतरी जमून यायचं.

एम समजायचं ते समजली. आपल्याला कॉलेजला जायचं नाही असं आपण सांगायचं. पण का? आजीने समजावून सांगितलं.

''कुठ्येत ते? केलीच पाहिजे. मी नाही करू शकत. किती दिवस?''

एमला कळलं. कॉलेजसाठी पैसे नाहीत. तिला नोकरी करावी लागणार. आजोबांच्या एवढ्याशा पगारात—गणिताच्या शिक्षकाचा असा किती असणार पगार—आजीने किती दिवस काटकसर करायची? शिवाय कॉलेज फार वेळ खाईल.

तिने बरोबर ओळखलं होतं. डॅडींनी विचारलं, कॉलेजला जायचंय का. ''नाही म्हणणं जीवावर आलं होतं,'' एम म्हणाली. ''मला कॉलेजला जायचं होतं. आणि खोटंही बोलायचं नव्हतं. मी म्हटलं, 'पैसे कुठून आणणार?' मनात आशा होती की त्यांच्याकडे ह्याचं उत्तर असेल. विकता येईल असं एखादं सोन्याचं घड्याळ असेल. बर्मातून चुपचाप आणलेला एखादा माणिक. असं काहीही. पण त्यांचं उत्तर आलं, 'त्याची व्यवस्था होऊ शकेल.' व्यवस्था म्हणजे काय मला माहीत होतं. कर्ज किंवा घर गहाण. त्यावर मग मी आणखी काहीच बोलले नाही आणि तेही बोलले नाहीत.''

कॉलेजऐवजी आजी हिंडली आणि नन्स चालवत असलेल्या एका शाळेत तिच्यासाठी नोकरी मिळवली.

''त्यांनी घेतलं तुला?'' मी विचारलं.

''कसं घेणार? मी सोळा वर्षांची. मग नन्सनी आईला सांगितलं आम्ही ॲस्ट्रिडला लावून घेऊ. ॲस्ट्रिड द आस्ट्रिच माहित्येय ना?''

''नाही.''

''ॲस्ट्रिड द ऑस्ट्रिच नाही आठवत? हां. ती तुझ्या आधीची. ॲस्ट्रिड डीसा. गेली बिचारी. माझ्या जागी शाळेत लागल्यावर थोड्याच दिवसांत. असं मी ऐकलं. फळ्याशी उभी. डोक्याला हात लावला. एकदा खोकली. दुपारचं जेवण बाहेर काढलं आणि आडवी झाली. तो डाग अजून आहे म्हणे. इतर टीचर्स येईपर्यंत ती गेलेली होती.''

''पायात बूट असताना गेली.''

''तसं जाण्यात आनंद असतो म्हणे. ती आनंदाने गेली? कोण जाणे. कळणं कठीण आहे. मलासुद्धा बूट पायात असताना जायला आवडेल. पण ते कसं व्हायचं? खूप दिवस झाले माझ्याकडे बूटच नाही आहेत. कधी होते का तेही आठवत नाही. बूटीज होत्या कधी काळी वाटतं. बूटीज. काय शब्द आहे. आंघोळ न केल्याने झालेलं काहीतरी वाटतं ना? का त्याला कूटीज

म्हणतात? स्पेलिंगं रे बाबा! अमेरिकन स्पेलिंगांना मी जाम वैतागायची, त्यांच्याच डॉलर्सवर जगत असताना. आपलं म्हणजे राणीचं इंग्रजी. ॲमकॉनजेनमध्ये असताना कलरचं स्पेलिंग 'यू' घालून टाइप करायला हात शिवशिवायचे. तू विचारशील म्हणून आधीच सांगते. ॲमकॉनजेन म्हणजे अमेरिकन कॉन्स्यूलेट.''

आम्ही विचारणार नव्हतो. माहीत होतं की ए एस एलनंतर ती तिथे नोकरी करू लागली.

''का टाइप करू शकली नाहीस?''

''काय?''

''कलर?''

''करत होते की. पण यू घालून नाही. सतत यू शिवाय कलर. मग तू जन्मलास. बापरे. ती आणखी एक गोष्ट.''

एमबरोबर बोलायचं म्हणजे अनोळखी शहरात फिरल्यासारखं वाटायचं. इथे कोणताही रस्ता मधेच वेगळं वळण घ्यायचा आणि आपल्याला बरोबर न्यायचा. आपल्याला नेमकं कुठेतरी पोहचायचं असेलच तर सतत मुख्य रस्ता शोधून तिथे परतावं लागे.

''तर ॲस्ट्रिड डीसाचा तुझ्या नोकरीशी काय संबंध?'' माझा प्रश्न.

''अरे तिच्याकडे कागदपत्रं होती. टीचर्स सर्टिफिकेट होतं. पण नोकरी कशी करणार? तिला जुळी होती आणि तिच्या निपल्सना फोड आले होते आणि ती नेहमी म्हणायची, 'माझी पोरं दूध, रक्त, पू पितात.' मी मनात खूप दिवस एकाला पू म्हणायची आणि दुसऱ्याला रक्त. त्यामुळे नन्सने कागदावर तिला नोकरी दिली आणि वास्तवात मला.''

''आणि ॲस्ट्रिडने हे मानलं?''

''तिला वीस टक्के मिळायचे.''

''तुझ्या पगारातून?''

''माझ्या पगारातून. आणि मला साठ टक्के.''

''आणि उरलेले?''

''जिझसच्या कार्यासाठी दान.''

''नन्स घ्यायच्या?''

''असं नको बोलूस. तुझ्या आजीला मदत म्हणून त्या हे सगळं करत होत्या. तिला त्या सहज रिकाम्या हाती परतवू शकल्या असत्या.''

''मग तू कॉलेजला जाऊ शकली असतीस.''

“शकले असते?” तिच्या कपाळाला आठी पडली. “कदाचित. पण डॅडींना विचारावं लागलं असतं. आणि त्यांना कर्ज काढावं लागलं असतं. आणि घर गेलं असतं.”

“खरंच? एक विद्यार्थी कॉलेजात पाठवण्यासाठी?”

एमच्या प्रत्येक म्हणण्यावर मी विश्वास ठेवत असे. एक श्रद्धा म्हणून. कारण मला दिसत होतं बाहेरच्या जगात तिचं म्हणणं कसं ताबडतोब निकालात काढलं जायचं ते. तिच्यावर विश्वास ठेवण्याचा माझा इतका आटोकाट प्रयत्न असायचा की मी प्रश्नांवर प्रश्न विचारायचो, पुरावे मागायचो, मिळालेली माहिती तिच्याकडून पडताळून घ्यायचो, आणखी पुरावे मागायचो. बहुतेक वेळा ती हे चालवून घ्यायची.

“खरंच. आता ते जरा विचित्र वाटतं. हल्ली स्वस्त झालंय असं कानोबा म्हणतो. सू कॉलेजला गेली तेव्हा वाटलं होतं आता कठीण दिवस आले. मी त्याला म्हटलं मी ब्रेड आणि पाण्यावर जगू शकेन. तो हसला. म्हणाला, तशी समस्या उद्भवणार नाही. फी देण्यात कसलीच अडचण नाही.”

मग ती पुन्हा भटकायला लागली.

“मला वाटलं आपल्या छोट्या लाडकीला कॉलेजला पाठवताना त्याला खूप मोठं आणि पुरुषी वाटत असेल. विद्यार्थ्यांनी स्ट्राइक केला होता आणि बस जाळली होती. पण बिचाऱ्यांना ते जमलं नव्हतं. दुसऱ्या दिवशी पेपरमध्ये बसचा फोटो आला. ठीक दिसत होती. सीट्सच्या आतलं बाहेर आलं होतं एवढंच. कलकत्त्याकडून सल्ला घ्यायला हवा होता. तिथे बसेस जाळतात ना?”

“एम तू कॉलेजला जाण्याबद्दल आपण बोलत होतो.”

“छे नाही जमणार. आता नक्कीच नाही. ‘रीडर्स डायजेस्ट’मध्ये तसल्या गोड गोष्टी वाचल्यायेत. एक छोटीशी म्हातारी कॉलेजला जाते, सर्वांची लाडकी होते. पण तसं होणार नाही. मला आता अभ्यास करायचा नाही. आणि मला लोकांची लाडकी व्हायचं नाही. वर्गाचा पाळीव कुत्रा असल्यासारखं वाटेल. नाहीतर मला मातोश्रीसमान व्हावं लागेल आणि त्यासाठी तुम्ही दोघं आहात की आणि त्यातसुद्धा मी घोळ घातलाच.”

“काहीतरी काय?”

“गोडबोल्या. पण असं बघ. तुझा जर घोळ झालेला नसता, तू जर माझ्या घोळाचा मुलगा नसतास तर मी कशी परिपूर्ण मातोश्री आहे ह्याबद्दल

तू एक लांबलचक गोंडस व्याख्यान दिलं नसतंस का? पण ते नाही शक्य. 'रीडर्स डायजेस्ट'चे मापदंड मानले तर आपल्या सर्वांचाच घोळ झालाय. आपली उन्हाळ्याच्या सुट्टीत वाचण्यासारखी हृदयस्पर्शी कथा वगैरे कधीच बनू शकणार नाही."

"एम तू ऐकत नाही आहेस. तुझ्या वेळी कॉलेज खरंच इतकं महाग होतं का?"

"मला नाही माहीत. किती महाग वगैरे मला ठाऊक नाही. तुझं वय काय?"

"तुला माहीत असायला हवं."

"तुला नको?"

"सतरा."

"बापरे. सतरा आणि इतके प्रश्न. मी ह्या वयात असे प्रश्न विचारू शकत नव्हते. मला बँकेची पुस्तकं दाखवा असं म्हणू शकत नव्हते. आपल्याला काहीबाही पैसे घरात आणले पाहिजेत एवढंच कळत होतं. म्हणून माझा पांढऱ्या कॉलरचा निळा झगा घालून गेले कामावर."

एमचं म्हणणं होतं की तिला शाळेत शिकवायला आवडत असे. हे खरं असूही शकेल. मी तिला हॉस्पिटलमध्ये एखाद्या लहान मुलीच्या वेण्या घालताना पाहिलं आहे. शेजारच्या खाटेवरच्या म्हातारीला मुलाला भरवावं तसं भरवताना पाहिलेलं आहे. पण वर्गातल्या पहिल्या दिवशी ती जवळ जवळ खलासच झाली. नव्या शिक्षिकेच्या भीतीचा शाळकरी मुलांना वास येतो. शिकवणं, वर्गावर काबू ठेवणं आपल्याला जमणार आहे की नाही ह्या शंकेने ती ज्या प्रकारे बिचकत वर्गात येते त्यावरून. ती घसा साफ करून बोलायला लागते तेव्हा तिच्या आवाजात त्यांना तिची भीती ऐकू येते. पूर्ण वर्गावर नजर ठेवता यावी म्हणून मंचावर ठेवलेल्या तिच्या टेबल-खुर्चीकडे मला इथे बसण्याचा हक्क आहे का अशा नजरेने ती बघते तेव्हा त्यांना त्या भीतीची जाणीव होते. ही कठीण शिक्षा ती भोगत असताना मुलं तिच्याकडे खेद वा सहानुभूतीरहित नजरेने बघत असतात. अचानक एक अनोळखी भावना त्यांचा ताबा घेते. सत्तेची भावना. ही भावना त्या अनेक जीवांना एकजीव करते. वर्ग. आता कोणत्याही क्षणी उत्पाताची सुरुवात होणार. लढाईची शस्त्रं बाहेर निघणार. प्रत्येक शाळकरी मुलाने ह्या एकत्रित हर्षाचे सुखद घोट घेतलेले आहेत, ज्यात अधिकार मोडून पडतो आणि सूड घेणं शक्य होतं.

“मदर सुपीरिअरचा हेतू चांगला होता, पण तिने एक अक्षम्य चूक केली. तिने वर्गात येऊन माझी ओळख करून दिली. म्हणाली, ‘ही आपली नवी शिक्षिका. आज तिचा शिकवण्याचा पहिला दिवस आहे. तुम्ही शहाणी मुलं आहात आणि तुम्ही तिला साहाय्य करणार आहात असं मी धरून चालते.’ ती बाहेर गेल्यावर थोडा वेळ मुलांनी मला चालवून घेतलं. किंवा स्वतःवर ताबा ठेवला. शिक्षिका काय करतात, कसं बोलतात मी आठवायचा प्रयत्न केला. मी कोणता विषय शिकवायचा आहे हेही मला कुणी सांगितलं नव्हतं. मी विचारलं, ‘हा कोणता तास आहे.’ मुलांनी एकमुखी उत्तर दिलं, ‘गणित.’ मला रडूच फुटणार होतं. गणित मला अजिबात आवडत नसे आणि तेच मला शिकवायचं होतं. पुढच्या पाच मिनिटात त्यांची तयारी झाली. सर्व मुलांच्या पायाखाली कागदाचे तुकडे होते. मुलं जमिनीवर पाय पुढे-मागे सरकवू लागली. खुझ्झ, खुझ्झ, खुझ्झ. मी म्हटलं, प्लीज असं करू नका किंवा असंच काहीतरी. असलं बोलणं मुळीच उपयोगाचं नव्हतं. अगदीच शेंबळट. पण त्या क्षणी तेवढंच मला सुचलं.”

“बापरे!” अपराधी भावनेने मी पुटपुटलो. तिच्या मुलाच्या भविष्यातल्या पापांची शिक्षा त्याच्या आईला आधीच भोगावी लागली होती. मी कितीदा शिक्षकांना असं छळण्यात भाग घेतला असेन त्याची गणना नाही.

“सर्व मुलं कोरसमध्ये म्हणाली, ‘सॉरी टीचर.’ मी म्हटलं, ‘ठीक आहे.’ मुलं म्हणाली, ‘थँक यू टीचर.’ अजून त्यांचे आवाज ऐकू येतायेत, हगुर्डी मेली. नंतर मी त्यांच्यावर प्रेम वगैरे केलं पण तरी ती हगुर्डीच. आणि मग ‘हॅपी बर्थडे टू यू’ गायला लागली.”

“तू काय केलंस?”

“भोकाड पसरून वर्गातून पळाले.”

“काय?”

“भयंकर घाबरले होते. कुठेतरी लपायचं होतं. टॉयलेट दिसला, लपले. पण तो मुलांचा निघाला.”

“देवा!”

“नशिबाने तो रिकामा होता. मग मला चुकून स्टाफरुम सापडली. तिथे मदर सुपीरिअर वह्या का काय तपासत बसली होती. ती तोंड धू म्हणाली आणि तिने मला पुन्हा वर्गात नेलं. मुलांना त्यांच्या डेस्कांवर गुडघे टेकून दयाळू देवाकडे माफी मागायला लावली. कारण त्याच देवाने शाळेत

पाठवण्याची ऐपत असलेल्या पालकांच्या घरात त्यांना जन्माला घातलं होतं.''

''हिंदूना आणि मुसलमानांना पण?''

''सर्वांना. मग सर्वांना आपल्या आई-वडिलांची माफी मागणारी पत्रं लिहायला लावली. कसल्या हुशारीने मदर सूपने हे सगळं केलं!''

''कोणत्या वर्गाला शिकवत होतीस?''

''सातवीला. मदर सूपला वाटलं असेल तिथे मी फार घोळ घालू शकणार नाही. मी खरंच फारच वाईट शिक्षिका होते. मी काय शिकवत्येय ते माझं मलाच धड कळत नसे. मी रोज डॅडींना विचारायची, पूर्णांक, अपूर्णांक, प्रमाण ह्यांच्याबद्दल मी काय म्हणायचं आणि मग त्यांनी सांगितलेलं मी वर्गात खूप हळू वाचून दाखवायची. मग वर्गातल्या हुशार मुलाला फळ्यावर गणितं सोडवायला सांगायची.''

''वा!'' मी म्हटलं.

''म्हणजे काय म्हणायचंय तुला? जाऊ दे, सांगू नकोस. मला माहित्येय. पण करणार काय? मला प्रमाणं वगैरे गोष्टी कळतच नसत. अंक डोळ्यांसमोर नाचायचे. काही वरती उडायचे. काही खालती पडायचे. पण एकाचा दुसऱ्याशी मेळ बसत नसे. एका वर्षाने मात्र मला इंग्लिश आणि इतिहास शिकवायला मिळाले. मला इतका आनंद झाला, नाचावंसं वाटलं.''

''पण सहा महिन्यांनी आजी मदर सूपच्या ऑफिसात पोहचली. 'माझी मुलगी अठरा वर्षांची झाल्येय. ती आता शाळेत नोकरी करणार नाही. ती शिकवणार नाही, शिकणार आहे. ती स्टँडर्ड शॉर्टहँड आणि टायपिंग इन्स्टिट्यूटमध्ये प्रवेश घेणार आहे.' ''

'' 'आम्ही म्हणजे दर्जा, दर्जा म्हणजे आम्ही,' हे त्या इन्स्टिट्यूटचं ब्रीदवाक्य होतं. आई म्हणाली, हा निर्णय तुझ्यासाठी योग्य आहे. तिला कोणीतरी सांगितलं असावं की सेक्रेटरींना पगार बरा मिळतो, किंवा असंच काहीतरी. म्हणून तिने मला सेक्रेटरी करायचं ठरवलं.''

''तुला विचारून?''

एमने माझ्याकडे एक बोलका कटाक्ष टाकला.

''मला इतकं दुःख झालं होतं की जरा काही झालं की मी रडायची. एकदा माझे दोन जुने विद्यार्थी रस्त्यात भेटले. 'गुड मॉर्निंग मिस,' म्हणाले. झालं. मला रडू कोसळलं. रडण्याची कारणं अनेक. त्यातलं एक म्हणजे बोटांना शाई लागू न देता टाइपरायटरची रिबन मी जन्मात बदलू शकणार

नाही अशी माझी खात्री झाली होती. दुसरं म्हणजे मला टॅब्जचा उपयोग कळत नसे. मला टाइपिंग जमू लागलं तेवढ्यात शॉर्टहँड सुरू झालं आणि त्याच्या तुलनेत टाइपिंग ब्रेड आणि जॅम खाण्याइतकं सोपं वाटू लागलं. टायपिंग म्हणजे टाइपरायटरमधून इंग्लिश काढायचं. शॉर्टहँड म्हणजे वेगळीच भाषा. चे, जे असले काहीतरी आवाज असलेली. तुला काय सांगू मी किती रडले ते.''

तिच्या रडण्यामागचा अर्थ शोधून काढणं हा एक नेहमी सतावणारा प्रश्न होता. इतर कोणाच्याही बाबतीत ह्या रडण्याचा अर्थ सरळ कळला असता. एखाद्या अठरा वर्षाच्या मुलीला आवडत्या जगातून समूळ उपटून वेगळ्याच अनोळखी जगात पाठवल्यावर जे दुःख होईल त्या दुःखातून ओसंडणारे हे अश्रू होते. पण एमने मला स्वतःबद्दल कोणतीही गोष्ट सांगितली की त्यात मी तिच्या भविष्यात होणाऱ्या नर्व्हस ब्रेकडाऊनची पूर्वचिन्ह शोधू लागत असे. हा एक ध्यास होता. तिच्या आयुष्याबद्दल मला जे कुतूहल वाटायचं त्याचं हेच कारण असेल. तिचा जन्म रंगूनमध्ये झाला एवढं मला माहीत होतं. आणि जपान्यांनी बर्मावर हल्ला केला तेव्हा बे ऑफ बेंगॉल पार करून जी जहाजं भारतात आली त्यांपैकी एकात ती होती. तिचे वडील बर्मापासून आसामपर्यंत पायी आले होते. एक आख्यायिका आहे. ते निघाले तेव्हा त्यांचे केस दाट, काळेभोर होते. कलकत्त्यात अवतरले तेव्हा ते दाट पण पूर्ण पांढरे झालेले होते. इथे तिच्या आजाराची सुरुवात झाली असेल? इथे तिची मोडतोड झाली असेल? त्या प्रवासाबद्दल तिला फार कमी आठवत होतं. मळमळ थांबावी म्हणून ती लिमलेटच्या गोळ्या चोखायची हे. आणि जहाजावर तिची पाळी आली हे. लोकांच्या आठवणी अशाच तुकड्यातुकड्यांनी प्रतिमांच्या रूपात प्रकट होतात का? की एखादी क्लेशदायक आठवण दाबून ठेवल्याचं हे चिन्ह असतं?

त्या मार्गावर कुठेतरी, जहाज हलकं करण्यासाठी, त्यांनी आपला पियानो समुद्रात टाकला होता. ही कथा मी प्रथम ऐकली तेव्हा वाटलं इथेच माझ्या आईच्या ब्रेकडाऊनची सुरुवात झाली असेल. पियानो पाण्यात धप्पकन आदळल्याचा आवाज आणि स्वरांचा आकांत मला मनात ऐकू आला. पियानो बुडबुडे सोडत बे ऑफ बेंगॉलमध्ये बुडत होता तेव्हाचं आईचं रडणं मला ऐकू आलं. तिचे अश्रू, तिच्या चिडलेल्या आईने तिला दिलेला पांढरा हातरुमाल, समुद्राच्या तळातून उसळणारा पाण्याचा पिसारा, अश्रूंनी ओला झालेला चेहरा, कुतूहलाने बघणारा मासा हे सर्व मला एकामागून एक दिसत गेलं.

नंतर दुसऱ्या एका गोअन कॅथलिक कुटुंबाने त्यांच्या पियानोची अशीच कथा सांगितली. त्यानंतर तिसऱ्या कुटुंबाने. मग चौथ्या. मग लक्षात आलं. हे सर्व पियानो म्हणजे प्रतीकं होती. हरवलेल्याचा शोक करण्याची टोळीगत पद्धत. पियानो खरे होते का नव्हते हे महत्त्वाचं नाही. ह्या कथेत रंगूनला दिलेला निरोप होता. गोव्याला निर्वासित म्हणून परतण्याचं, वंचित वर्तमानाला तोंड देण्याचं दुःख होतं. भूतकाळ नव्याने घडवता येतो. तो बर्मा सिल्कने, कोळशाच्या खाणींनी, माणिक-पाचूंनी संपन्न करता येतो. आपल्याला हवं ते त्यात भरता येतं. शहरात आपण कर्जाने पैसे देत होतो, किंवा शाळामास्तरकीच्या पगारातल्या फटी भरायला शिकवण्या करत होतो ह्यापेक्षा पियानो समुद्रात टाकावा लागला, ही अधिक बोलकी कथा ठरते.

एमचं कुटुंब प्रथम गोव्यात राहिलं, मग मुंबईला आलं. एका खोलीत राहिलं. एमच्या वडिलांना गणिताचे शिक्षक म्हणून नोकरी मिळण्याआधी त्या खोलीची लाँड्री झाली. एवढंच? एवढीच त्यांची वर्षानुवर्षं झालेली नागवणूक? पण तितपत नागवणूक अनेक बायकांनी सोसलेली असते. मग का? शिक्षिकेच्या नोकरीचा त्याग करायला लागला म्हणून? पण असंख्य बायकांनी तसे किंवा त्याहून अधिक त्याग केलेले असतात. प्रत्येक घटना, प्रत्येक माहितीचा तुकडा मी पिंजून पाहत होतो. तिचं बोलणं ऐकत बसणं मला कधी कधी थकवून टाकायचं. ती ज्या वेगाने माझ्यावर एका मागून एक माहितीचे महत्त्वाचे मुद्दे फेकायची ते व्यवस्थित आत्मसात करायला वेळच नसायचा.

तर शेवटी एमला मिनिटाला ६० शब्द टाइप करायला येऊ लागले आणि डिक्टेशन घेता येऊ लागलं. द स्टँडर्ड शॉर्टहँड अँड टाइपरायटिंग इन्स्टिट्यूटने तिला सर्टिफिकेट दिलं आणि तिच्या शॉर्टहँडची खास प्रशंसा केली.

''आपलीच टिमकी वाजवायची झाली तर होतंच माझं शॉर्टहँड चांगलं. इतर मुलींना आपण लिहिलेलं शॉर्टहँड काही तासांनंतर वाचायला येत नसे. मी आजही, तीस वर्षांनंतर, तेव्हा केलेल्या नोंदी वाचू शकते.''

मग दोन महिने एमने मेहता मेकॅनिकल इलेक्ट्रिकल अँड इंजिनियरिंग कॉर्पोरेशनमध्ये नोकरी केली.

''थोडक्यात मेमेकॉर्प. पण मस्कऱ्या बेग 'मॉम्मेकॉर्प' म्हणायचा.''

''कळलं नाही.''

''तो थोडं कोंकणी बोलायचा.''

''कळलं.''

कोंकणी बोली भाषेत मॉम्मेचा अर्थ स्तन.

नाव पल्लेदार असलं तरी काम करण्यासाठी मेमेकॉर्प विशेष चांगली जागा नव्हती.

''मला रोजगारावर ठेवलं होतं. जाईन त्या दिवशी पगार. न जाईन त्या दिवशी नाही. दोन-तीनदा तर मी गेले पण 'तुझ्यासाठी आज काम नाही' म्हणून मला घरी पाठवलं. पण मी ट्रॅमचं भाडं भरलं होतं त्याचं काय?''

''कष्टकऱ्यासारखं.''

''तसंच वाटायचं मला. म्हणून मी डोळे उघडे ठेवले होते. एके दिवशी ए एस एलने स्टेनोसाठी दिलेली जाहिरात पाहिली आणि अर्ज केला. रिसेप्शनिस्ट अँग्लो-इंडियन होती. तिने माझ्याकडे पाहून विचारलं, 'तू ह्याआधी मास्तरीण होतीस का बाळा?' मी म्हटलं, 'हो.' ती किंचित हसून म्हणाली, 'ते दिसतंच आहे.' मी तेव्हा इतकी ढ होते की ती माझा अपमान करत्येय हेही मला कळलं नाही. तर मी म्हटलं, 'हो, मला पुन्हा शिकवायचंय, पण आमच्या घरी पैशाची अडचण आहे.' ती म्हणाली, 'पण बाळा, तू मास्तरणीसारखी दिसलीस तर तुला स्टेनोची नोकरी कशी मिळणार?' तिने मला एक कार्ड दिलं आणि म्हणाली, 'ह्या गृहस्थांना भेट. ते तुला मस्त अपटूडेट पोशाख देऊन तयार करतील.' 'आणि आजची नोकरीसाठीची इंटरव्ह्यू?' मी विचारलं. 'तुला ही नोकरी मिळणार नाहीये.' ती म्हणाली, 'जा आता.' मग मात्र मी थोडी चिडले. म्हणाले, 'बघू काय होतं ते!' आणि बसून राहिले.''

''आणि नोकरी मिळाली?''

मला त्या काळात आणि आताही गोड शेवट फार आवडतो. एमच्या निदान ह्या कहाणीचा तरी शेवट गोड होता.

''अर्थात मिळाली,'' ती फुरफुरली. ''मी उत्तम इंग्लिश लिहीत असे. डिक्शनरी केव्हा वापरायची ह्याची अक्कल होती. माझं व्याकरण पक्क होतं. त्यांनी माझी छोटीशी चाचणी घेतली. ती मी चांगली पार केली असावी. मग म्हणाले बँकेला ओव्हरड्राफ्टसाठी पत्र लिही. ओव्हरड्राफ्ट म्हणजे काय मला ठाऊक नव्हतं. म्हणून मी अगदी साधं पत्र लिहिलं. आन्द्रादेने मला नंतर सांगितलं की त्या पत्रामुळे मला नोकरी मिळाली.''

चाचणी आणि लहानशा इंटरव्ह्यूनंतर एम बाहेर आली तेव्हा रिसेप्शनिस्ट गायब झालेली होती. ती बिल्डिंगच्या बाहेर उभी राहून सिगरेट ओढत होती. आजूबाजूचे पुरुष तिच्याकडे टक लावून बघतायेत ह्याचं तिला भानदेखील नव्हतं.

"मला नोकरी मिळाली असं तिला सांगताना मनात विजयाची भावना होती. 'घेत्येस?' तिने विचारलं. 'ही बाई वेडी आहे की काय' मी मनात म्हटलं. त्या काळात नोकऱ्या मिळणं इतकं कठीण होतं की जी मिळेल ती घ्यायची एवढाच पर्याय होता. पण तिने पुन्हा विचारलं, ''घेत्येस?'' मग मात्र मला वाटलं हिची एखादी बहीण असेल आणि त्या बहिणीचा डोळा ह्या नोकरीवर असेल. म्हणून मी म्हटलं, 'हो. तसं त्यांना सांगितलंसुद्धा.' मग आपण जरा बरं वागावं असं वाटलं, म्हणून म्हटलं, 'पण मला नवीन कपडे मात्र लागणार. तर तुझ्या त्या चांगले कपडेवाल्या गृहस्थांकडे मी नक्की जाईन.' पण तिला विशेष आनंद झालेला दिसला नाही. ती म्हणू लागली की आता तुला नोकरी मिळाल्येय तर त्या फंदात कशाला पडतेस. का देव जाणे पण मी हट्टाला पेटले. म्हटलं, 'मला मास्तरणीसारखं दिसायचं नाहीये.' ती म्हणाली, 'मास्तरीण असण्यात काय वाईट आहे?' त्यावर मी म्हटलं, 'वाईट काहीच नाही. पण मी एका मोठ्या कंपनीत स्टेनो होणार आहे आणि मला तसं दिसलं पाहिजे.' असं सगळं मी का बोलत होते कोण जाणे. माझे कपडे ठीक होते, पण त्या ब्रिजिटमध्ये असं काहीतरी होतं की जे मला हे सगळं बोलायला लावत होतं. तिच्यातून एक प्रकारचं आव्हान झिरपत होतं असं मला वाटलं. तुला आपण पाहिलेला तो सिनेमा आठवतो, ज्यात एक बंगाली बाई नोकरी धरते?''

"महानगर?"

योगायोगाने आम्ही दोघांनी तो एकत्र पाहिला होता. दूरदर्शनवर शनिवारी संध्याकाळी प्रादेशिक चित्रपट दाखवले जायचे त्यात असावा. आम्ही तो शेजाऱ्यांच्या घरी नक्कीच पाहिला नाही. एमच्या बरोबर ते शक्य नव्हतं. म्हणजे आमच्याकडे टीव्ही आल्यावरच पाहिला असणार. त्या आठवणीने मला हसू आलं. एम, तिची विडी, मी आणि सूझन टीव्हीवर सत्यजित रायचा चित्रपट बघतोय आणि हूमराव ओव्हरटाइम करतोय किंवा स्वयंपाकघरात कसलं तरी काम. आमचं कुटुंब जेव्हा ठीक होतं तेव्हासुद्धा ते सामान्य कुटुंब नव्हतंच.

"तोच का?" एमने विचारलं, ''ज्यात तुला वाटलं त्या अँग्लो-इंडियन बाईने वाईट अभिनय केलाय म्हणून?''

"तोच."

"थोडी तिच्यासारखी होती ब्रिजिट. म्हणजे लिपस्टिक लावण्याचा हक्क आपल्यालाच आहे असं समजणारी. आपल्याआधी कोणी नव्या फॅशनचं काही घातलं की त्यांना कुत्सितपणे हसणारी. मी तिच्याबरोबर दहा

मिनिटंसुद्धा घालवली नाहीत पण तिचा टाइप मी ओळखला. म्हणून मला वाटलं होतं की तिच्याकडून मी फॅशनचा सल्ला घेत्येय ह्याने ती खूश होईल. पण तिने माझा हात घट्ट पकडला आणि माझ्यावर गुरगुरली, 'तू कसला डाव खेळत्येस ग कुत्रे?' मला आश्चर्याचा इतका धक्का बसला की माझ्या तोंडून शब्दच फुटेना. 'ते कार्ड परत दे मला.' ती म्हणाली. तिचा आवाज म्हणजे ज्वालामुखीतला लाव्हा होता आणि बर्फ. थंड संताप. तिचे डोळे द्वेषाने इतके भरले होते की मी घाबरून अंग चोरलं. मी हॅंडबॅग उघडून आत घाईघाईने धुंडाळू लागले. तेवढ्यात तिकडून आन्द्रादे जात होता. तो म्हणाला, 'काय चाललंय मुलींनो, मैत्री?' तिने माझा हात सोडला आणि मी तिथून पळ काढला. मी घरी पोहचले तरी माझे हात कापत होते. आईने माझ्या चेहऱ्याकडे पाहिलं आणि म्हणाली, 'जाऊ दे. पुढची मिळेल. नक्की सांगते.' तिला वाटलं मी इंटरव्ह्यूत घोळ केला होता आणि नोकरी हातची निसटली होती. तिला कसं सांगायचं की मी एका रिसेप्शनिस्टला टरकले म्हणून?''

''तुला शाळा सोडल्याची हुरहुर वाटत होती?'' सूझन म्हणाली.

''नाही. खरंतर सुटल्यासारखं वाटत होतं.''

मी भिवया उंचावल्या.

''ऑफिसची नोकरी म्हणजे काम घरी आणण्याची गरज नाही. म्हणजे तुम्ही स्टेनो असाल तर. आपण आपलं काम करायचं आणि निघायचं. मग ते सगळं विसरायचं. म्हणजे सिलेस्टीनचा बाप पिऊन राडे करतो आणि त्याला अभ्यास करू देत नाही ह्याबद्दल काळजी करायची गरज नाही. फातिमाचं लग्न ठरलंय म्हणून तिला शाळेतून काढलंय आणि तिची आई सांगत्येय तिला हल्ली बरं नसतं तरी तिच्याबद्दल विचार करण्याची गरज नाही. वह्या तपासणं नाही, पेपर सेट करणं नाही. हाती कोणाची भविष्यं नाहीत. फक्त काही पत्र टाइप करा आणि स्पेलिंग शिका.''

''स्पेलिंग?''

''यंत्रांची नावं. तिथे इलेक्ट्रोस्टॅटिक प्रेसिपिटेटर्स बनवायचे. कोण जाणे मेले खरंच बनवायचे की कुठून तरी विकत घ्यायचे. असं नको बघूस.''

''कसं?''

''बाळ, मार्कसिस्टाचा सर्वांत गचाळ चेहरा केलायस.''

मी समाजवादी असायचं ठरवलं होतं. आदल्या वर्षी एका दुपारी मी मिल कामगारांच्या मोर्चात सामील झालो होतो. मोर्चा आमच्या शाळेवरून गेला होता. मी त्याच्यात नारे वगैरे लावत पंधरा मिनिटं चाललो होतो आणि

मला खूप हलकं हलकं वाटलं होतं. घरी आल्यावर एमला आणि सूझनला माझा प्रताप सांगितला होता. एम हसली होती. 'येऊ घातलेल्या पुरुषत्वाची चाहूल' म्हणाली. 'लवकरच तुझं कुमारत्व गेलं की गंगेत घोडं न्हालं.'

"असला काहीएक चेहरा मी केलेला नाही," मी म्हटलं. "तू मला इलेक्ट्रोस्टॅटिक प्रेसिपिटेटर्सविषयी सांगत होतीस."

"नाही कसा? तुझा चेहरा म्हणतोय, 'माझी आई एलियनेटेड कर्मचारीवर्गाची सदस्य होती आणि त्याचं तिला काहीच वाटत नाहीये.' पण तू मला लाजवू शकणार नाहीस. टाइप करण्यात, निरोप घेण्यात, सँडविच खाण्यात आणि शनिवारी सिनेमा बघण्यात मला आनंद वाटायचा. कंपनी नफ्यात चालली आहे की तोट्यात ह्याबद्दल मी बेफिकीर होते. कारण कसंही झालं तरी मला बोनस मिळत होता, पगार मिळत होता आणि तो मी आईला देत होते."

"आणि अशा प्रकारे तू तुझ्या कामापासून आणि पगारापासून विलग जीवन जगत होतीस."

"ते काही मला माहीत नाही. मी माझ्या आईच्या घरात सुखात रहात होते. थाळीत अन्न कसं पडेल किंवा आज काय बनवायचं ह्याची मला कधी विवंचना करायला लागली नाही. अन्न समोर यायचं आणि मी तक्रार करत जेवायची. मग बशा परत आत जायच्या, धुतल्या जायच्या. ह्यांपैकी कशातही माझा हात नसायचा."

"पैसे मिळवत होतीस ना?"

एम किंचित विचारात पडली.

"अरेच्चा. असं होतं का ते? मला वाटलं आईची ती पद्धत होती."

"असेलही. कारण इतर कमावणाऱ्या बायका घरकामसुद्धा करतात."

"मला आठवतंय कधीतरी तिने मला स्वयंपाक शिकवायचा प्रयत्न केला होता. गोव्यात असताना. नदीवरून लहान मासे आणले होते. त्यातले काही अजून उड्या मारत होते. मला ते बघवेना. मी ठरवलं ह्यांना पाण्यात सोडून त्यांचे हाल मिटवावेत."

"ही एक कौटुंबिक दंतकथा वाटत्येय."

"खरं? मला तर ती बावळेपणाची कथा वाटते. अर्थात दंतकथा असा शब्द आपल्या कोशात असेल तर संधी शोधून तो मिरवावा. पण कथेला शेवट आहे. आई घरी आली तेव्हा एक-दोन मासे अजून पोहतायत हे पाहून तिला धक्का बसला. म्हणून त्यांना तिने नदीत सोडून दिलं. कळलं?"

मिळवतीला घरकामातून सूट मिळाली होती. पण पगाराची व्यवस्था अशी होती की इमेल्डाने तो मिळवायचा आणि आईने आठवड्याचा भत्ता तिच्या हातावर टेकवायचा.

"कधी कधी मी ट्रॅमचे पैसे वाचवायची. चालत घरी आले तर फोर्ट ते भायखळा एक तास लागत असे. मी चालायची, पैसे वाचवायची."

"खजूर खायला?" मी म्हटलं.

"हो, खजूर. किती हुशार. लक्षात राहिलं. खजुरासारखं जगात दुसरं फळ नाही. खजूर कधी आपली निराशा करतो? मला पचपचीत सफरचंदं मिळाल्येत. भयंकर कडक पेरू मिळाल्येत. आंबट द्राक्ष मिळाल्येत.."

"...पण खजूर नेहमी गोडच मिळाला. कळलं."

"माझं बोलणं रुळावर ठेवायला तू नसतास तर मी काय केलं असतं?" एमने नाटकी पद्धतीने विडी हवेत फिरवली. "मी खजूर विकत घ्यायची आणि ते चालता चालता खायची."

"त्यामुळे तू स्लिम राहिलीस."

"कदाचित घरात पैसे खूप कमी असायचे म्हणूनसुद्धा असेल. पण मला माझ्या फिगरबद्दल कधी काळजी केल्याचं आठवत नाही. फिगर ठीक होती, चेहरा ठीक होता. बस्स. हे माझ्या फिगरसाठी योग्य आहे का वगैरे विचार मी कधीच केला नाही. आणि एखाद्या माणसाने मला त्याच्या गाडीतून घरी पोहचवतो असं म्हटलं असतं तर मी टुणकन उडी मारून गाडीत बसले असते. अर्थात सभ्य माणसाबरोबरच. चालू पुरुषांबरोबर गाडीत बसण्याचे काय भयानक परिणाम होऊ शकतात हे आम्हाला सतत ऐकवलं जायचं. पण नशिबाने आजूबाजूला चालू पुरुष नव्हते. त्यामुळे मी आपली हलतडुलत फोर्ट ते भायखळा चालत जायची आणि चालता चालता गुपचूप खजूर खायची. कारण बायकांनी बाहेर उघडपणे खाणं बाईपणाचं चिन्ह नसतं, असा सर्वसाधारण समज होता."

आणि एकदा एक गाडी तिच्या शेजारी येऊन थांबली.

३

त्याने तुझ्यावर बलात्कार करण्याचा प्रयत्न केला तर...

''तो होता तुमचा हूमराव. आपला सैतानी नग, सै.न. त्याने माझ्यासाठी गाडीचं दार उघडलं, पण मी आत पाय ठेवायच्या आधीच तिथल्या बसस्टॉपवर उभ्या असलेल्या तीन तरुणी मला ओलांडून आत घुसल्या. मग पुरुषाने जे करावं ते त्याने केलं.''

माझ्याकडे अपेक्षेने बघत ती थांबली.

''ते काय?''

''तो टॅक्सीतून उतरला.''

''टॅक्सी ड्रायव्हर खूश झाला असेल ना?''

''त्याने खूप कॅर्क केलं पण हूमराव लक्ष कशाला देतोय? मला म्हणाला, 'घरी चालत जात होतीस?' मी म्हटलं, 'हो.' तर म्हणाला, 'ठीक आहे. मी पण येतो.' आणि आम्ही चालायला लागलो.''

''टॅक्सीचं काय झालं?''

''त्या टॅक्सीत का अडकलायस तू? पण ती एक मजा होती. हूमरावने एका पुस्तकाच्या दुकानात कसलंसं पुस्तक ऑर्डर केलं होतं ते आलंय का बघायला आम्ही त्या दुकानात शिरलो. बाहेर आलो तर टॅक्सी उभी.''

''तीच टॅक्सी?''

''आपल्या सैतानी नगाची टॅक्सीवाल्याबरोबर काहीतरी बोली होती. दोघांच्या फायद्याची. ती काय होती मला कधीच पत्ता लागला नाही. पण कोणती तरी एक टॅक्सी नेहमी त्याच्यासाठी हजर असायची आणि ड्रायव्हर नेहमी तोच असायचा.''

''आणि त्या बसस्टॉपवरच्या बायकांचं काय झालं? टॅक्सीत घुसलेल्या?''

''तुझ्या वडिलांनी त्यांना वेश्या व्यवसायात विकलं. मला काय माहीत? आपण मोफत घरपोच जात नाही म्हटल्यावर उतरल्या असतील. तुला का पंचाईत?''

का पंचाईत ते मला कुठे माहीत होतं? आजही माहीत नाही. तपशील आवडतो. निव्वळ घटना आवडत नाही. तपशिलात मी आनंद घेतो. माणसं जोपर्यंत आयुष्यातल्या मोठ्या घटनांबद्दल सांगतात आणि रोजच्या व्यवहारातले बारीकसारीक तपशील वगळतात तोपर्यंत ती माणसं मला कळल्येत असं वाटत नाही. तपशील म्हणजे कसा तर शिकागोच्या प्रवासात मित्र कोणतं पुस्तक वाचत होता, किंवा डिग्रीची परीक्षा एखाद्या माणसाने किती वेळा दिली, किंवा एखादा मित्र आजोबांकडे रहात असताना त्याच्या कुत्र्यांची नावं काय होती असलं सगळं. लोकं म्हणतात माझ्या चौकशा त्यांना थकवतात. मला एकदा कोणीतरी सांगितलं की माझ्याबरोबर राहणाऱ्याला सापळ्यात अडकून हळूहळू गुदमरल्यासारखं वाटेल. ह्याचा दोष एमला द्यायचा? की ती एकसंध असती आणि तिच्याकडे पोहचण्याचा मार्ग मोकळा असता तरी मी असाच झालो असतो? उदाहरणार्थ, ते पुस्तकाचं दुकान. एमने मला त्याचं नाव कधी सांगितलं नाही. तिला आठवत नव्हतं. मी त्याच्या अजून शोधात आहे. कारण ते आमच्या कौटुंबिक दंतसाहित्यातला एक भाग आहे. कुटुंबात असं म्हटलं जायचं की ऑगस्टीन आणि इमेल्डा यांच्या प्रेमभेटी पुस्तकांच्या दुकानात व्हायच्या आणि त्यांच्यावर जर सगळं सोडलं असतं तर त्या कायमच्या तशाच होत राहिल्या असत्या. मी एकदा हूमरावला ही कथा सांगितली तेव्हा क्षणभर त्याला मौज वाटली आणि नंतर क्षणभर राग आला.

"तसं नव्हतं ते," तो म्हणाला. त्याच्या आवाजातला एक स्वर हेही म्हणाला की तसं होणं केवळ अशक्य होतं. ते तसं होणं का अशक्य होतं हे मात्र त्याने मला सांगितलं नाही. शिवाय त्यांना लग्न करायचं नव्हतं, फक्त प्रियकर–प्रेयसी म्हणून जगायचं होतं. प्रेम पूर्णत्वाला न नेता प्रेमावर प्रेम करणाऱ्या पौगंडावस्थेतल्या युगुलासारखं जगायचं होतं, ह्या मताचा त्यांनी विरोधही केला नाही.

त्याची एमशी पहिली भेट कशी झाली हे मात्र त्यांनी मला सांगितलं. "ऑफिसमध्ये पाहिली तिला. खूप घाबरली होती. ए एस एलमध्ये ती कामाला लागली तेव्हा तिचं वय जेमतेम १८ असेल. आणि त्यात तिला ब्रिजिटला तोंड द्यावं लागलं होतं."

एमने मला ए एस एलमधल्या तिच्या मुलाखतीची कथा सांगितली तेव्हापासून ही ब्रिजिट माझ्या डोक्यात बसली होती.

"तिथे काहीतरी काळंबेरं आहे अशी आम्हाला सर्वांना शंका होती," हूमराव म्हणाला. "पण नेमकं काय ते कोणीच सांगू शकत नव्हतं. जेव्हा

पोलीस आले आणि तिला घेऊन गेले तेव्हा कळलं. ती हा धंदा कसा चालवायची हे आता आठवत नाही, पण त्या काळात बेकारीचं प्रमाण इतकं भयानक होतं की चांगल्या घरातल्या मुलीसुद्धा नोकरी आहे का विचारायला ऑफिसमध्ये यायच्या. ब्रिजिट त्यांना तडक कुठल्यातरी कुंटणखान्यात पाठवायची.''

एमला ह्यासाठीच त्या कपडेवाल्याकडे ती पाठवत होती. म्हणून नंतर त्याचा पत्ता द्यायला ती इतकी नाखूश होती. ही गोष्ट एमला कधीतरी सांगितली पाहिजे असं मी मनाशी ठरवलं. गोष्टीचं गूढ उकलल्यावर तिला नक्कीच आनंद होईल असं मी धरून चाललो. कारण तिच्याकडे मी कायम कथालेखिका म्हणून पाहिलं. कथेला नीटनेटका आकार असणं ह्यात लेखिकेला समाधान असतं.

घरभर वह्या होत्या, ढीगच्या ढीग. अनपेक्षित ठिकाणी लिखाण ठेवलेलं आणि पुस्तकांमध्ये जिथे तिथे टिप्पण्या. जॉन टेनियेलची रेखाचित्र असलेली आमची लुइस कॅरलच्या समग्र लेखनाची कापडबंद प्रत खरडण्याने भरली होती. अजूनही माझ्याकडे ती प्रत आहे. आणि 'थ्रू द लुकिंग ग्लास'मधल्या 'लुकिंग ग्लास इन्सेक्ट्स' ह्या तिसऱ्या प्रकरणाच्या शीर्षकावर खरडलं होतं, ''टु बी ऑर नॉट टु बी, दॅट इज द क्वेश्चन... हां हां. मी विनोदी लेखक आहे.'' ज्या पानावर राखणदार ॲलिसकडे रोखून बघतोय आणि बोकड दुर्बिणीतून बघतोय, त्यावर लिहिलंय, ''किती ही भयानक चित्रं! मी घाबरलेय. देवा वाचव.'' 'द वॉलरस अँड द कार्पेंटर' ह्या मजेदार—निदान कॅरलपुरती तरी मजेदार—कवितेच्या प्रत्येक तीन कडव्यांनंतर 'आव्हे मारिया' लिहून ठेवलेलं.

तिच्या बाबतीत बाकी सर्व अनाकलनीय होतं, पण एक गोष्ट मात्र आम्हाला पक्की माहीत होती. ती म्हणजे एम लिहिते. आम्ही आजूबाजूला असताना ती लिहायची. कोणी नसताना लिहायची. पोस्टकार्ड लिहायची, पुस्तकांमध्ये पत्र लिहायची, इतरांच्या डायऱ्यांमध्ये लिहायची, टेलिफोन डायरीत लिहायची, घरपोच जेवणवाल्यांच्या मेन्यू कार्डांवर लिहायची. आज मनात असा विचार येतो तिला खरोखरीच मास्तरीण व्हायचं होतं की लेखिका? ऑगस्टीनला तिने लिहिलेल्या काही पत्रांमध्ये आपल्या लेखनकौशल्याचं ती प्रदर्शन करत्येय हे लक्षात येतं. तिच्या लेखनातल्या आकर्षकतेचे, सहजतेचे, कसबाचे ती पुरावे देत होती. जगाला सांगत होती लेखिका म्हणून माझी गंभीर दाद घ्या. तशी दाद कोणी घेतली नाही. मीही

नाही. मला तिच्या लेखनातलं कसब दिसलं नाही. वाटलं ती बोलते तसं लिहिते, वेगळा प्रयत्न किंवा फारसा विचार न करता. आता कुठे मला कळतंय की सहजता प्रयत्नाशिवाय येत नसते. जितकं लेखन नैसर्गिक भासतं तितक्या प्रमाणात ते प्रयत्नपूर्वक लिहिलेलं असतं. तरीही आधीचे खर्डे तिने गुपचूप फाडून टाकले नसतील तर तिच्या लेखनात विनासायास उतरलेली सुलभता होती हे मानलं पाहिजे. शिवाय आपल्या लेखनावर काम करण्याची तिला गरजही नव्हती. कारण आमच्याव्यतिरिक्त तिला वाचक होते कोण? मग आम्ही तिच्याकडे लेखिका म्हणून का बघितलं नाही? तिच्या आई-वडिलांना एकवेळ कारण होतं. त्यांना पैशाची गरज होती. पण आमचं काय? त्याबरोबर हे तितकंच खरं आहे की एमनेही स्वतःकडे तसं बघितलं नाही. मग आम्ही कसे बघणार? शिवाय लेखन करावं असं तिला त्या काळात वाटलंही असतं तरी तिच्या तेव्हाच्या परिस्थितीत लेखनासाठी लागणारा अवकाश आणि एकाग्रता तिला मिळाली असती?

तिचं लेखन तिच्या मानसिक अवस्थेची खूण होती का? कधीतरी तसं वाटायचं. कारण तिची अक्षरं हळूहळू मोठी होत गेली. शेवटी एका पानावर एक-दोनच अक्षरं मावू लागली. आम्ही सावध राहिलो असतो तर तिच्या मानसिक आजाराची तीव्रता तिच्या अक्षरांच्या आकारावरून आम्ही ताडू शकलो असतो.

एमच्या डायरीत किंवा कागदाच्या कोणत्याही चिटोऱ्यांवर ती आणि हूमराव प्रथम कधी एकत्र फिरायला गेले ह्याविषयी एकही शब्द लिहिलेला नाही. ती ह्या विषयावर बोलायला तयार असे. मग ह्याचा काय अर्थ लावावा? का मी कशातूनही अर्थ काढायचा विनाकारण प्रयत्न करतोय? शिवाय तिने त्याविषयी लिहिलंही असेल आणि गेल्या दहा, वीस, तीस वर्षांच्या कालावधीत तो कागदाचा कपटा गहाळ झाला असेल किंवा तिच्या एखाद्या पिशवीत अजून कुठेतरी दडलेला असेल आणि मी कसोशीने शोधण्याचा प्रयत्न केला तर तो मला सापडेलही.

हूमराव म्हणतो त्याने तिला सरळ सरळ बाहेर येणार का असं विचारलं होतं. ती घाबरली आणि त्या निरागसतेवर तो भाळला. ''उद्या अमेरिकन कॉन्स्यूलेटमध्ये परणज्योती क्वायर क्रिसमस कॅरल्स गाणार आहेत. तुला यायला आवडेल?''

''आवडेल,'' एम म्हणाली. पण ह्या बाबतीतलं तिचं म्हणणं तिने कधीच सोडलं नाही. जायला आवडेल असं ती जरूर म्हणाली पण त्याचा

अर्थ त्याच्याबरोबर जायला आवडेल असा नव्हता. पण हा खुलासा करायच्या आतच तो म्हणाला होता, ''उद्या पाच वाजता आपण ऑफिसमधून निघायचंय. बरे कपडे कर.''

त्या पहिल्या डेटबद्दल एमला सर्वाधिक स्पष्टपणे आठवे ती तिला भरलेली धडकी. ''बरे कपडे कर'' ह्या त्याच्या ताकिदीमुळे तिची तंतरली होती. तिच्याकडे चार ड्रेस, सर्व सुती आणि एक रविवारचा सूट म्हणजे स्कर्ट, कोट आणि लेस लावलेला शर्ट इतकेच कपडे होते.

''रविवारसाठी ठेवणीतलं काहीच नव्हतं?'' सूझनने विचारलं.

ती दुपार मला लख्खपणे आठवत्येय. घरी राडा झाला होता. कॉलेजच्या पहिल्या वर्षात शिकत असलेल्या सूझनने जाहीर केलं होतं की एका तरुणाने तिला कॉफीचं आमंत्रण दिलंय आणि तिने ते स्वीकारलंय. एम कडाडली होती कोण आहे तो मुलगा आणि तू कसं काय हो म्हटलंस. काही क्षण मला भीती वाटली की सूझनने चुकीची कळ दाबल्येय आणि आता एमचा मानसिक तोल जाऊन भडका उडणार. पण एम काठावरून मागे फिरली. सूझनने कपडे बदलले तोपर्यंत ती शांत झाली होती. सूझन तिची निघण्याची वेळ होईपर्यंत थांबली होती. बाल्कनीजवळच्या वेताच्या खुर्चीत एम बसली होती. तिने विडी शिलगावली. ''मी तुझ्याच वयाची होते...'' आणि ती तिच्या पहिल्या डेटबद्दल बोलू लागली. आपल्याकडे साजेसे कपडे नाहीत म्हणून ती किती घाबरली होती ह्याचं वर्णन ती करत असताना तणाव ओसरला आणि सूझनने रविवारसाठी ठेवणीतल्या कपड्यांबद्दल तो प्रश्न विचारला.

''तो सूट होता ना. चर्चमध्ये तो ठीक दिसायचा. मला तो मुळीच आवडत नसे. पण एकदा आत शिरलं की प्रश्न मिटायचा. कारण इतर मुलींनी तसलंच काहीतरी घातलेलं असायचं. पण अमेरिकन कॉन्स्यूलेटला जाताना तो सूट कसा घालणार?''

''लोक हसले असते?''

''छे. मला भेटलेल्या सर्व अमेरिकन लोकांची वागणूक अतिशय सभ्य असायची. ते हसणाऱ्यांपैकी नव्हते. पण आपल्याला कळतं ना की ते केवळ सभ्य आहेत म्हणून हसत नाहीयेत. लाज वाटते. आतून लाज.''

शेवटी एमने गर्ट्रूडला विचारलं. तिने खांदे उडवून एका शब्दात तो भयानक पेच सोडवला. ''साऽऽऽडी.'' शब्दाचे दोन भाग करून हा उपाय किती सोपा आहे हे तिने दर्शवलं.

''एकदम सुटल्यासारखं वाटलं,'' एम म्हणाली. ''अर्थातच साडी.''

तिला साडी नेसता येत नव्हती ही क्षुल्लक बाब होती.

''मी खोलीच्या मध्यभागी हात पसरून उभी राहायची आणि कोणीतरी मला साडी नेसवायचं.''

उरला एकच प्रश्न.

''बाथरूमला कसं जायचं? साडी नेसून लघवी कशी करायची हे मी कधीच शिकले नाही. साडी, निऱ्या, परकर, चड्डी आणि कमोड हे सगळं कसं सांभाळायचं? गोंधळ.'' त्यावर तिचा उपाय? उपवास.

''गर्ट्रूडला कल्पना पसंत पडली. सुरुवातीच्या काळात थोडा त्रास झाला तर ते चांगलं असतं,'' ती म्हणाली. ''पहिल्यांदा हसा नंतर रडायापेक्षा पहिल्यांदा रडा नंतर हसा.''

''त्याला वाटलं मी बोअर झाल्येय की काय? कारण मी सारखे उसासे सोडत होते. उसासे कसले! मी ढेकर दाबण्याचा प्रयत्न करत होते. उपासात मला ढेकर येतात. आणि शेजारी कोण तर हा ऑफिसचा महामर्द.''

''हूमराव?'' सूझनच्या आवाजात किंचित शंका होती.

''तुम्हाला काय माहीत? तुम्हाला मीसुद्धा सुंदर दिसत नाही. पण मी आहे. अजूनही. रोजचा परिचितपणा डोळ्यातून काढा. कसली दिसायची मी. पातळ कंबर. मोठे घायाळ डोळे आणि सर्व अंग निरागसतेने बहरलेलं. ते महाशयसुद्धा काही कमी नव्हते. काळाशार सूट, पांढरा शर्ट घालून आणि मॅचिंग निळी टाय लावून.''

''त्याने काय घातलं होतं लक्षात आहे तुझ्या?''

''निळी टाय नव्हती लावली. मी त्याला ती नंतर दिली. त्या दिवशी त्याने मरून टाय लावली होती. पण मी त्याचा महामर्द म्हणून विचार करते तेव्हा तो मला निळी टाय लावलेला दिसतो.''

कार्यक्रम संपल्यावर हूमराव म्हणाला, ''चल जेवायला जाऊ.'' गर्ट्रूडने इमेल्डाला बजावून सांगितलं होतं की तिचं कर्तव्य नाही म्हणणं हे होतं. ''तो विचारेल. तू नाही म्हणायचं. पहिल्या डेटवर तो जे काही विचारेल त्या सर्वाला नाही म्हणायचं. नाही तर त्याला वाटेल तुला पटवणं सोपं आहे. तू सगळ्याला नाही, नाही, नाही म्हणायचं. पण नंतर कॉफीला हो म्हणायचं आणि त्यानंतर जेवण मागवायची परवानगी द्यायची.''

''मी तेच करणार होते,'' एम म्हणाली.

''तू आजीला नाही विचारलंस?'' सूझनचा सूर दीनवाणा वाटला.

“आईला? तिचा काहीच उपयोग नव्हता.” एमच्या ह्या बोलण्याचा बोध झाला नाही. आणि तेवढं बोलून ती चूप झाली. मग तिने सूझनकडे ती प्रथमच दिसत्येय अशा नजरेने बघितलं. सूझनने निळाशार ड्रेस घातला होता.

“अरेच्चा. तू होय. गोड दिसत्येस,” तोंडातली विडी काढून एम म्हणाली.

सूझनला भलतंच आश्चर्य वाटलं. सहसा असल्या कौतुकाचा आमच्याकडे दुष्काळ असायचा. पण एम खुशीत असली की वाळवंटातल्या मृगजळासारखं ते हजर व्हायचं.

“ये, माझ्याजवळ बस,” एम म्हणाली.

मनातल्या मनात मी सूझनला जा जा म्हणत होतो, पण एमने तीन दिवस आंघोळ न करण्याचा आणि कपडे न बदलण्याचा हट्ट केला होता आणि ती सतत विड्या फुंकत होती. तरीही एक क्षणभरही विचार न करता सूझन तिच्याजवळ गेली. एमचा भयंकर उग्र वास वस्सकन अंगावर येत होता.

“एकच सल्ला!” एम म्हणाली. “तुझं मन जे सांगेल ते कर. चूक झाली तरी चालेल. नंतर वाईट वाटतं ते न केलेल्या गोष्टींचं.”

सूझन हसली.

“तुझं काय म्हणणं आहे? की मी त्याच्याबरोबर झोपू?”

एम एक क्षणभरसुद्धा भांबावली नाही. म्हणाली, “त्याच्यावर तुझं प्रेम असेल तरच. आणि तुझी तशी इच्छा असेल तरच.”

सूझनचा जादापणा ओसरू लागला. “आमची ही पहिलीच डेट. इच्छाबिच्छा कशी कळणार?”

“म्हणजे तुला बहुतेक तसं वाटत नाहीये,” एम म्हणाली. “पण त्या इच्छा चोरट्या असतात. नकळत ताबा घेतात. एखाद दिवशी मनात सहज प्रश्न उपटतो ह्याच्या बनियनच्या आत छाती कशी असेल बरं आणि दुसऱ्या दिवशी लगेच अस्वस्थ करणारा विचार, कोणा दुसरीच्या मनात असा प्रश्न आला तर? जणू काही आपण लोकांच्या विचारांवर ताबा ठेवू शकतो.”

हे सर्व फारच सुरळीत चाललं होतं. मग एम म्हणाली, “पण जर काहीतरी चुकलं...”

“काय चुकणार?”

“त्याने तुझ्यावर बलात्कार करायचा प्रयत्न केला तर...”

“एम!”

"असं झालेलं आहे," एम म्हणाली. "तर त्याचा टरारलेला पोपट कुरुवाळल्याचं सोंग कर, गोट्या पिरगळ आणि पळ."

सूझन उठली.

"लक्षात ठेवेन."

एम सौम्य झाली.

"खरंच ठेव," ती म्हणाली आणि तिने दुसरी विडी पेटवली.

सूझन गेल्यावर ती म्हणाली, "असं नको बघू माझ्याकडे. मला मातोश्रीचं कर्तव्य केलं पाहिजे."

त्या शब्दात मातृत्वाबद्दल वाटणारा सर्व राग आणि तुच्छता तिने ओतली होती. आईला ती धार नाही.

मातृत्वाविषयी एमची भावना सामान्यांसारखी नव्हती. मातोश्री हा शब्द ती अशा आवेशाने उच्चारायची की कोणाला वाटावं ती त्याचं शिवीत रूपांतर करण्याचा प्रयत्न करत्येय की काय. आम्ही एकदा कोणत्याशा अति पझेसिव्ह आईबद्दल बोलत होतो आणि एम अचानक गाऊ लागली, "किती वाईट आई, किती वाईट आई, उभी राहिली दारात, पाणी सुटलं तोंडात."

त्या ओळी आज तिने पुन्हा गायल्या. पण गाण्याच्या पद्धतीत काहीतरी फरक होता. घोकलेले श्लोक म्हणावे तसं काहीतरी. पण त्याहूनही वेगळं.

"हे काय म्हणत्येस तू?"

"लहानपणी कोण भोज्जा होणार ठरवायला आम्ही गायचो. शी."

बरोबर. खेळाच्या मैदानातली चाल होती ती.

"दारात आई. आपल्याला खायला टपलेली. भयानक चित्र आहे, पण त्यात खरेपणा असू शकतो. ग्रीक मिथकांसारखा."

"आजी होती तशी?"

"कोण जाणे? मी हयात आहे ना?"

"हो."

"पण मी वेडी आहे. हा तिचा दोष असू शकतो. तिने मला असं केलंही असेल. तुला मी तशी आई वाटते? आपल्या बाळांना गिळणारी?"

"असू शकतेस, पण..."

"सुखावणारं असत्य असा वाक्प्रचार तुझ्या परिचयाचा आहे?"

एमला तोंड देत आम्ही पौगंडावस्थेपर्यंत पोहचलो होतो. तिच्याशी बरोबरीच्या नात्याने बोलण्याचा हक्क मिळवला होता.

“तुला बरं वाटेल?” मी विचारलं. “वाटणार असेल तर खोटं बोलतो.”

“चूप रे!” तिने हात हलवून मला बाहेरची वाट दाखवली. “खोटं बोलायचं तर समाधान होईल असं बोलावं!”

“म्हणजे कसं?”

“कसं, कसं काय? मनापासून बोललेलं खोटं जखमा बऱ्या करू शकतं. नाहीतर कथा-कादंबऱ्या कशासाठी?”

“ठीक. तर मग तू बाळं खाणारी आई असूच शकत नाहीस.”

“एकदा सत्य बाहेर पडल्यावर खोट्यातलं सुख हरवतं. मी फारच हतबल झाले तरच मी अशा खोट्याला खरं मानायला तयार होईन. तूर्तास तू आपलं खरंच सांग.”

“तू तशी झाली असतीस पण ती संधी तू गमावलीस.”

“हे नक्कीतलं धरू नकोस. अजूनही संधी आहे.”

“पण ती घ्यायला तुझ्यात ताकद आहे असं मला वाटत नाही.”

“तू मला आव्हान करतोयस?”

“मी तुझ्या गुणांना दाद देतोय.”

“मग दाद दिल्यासारखं वाटू दे की.”

“ठीक. तर मग कोणाच्याही आयुष्याची माती करशील अशी तू बाई असशील असं मला वाटत नाही.”

“आईने तसं केलं असं वाटतं तुला?”

“कसं सांगावं? आपल्या मुलांचं वाटोळं करतात त्या भयानक आया आपल्या बाळांकडे बघत असं थोडेच म्हणत असतात, ‘तुझ्या आयुष्याची मी मालकीण आहे. तुला मी पंगू करून सोडणार.’ ”

“नको रे!” एम किंचित शहारली. “लग्नाचं ठीक आहे. तुम्ही ज्या व्यक्तीवर हल्ला करत असता ती निदान प्रौढ तरी असते. पण आईपण... तुमच्यावर बेहद्द प्रेम करणारा, पूर्णपणे अवलंबून असणारा एक जीव तुमच्या हाती दिला जातो. त्याचं काय करायचं, कसं करायचं ह्यासंबंधीची शैक्षणिक पुस्तिका सोबत दिली जात नाही. मला आठवतंय लाओ-त्सू जेव्हा जन्माला आली...”

लाओ-त्सू हे तिने सूझनला दिलेलं नाव. सूझन आधी सू होती. एमने एका आळसावलेल्या दुपारी आम्हाला लिहिलेल्या पत्रात ‘सू’चं ‘त्सू’ झालं होतं. त्यावरून पुढे लाओ-त्सू.

"...तेव्हा डॉक्टरांनी तिला कसं घ्यायचं, पाजायचं वगैरे सांगितलं होतं. हे सगळं मला आपोआप यायला हवं असं मला वाटत होतं. त्या बाहुल्या... त्यांच्याशी खेळणं ह्याचीच तयारी होती ना?"

एमने आणखी एक विडी शिलगावली आणि जमिनीकडे बघत ती चिंतन करू लागली.

"मोठी झाली आता. मानलं पाहिजे. पुरुषांना ती जशी दिसते तशी ती मला दिसली पाहिजे. पण ते कसं जमणार? मी त्या बाबतीत तज्ज्ञ नाही. मी फक्त तीन पुरुषांना पूर्णपणे ओळखलंय. माझे वडील, तुझे वडील आणि तू. पैकी दोघांबरोबर मी झोपले नाही. म्हणजे राहिला तुझा हूमराव. त्याच्या बाबतीत मी जागतिक पातळीवरची तज्ज्ञ आहे, पण विचारतंय कोण?"

"मी."

"तू, हो तू. पण तुला माहिती हव्येय. मला सल्ला द्यायचाय. तज्ज्ञांकडे सल्ला मागायचा असतो. पण त्याच्याबद्दल सल्ला मागण्याची कोणाला गरज आहे? असली तर त्याच्या रखेलीला. तशी कोणी असली तर."

"एक क्षणभर मला वाटलं..." अशी मी सुरुवात केली पण थांबलो.

"मूर्खपणा करू नकोस," एम चिडून म्हणाली. "मात्र एकदा मी त्याला म्हणाले होते. वेड्या लोकांना सेक्स नको असतो. गोळ्यांवर गोळ्या खायला देऊन सेक्सला लाथा घालून बाहेर काढलेलं असतं. पण तसंही नाही. गोळ्यांच्या आधीसुद्धा. तुमच्या डोक्यात इतकं काही भरलेलं असतं की त्यावरची नजर जराही ढळू देता येत नाही. तुम्हाला सतर्क राहायचं असतं. पूर्णवेळ स्वतःवर काटेकोर लक्ष ठेवायचं असतं नाहीतर सगळ्याचा स्फोट होईल असं वाटतं. असंच काहीतरी. स्वप्नातल्यासारखं असतं ते. तुम्हाला काहीतरी करायचंय आणि ते आता जमतंय असं वाटत असतानाच अचानक जमीन हलते आणि नव्याने प्रयत्न सुरू करावे लागतात. काही दिवस असे यायचे की महिनोन्महिने मला सेक्स नको असायचा. मी त्याला म्हटलं, 'एखादी मोलकरीण पकड. छान भरगच्च छात्यांची. ती तुझ्या मुलालासुद्धा शिकवू शकेल.' "

"मला?" माझा आवाज चिरकला.

ती हसली. तिला फारच मजा वाटली.

"हो मग? मोलकरणीला झवा हा मध्यमवर्गीय पुरुषांचा खेळ असतो. शिक्षा : सकाळी लघवीतून रक्त. बस्स. मग माझ्या मुलालाच का म्हणून वंचित ठेवायचं? पण तो म्हणाला, 'कोणाचंही शोषण न करता सेक्सची

त्याने तुझ्यावर बलात्कार करण्याचा प्रयत्न केला तर... | ४३

माहिती मिळवण्याचा मार्ग त्याला सापडेल.' मी असा विचार केला नव्हता. माझ्यावर झालेल्या संस्कारांमुळे असेल. मी गृहीत धरत असे की ह्या गोष्टी पुरुष सतत करत असतात."

"मानलेल्या बहिणी वगैरेंशीसुद्धा."

"हो तर. बहनचोद म्हणजे तेच ना? माझा नेहमी गोंधळ होतो. बहिणींबरोबरचं बहनचोद की..."

"हो, तेच."

"मी त्याला म्हटलं बाई ठेव."

"पण मनापासून नाही."

"कशावरून? नसेलसुद्धा. मी बोलते त्याचा अर्थ काय आहे, काय नाही, कळणं फार कठीण असतं. म्हणजे नंतर. बोलते तेव्हा कळत असतो."

"मग आम्हाला कसा कळणार?"

"ऑस्मोसिसने?"

"आणि त्याला कसं कळणार होतं?"

"खरंच. कसं? कसं काय, नाकात पाय. पण तो म्हणाला, 'तुझी हरकत नसेल तर मी एकनिष्ठ राहीन.' अशा माणसाला काय म्हणावं?"

मला प्रश्न पडल्याचं आठवतंय की हूमरावने तिची सूचना का पाळली नसेल? त्या वेळी एमचा डाव समजायला मी फार लहान होतो. आज तो मला लख्ख दिसतोय. तिच्या असुरक्षिततेचं ती निरसन करत होती. तिच्या मानसिक परिस्थितीत तिला ही मुभा होती. सर्वसाधारण बाई जे बोलणार नाही ते ती बोलू शकत होती.

एका बेदरकार क्षणापुरतं तिला ह्याविषयी कात्रीत पकडावं असं मला वाटून गेलं. विचारावं तिने ही सूचना परत कधी केली का? त्याला मोह झाला असता तर? त्याच्याबद्दल तिला खात्री का असावी? पण तेवढ्यात आमच्या दोघांच्या लक्षात आलं की आम्ही धोकादायक काठाच्या फार जवळ पोहचलो आहोत. आणि आम्ही ताबडतोब सुरक्षित प्रांतात माघार घेतली. तिची पहिली डेट. अर्थात त्या कथेचं तिचं स्वरूप.

"तुम्ही काय जेवलात?" मी विचारलं.

"प्रथम चिकन सॅलड. भुकेची धार त्याने थोडी बोथट झाल्यावर मग मला वाटतं हॅम स्टेक. जेवण मस्त म्हणजे मस्तच होतं. आणि दुधात साखर म्हणजे पैसे तो देणार होता. मला खरंतर आणखी काहीतरी मागवायचं होतं

पण ते फारच असभ्य झालं असतं. म्हणून मी त्याचे कुस्करलेले बटाटे खाल्ले आणि गोड शेवट म्हणून कोक फ्लोट घेतला.''

''म्हणजे?''

''कोका कोला थिजवायचा, तो एका वाडग्यात सोडायचा आणि वर व्हॅनिला आइस्क्रीमचा गोळा ठेवायचा.''

''शी, किती घाण!''

''खाल्ल्याबिगर बोलू नकोस गड्या.''

''घरी पोहचवलं तेव्हा दारासमोरच्या पायरीवर त्याने तुझं चुंबन घेतलं?''

एमचं हसू तिच्या घशात आणि फुप्फुसात गडगडलं. ''काय बिशाद होती त्याची तसं काही करायची! शिवाय डिसूझा व्हिला, क्लेअर रोड, भायखळा, मुंबई इथे दारासमोर पायरी नव्हती. दरवाजा उघडा, घरातल्या म्हाताऱ्याकोताऱ्या हवा खात होत्या, प्रार्थना करत होत्या, बाहेर बघत होत्या. पायऱ्यांवर मुलं बसलेली होती. इतर मुलं तळ्यात का मळ्यात खेळत होती.''

''म्हणजे गुड नाइट चुंबन वगैरेचा पत्ता नाही?''

''आम्ही टॅक्सीत होतो. चुंबनं घ्यायला दुसरी जागा शोधावी लागली असती.''

''अरेरे!''

''का? गुड नाइट चुंबनात एवढं काही ठेवलेलं नसतं. बिचाऱ्या माणसाला उत्तेजित करून घरी का पाठवायचं? म्हणजे आपल्याला खोडसाळपणा करायचा नसेल तर!''

विषय बदलण्याची वेळ आली होती.

''हूमरावकडे गाडी नव्हती?''

''त्या काळात फक्त साहेबलोकांकडे गाड्या असायच्या. किंवा पारश्यांकडे. किंवा गोऱ्या लोकांकडे. बाकी सर्वजण बस किंवा ट्रॅमने प्रवास करायचे. आम्ही डेटवर होतो म्हणून टॅक्सीने घरी आलो.''

''त्याने निदान प्रयत्न तरी केला का? तुझं चुंबन घेण्याचा?''

''तो कदाचित तेवढंसुद्धा करणार नाही अशी मला भीती वाटत होती. पण त्याने तितकीच छान दुसरी गोष्ट केली.''

''कोणती?''

''मरीन ड्राइव्हवर आम्ही होतो तेव्हा माझा हात हातात घेतला.''

"अरे वा!"

"होतंच ते अरे वा म्हणण्यासारखं सुंदर. त्याचा हात म्हणत होता, 'मला तू हवी आहेस.' त्याचबरोबर हेही म्हणत होता, 'तुझ्या मनात ह्याबद्दल भीती आहे मला कळतंय, पण मी थांबायला तयार आहे.'"

"हे काहीतरी तू..."

"...त्याच्या मनातल्या विचारांचा माझ्या मनाने अर्थ लावत्येय? आपण सगळेजण तसंच करतो. निदान बायका तरी करतात. मी त्याच्या नाकाचा पापा घेतला तर त्याने ओळखावं माझं त्याच्यावर प्रेम आहे. त्यासाठीच घेतलेला असतो नाकाचा पापा. मनात इच्छा असते त्याने ओळखावं, पण भीती असते तो ओळखणार नाही. त्यामुळे त्याच्या चेहऱ्यावर आनंदाची लहानशी जरी छटा दिसली तरी आम्ही ताबडतोब ठरवतो हाच 'तो'."

"आणि ते खरं ठरतं?"

"काय?"

"'हाच तो' वगैरे?"

"पुरुषांचं मला काय माहीत? मी आयुष्यात फक्त..."

"हो हो. एकालाच घेतलायस."

"तुझ्या जिभेवर किती घाण असते! मी आयुष्यात फक्त एका पुरुषाला ओळखते असं म्हणणार होते."

"बायबलमध्ये 'ओळखणं'चा अर्थ तोच असतो."

"उलट थप्पड बसली. स्वतःच्याच बोलण्यात उद्धटपणे हस्तक्षेप करण्याआधी मी काय म्हणत होते?"

"त्याने तुझा हात हातात घेतला. त्या कृतीत तुला अनेक अव्यक्त अर्थ दिसले. त्याविषयी मला शंका आली. तू खुलासा करत होतीस."

"तुझं हे कसब तुला कुठेतरी वापरता येईल."

"ते वापरतात त्यांना वार्ताहर म्हणतात."

"पैसे बरे मिळतात?"

"असावेत. काय माहीत?"

"मग उपयोग नाही."

उपयोग नाही. गोष्टीचा रस्ता हरवला होता. गोष्ट संपली होती. काही काळापुरती तरी.

४

मेंटल लोकांची प्रार्थना

मी लहानाचा मोठा होत असताना माझ्या मनात एखादी भीती असेलच तर ती ही की...

हे मूर्खपणाचं झालं. मला हजारो गोष्टींची भीती वाटत असे... काळोखाची, माझ्या वडिलांच्या मृत्यूची, आई गेल्यावर मला आनंद होईल की काय याची, व्हर्नियर कॅलिपर्स वापरून गणितं सोडवण्याची बेकार तरुणांच्या कंपूंची, बुडून मरण्याची.

पण ह्या सर्वांपेक्षा भयानक भीती वाटायची ती मला वेड लागेल की काय याची. तसं झालं तर माझ्याकडची एकमेव पुंजी माझ्याकडून हिरावून घेतली जाणार होती. माझ्या आयुष्यात जमेची बाजू आधीच लुळी. जगात कसं वावरावं माहीत नाही. मित्र नाहीत. घर नाही... निवारा वाटावा असं घर... शरीरावर ताबा नाही. माझा वेंधळेपणा जगजाहीर होता. माझ्यापाशी एकच गुण होता. माझी बुद्धी. आणि तीच माझ्या जनुकांमुळे धोक्यात होती.

एमचं संतुलन बिघडलं की तिची अवस्था भयानक असायची. माझ्या आठवणीतली एम एक राकट, उद्धट, आतताई बाई होती. पण त्या स्थितीत मला ती आमच्या बरोबरीची वाटायची. दुसऱ्या अवस्थेतली एम मात्र रात्रीच्या कुस्वप्नासारखी भयावह वाटायची. तोंडाला फेसाचे थेंब चिकटलेलं श्वापद जणू. मी तिच्या डिप्रेशनने धास्तावत असे.

तिची ती अवस्था, ज्यात ती मनाच्या पार तळाकडे खेचली जायची, आणि डिप्रेशन हा शब्द, ह्यांची मी कधीच सांगड घालू शकलो नाही. डिप्रेशन म्हणजे हलकंसं औदासीन्य ज्यावर सोपे उपाय असतात. उदाहरणार्थ, टीव्हीवर एखादी कॉमेडी पाहणं किंवा एखाद्या छानशा दुकानात कसलीतरी खरेदी करणं. रस्त्यातला लहानसा खड्डा. आधी आपल्याला दिसला नाही म्हणून आपण त्यात धडपडतो आणि किंचित ओशाळतो, पण लगेच सावरतो. शरीराची जादा हालचाल झाल्यामुळे चेहरा थोडा लाल झालेला

असतो. बाकी कुठे इजा नाही. डिप्रेशन ह्या शब्दातून इतपतच अर्थ व्यक्त होत असे.

एमचं डिप्रेशन फार वेगळं होतं.

कल्पना करा, आपण नदीकिनारी गवतातून आपल्या अत्यंत आवडत्या माणसाबरोबर, आईबरोबर, हिंडतोय. हवा उबदार आहे पण वाऱ्याचा गारवाही आहे. मातीचा, कापलेल्या गवताचा, तुळस–मारव्याचा वास सर्वत्र दरवळलाय. दुपारच्या जेवणाची सुखद आठवण पोटात आहे आणि समोर रात्रीच्या जेवणाचं आश्वासन आहे. आवडीच्या तीन–चार पदार्थांचा तुम्ही बेत रचला आहे. सोनेरी प्रकाशात निळ्याचे थेंब आहेत, आकाश गळावं असे. एकाएकी आपल्या आईचा पाय दलदलीत पडतो. जग अजूनही आनंदाने भरलंय. अजूनही आपल्याला खुणावतंय. पण आपली आई पृथ्वीच्या पोटात ओढली जात्येय. तरीही ती धीर ठेवून हसत्येय. म्हणत्येय, 'मला इथेच सोडून जा.' आर्क्टिच्या मोहिमेवर पाय मोडून पडलेला माणूस म्हणतो, ''तुम्ही पुढे जा, परतीच्या वाटेवर मला घेऊन चला, मला वाचवण्याचा हा एकच मार्ग आहे.'' हे साफ खोटं असतं, पण तो सहप्रवाशांना दिलासा देत असतो की ते त्याला मृत्यूच्या तोंडी सोडून नाही जात आहेत.

आपल्यातला एक भाग पुढे चालत राहतो, पण एक भाग ते दृश्य बघत जागेला खिळून बसतो. आपल्याला संपूर्णतः तिथेच रहायचं असतं पण पुढे जाणं अपरिहार्य असतं. जगाच्या वेळापत्रकाच्या शिस्तीत फार थोड्या काळासाठी आपण ओळीतून बाहेर पडून मागे रेंगाळू शकतो. आपल्या आईसाठी आपण फार वेळ रेंगाळलो तर आपल्यालासुद्धा जग त्यागेल. आपल्या आईच्या शरीराचं आता गर्भातल्या भ्रूणासारखं वेटोळं झालं आहे. ती वेदनेने विव्हळते आहे. शरीराची जबरदस्त मागणी म्हणूनच श्वास घेते आहे. अशा वेदनेवर एकमेव उपाय म्हणजे ती मनातून पुसून टाकणं. पण माझ्या आईचं मनच तिला छळतंय. तिला लोळागोळा होण्याची परवानगी देत नाही आहे. तिच्या शरीराला वेदनेचे लहान आचके बसताना दिसतायत. मधेच ती महत्प्रयासाने स्वतःला ताठ आणि शांत करताना दिसते आहे. पण ती काहीही करो तिचं मन जे काही क्रूर प्रश्न तिला विचारत आहे त्यांची उत्तरं द्यायला तिच्याकडे साधन नाही.

हा अंधकार आहे आणि त्यावर आमच्याकडे गोळ्या हा एकच उपाय आहे. तिच्या ह्या अवस्थेत त्यांचा काही उपयोग नसतो. मनाच्या ह्या दीर्घ

काळ्याकुट्ट रात्रीत माझी आई दिवस काढते. तिला मरण हवं आहे. आमच्याकडे ती ते मागते आहे.

काही दिवशी तिच्या वेदना इतक्या असह्य होतात की ती म्हणते, ''मारा मला.'' वेदनेने तिची छाती धपापते, तोंडून छोटे हुंदके फुटतात. ''मला मरू द्या.''

काय उत्तर द्यावं, काय करावं हे उमगत नाही. मला तिला मारायचं आहे. कसं मारावं हेही मला माहित्येय. प्रथम एखादं जबर औषध. घरात भरपूर आहेत, अगदी हाताशी. ती कष्टाने घरघर श्वास घेत झोपली की उशी. मी तो विचार शेवटपर्यंत नेतो, 'माझे वडील गेले तर मी काय करेन' हा वैचारिक प्रयोग मी करत असतो तसा. तिच्या शरीराची धडपड झाली तर मी तिला घट्ट पकडून ठेवू शकणार नाही. औषधाने ती शांत होईल अशी आशा करतो.

अर्थात मी असं काहीच करणार नाही हेही मला माहित्येय. (तिलाही हे माहीत असेल का? तेच कारण असेल का ती विनवणी करायला धजते याचं?) मी हे करणार नाही. कारण ती एव्हाना त्या खाईतून बाहेर येण्याच्या मार्गावर आहे. सध्या निर्वाणीची अवस्था आहे. फार फार तर एक-दोन दिवस लागतील तिला ह्यातून वर यायला. येणाऱ्या दिवसांत हूमराव तिच्या बिछान्याजवळ बसून पेपर वाचेल. तिचा हात त्याच्या हातावर हलकेच विसावलेला असेल आणि मधूनच ती 'मँम्बो' अशी हाक मारेल.

पेपर खाली ठेवून तो तिच्याकडे बघेल.

ती म्हणेल, 'काही नाही.' आणि तो पुन्हा पेपर वाचू लागेल.

पुढचे दोन-तीन दिवस आमचं एक माणूस श्वास घेण्यासाठी धडपडतंय, हुंदके गिळतंय, कधी न संपणारी वेदना सहन करतंय ही जाणीव घेऊन आम्ही जगू. आमचा दिनक्रम बदलून आमच्यातलं कोणीतरी तिच्याबरोबर सतत असेल अशी व्यवस्था करू. एका सकाळी मी तिच्याबरोबर आहे. एका गोळीऐवजी मी त्या लहान नारिंगी डेप्सोनिलच्या पाच गोळ्या देतो. काही उपयोग होतो का? मला नाही वाटत. उपयोग होतो फक्त निकोटीनचा. पण ज्या अवस्थेत तिच्या शरीराला लहान आचके बसत असतात, वेदनेने भरलेली धाप लागलेली असते, डोळ्यांत पाणी नसतं, कारण ती अश्रूंच्या पलीकडे पोहचलेली असते, तेव्हा ती विडीच्या एक-दोन झुरक्यांपेक्षा जास्त घेऊ शकत नाही. एखाददोन खोल झुरके घेते, हरते, विडी न विझवता बाजूला फेकते आणि बिछान्याकडे धाव घेते. शरीराचं वेटोळं करून झोपते.

ह्यावर तोडगा काय मला कळत नाही.

एके दिवशी नैराश्याच्या विळख्यात—माझ्याविषयी बोलताना हे असे शब्द का सुचतात? कारण माझ्या आयुष्यात ह्याहून तीव्र नैराश्य मला कशानेही आलेलं नाही— मी तिला मदत करण्याचा भीत भीत एक प्रयत्न केला. तिचा हात हातात घेऊन तिच्याजवळ बसलो. माझा हेतू संमिश्र होता. तिला बरं वाटावं हा होताच, पण रंगमंचीय सूचना माझ्या होत्या. 'रंगमंचाच्या डाव्या बाजूने मुलगा प्रवेश करतो. तो क्षणभर तिच्याकडे बघत उभा राहतो, मग तिच्या शेजारी बसतो. तो तिचा हात हातात घेतो आणि तिला दिलासा देण्याचा कसोशीने प्रयत्न करतो.'

काही क्षण तिचा हात माझ्या हातात निश्चलपणे राहिला. तिचे आचके थांबले, धापा थांबल्या. तिने माझ्याकडे बघितलं आणि चेहरा नीट ठेवण्याचा प्रयत्न करून ती हसली. पण ही झाली माझी संवेदनशील, सभ्य आई, जी माझ्या नाटकात भूमिका करण्याची स्वतःवर सक्ती करत होती. त्याचे श्रम तिला जड गेले आणि शेवटी तिचा हात माझ्या हातातून काढून घेऊन ती म्हणाली, "जा बाळा, तुझं काम कर जा." तिने सुटकेचा निःश्वास सोडला आणि मीही.

तिच्या डिप्रेशनचं वर्णन कसं करावं कळत नाही. ते तिला ग्रासून टाकत होतं. ती त्याबद्दल काहीएक करू शकत नव्हती. ते एक स्वतंत्र वास्तव होतं आणि त्यातून सुटण्याचा कोणताही मार्ग नव्हता. ते तिच्या अस्तित्वाला इंचन्इंच व्यापत होतं. प्रेम, द्वेष, थकवा, भूक ह्यासाठी तिच्याकडे वेळच नव्हता. ती अधाश्यासारखी झोपत होती. ती औषधी झोप होती. त्यात स्वप्नं नसावीत. अशा झोपेचा काहीच फायदा नसतो.

ती वर यायची, मग खाली जायची, मग पुन्हा वर. ती बरी असतानाचे क्षण आम्ही कवटाळायचो. ती कधी वर येईल, कधी खाली जाईल ह्याचा अंदाज घेणं अशक्य होतं. चंद्राच्या कलांच्या अनुषंगाने सूझनने तिच्या बऱ्या-वाईट दिवसांचा तक्ता आखण्याचा प्रयत्न केला होता. पण पाच वर्षांच्या प्रयत्नांनंतरदेखील कोणतेच ठोस निष्कर्ष ती काढू शकली नाही. त्यानंतर एमच्या मासिक पाळीच्या अनुषंगाने तक्ता आखण्याचा प्रयत्न तिने केला होता. त्यातूनसुद्धा काही हाती लागलं नाही. एकच गोष्ट निश्चित झाली. सप्टेंबर महिन्यात तिची स्थिती हमखास वाईट असायची. तो संपूर्ण महिना ती बेताल वागायची, इतकी बेताल की तिच्या वेदनेच्या काळात मला तिच्याबद्दल दुःख का वाटत असे ह्याचं मला नवल वाटायचं.

तिच्या आजारात वाईट दिवसांच्या अधेमधे चांगले दिवस येतील असं आम्हाला आश्वासन दिलं गेलं होतं. चांगला काळ अनेक दिवसांचा असू शकेल असंही सांगितलं होतं.

‘‘किंवा आठवड्यांचा,’’ सूझनने मला आठवण करून दिली.

‘‘अनेक आठवड्यांची सुटका आपल्याला कधी मिळाली?’’

‘‘लिथोसनची पहाट झाली तेव्हा.’’

लिथोसन. विसरलो कसा? औषधसंहितेत आता आणखी काही उरलेलं नाही असं वाटत असताना आमच्या आयुष्यात लिथियम कार्बोनेटने प्रवेश केला. Li_2Co_3. प्रथम हूमराव साशंक होता. पण हे औषध काटेकोर निरीक्षणाखाली दिलं जाईल असं आश्वासन मिळाल्यावर तो राजी झाला आणि त्याचं पहिलं प्रिस्क्रिप्शन लिहिलं गेलं. लिथियम हा खरोखरीच एक चमत्कार होता. दोन वर्षं एमला आचकेवाल्या डिप्रेशनचं भय भोगावं लागलं नाही. तिच्या बेतालपणाचे झटकेसुद्धा अनेक पटींनी कमी तीव्र झाले. ह्याचा अर्थ ती सामान्य आई झाली असा नाही. त्या काळातसुद्धा तिला स्वयंपाकघराशी संबंध नको असायचा आणि आंघोळ हा प्रकार तिला एक दुष्ट गरज वाटायचा. त्यामुळे अमेरिकन कार्टून्समधल्या शंभरेक पोरांसारखी ती तो टाळायचा प्रयत्न करायची. तेव्हासुद्धा ती बेताल हसायची आणि मधूनच विचारायची, ‘पेपरमध्ये झाडांविषयी काही बातमी आहे का? कारण व्हरांड्याबाहेरच्या सूबाबुळातून पांढरा प्रकाश येतोय.’ पण ह्या काळात आम्हाला जगणं शक्य झालं होतं. आम्ही आता काहीशा मिळमिळीत वाटणाऱ्या नित्यक्रमाच्या सुखद आयुष्यात स्थिरावलो होतो. सुखाची चव कशी असते हे आम्हाला कळू लागलं होतं. दर महिन्याला सूझन किंवा मी तिला रक्तचाचणीसाठी नेत असू. कारण लिथियम कार्बोनेट शरीरात साठलं तर विष होण्याचा धोका असतो. इतर वैद्यकीय चाचण्यांप्रमाणे ही चाचणीसुद्धा उपाशी पोटी करावी लागायची. म्हणून भल्या सकाळी, थरमॉस भरून चहा आणि सँडविच घेऊन आम्ही ब्रीच कँडी हॉस्पिटलला जायला निघत असू.

हॉस्पिटलमध्ये असं काय होतं की ते एमला शांत करायचं? नर्सेस आणि डॉक्टरांबरोबर ती अतिशय सभ्यपणे बोलायची आणि तिचा बेतालपणा क्वचितच डोकं वर काढायचा. तिच्या डिप्रेशनमध्ये तिचा हा सभ्यपणा भीतिदायक वाटायचा. त्या अवस्थेत ती पूर्णपणे अनोळखी लोकांकडे क्षमा मागायची आणि अनेकदा गोंधळून जाऊन ते तिला शुभेच्छा द्यायचे.

पण लिथोसनच्या काळात ती गप्पा मारायला तयार असायची. ती इतर रुग्णांना बोलतं करायची, खासकरून प्रतीक्षा खोलीत चूप बसलेल्या बायकांना. एखाद्या बाईला तिच्या शांततेच्या कोशातून चुचकारून बाहेर काढणं शक्य झालं नाही तर ''त्यांना काय झालंय?'' असं ती त्या बाईच्या नवऱ्याला विचारायची.

''उगीचच भिते,'' तो त्रोटक उत्तर देई.

''कामावरून घरी परतलात की तिला मिठी मारत जा,'' ती म्हणायची. ''सिनेमाला न्या. तिचा हात हातात घ्या.''

बहुतेक नवरे तिचे हे सल्ले निर्विकारपणे ऐकून घ्यायचे. काहीजण 'बिचारी' अशा अर्थाचं किंचित स्मित करायचे. काहीजण थोडे अस्वस्थ व्हायचे तरी पण काही बोलायचे नाहीत. जे स्वतःचा किंवा त्यांच्या प्रिय माणसाचा मानसिक आजार भोगत असतात त्यांना लोकांनी आपल्या खाजगीपणात नाक खुपसण्याची सवय होऊन जाते. त्यामुळे गोष्टी सुसह्य होतात का? सर्वांसाठी? हे मला अजूनही कळलेलं नाही. मला प्रश्न पडत असे की एखादी कनिष्ठ मध्यमवर्गीय बाई आपला लैंगिक इतिहास आणि लैंगिक स्वप्नांचं जग कोणा अनोळखी माणसापुढे कसं उघडं करत असेल? तिच्या कथनात दडलेल्या अर्थांचे स्वैर संबंध लावले जात आहेत हे तिला माहीत असतं का? किंवा मानसिक उपचार तज्ज्ञांच्या समाजसेविका एवढ्या खोलात जाऊन तिच्या लहानपणाविषयी चौकशी का करतात? होमिओपॅथीशी ज्यांचा संबंध आला आहे त्यांना कोणत्याच विचित्र प्रश्नांचं आश्चर्य किंवा लाज वाटू नये. पण कोणती भारतीय बाई हस्तमैथुनाबद्दल मोकळेपणाने बोलेल? जो देश सुई टोचा आणि उद्याच्या उद्या बरं करा अशी अपेक्षा करतो तो मानसिक आजाराचा काय अर्थ लावत असेल?

दिवसा ब्रीच कँडी हॉस्पिटल श्रीमंतांच्या शुश्रूषेत गुंतलेलं असे. भल्या सकाळी ते वेगळं दिसायचं. तऱ्हेतऱ्हेच्या रुग्णांची तिथे गर्दी असे. कोणी शरीरातल्या विषाच्या प्रमाणाच्या निरीक्षणासाठी आलाय तर कोणी तरुण आधीची शारीरिक चाचणी खोटी ठरण्याची आशा मनात बाळगून दुसरी चाचणी करून घ्यायला आलाय. हॉस्पिटलच्या अनपेक्षितपणावर एम बेहद्द खूश असायची.

''तू कसली वाट पहातोयस?'' तोंड पाडून पातळ फाइल चाळत बसलेल्या एका तरुणाला तिने एकदा विचारलं.

''मला एनडीएत जायचंय आंटी.''

“मग जात का नाहीस?” तिने विचारलं.

“ते म्हणतायत माझ्या लघवीत ॲलब्यूमेन आहे.”

“अंड्याच्या पांढऱ्यासारखं असतं ते का?”

“माहीत नाही आंटी पण ते असलं तर घेत नाहीत.”

“तू प्रार्थना केलीस का?” एमने विचारलं. विचारण्याची गरज नव्हती. कारण त्याच्या कपाळभर चंदन-हळदीचे पट्टे होते. आणि त्यावर लावलेल्या लाल कुंकवावर काही तांदळाचे दाणे अजूनही चिकटलेले होते.

“हो आंटी. एनडीएमध्ये प्रवेश मिळाला तर देवाचं नाव एक लाख वेळा लिहीन असा नवस केलाय.”

“हे एनडीए काय असतं?”

तरुणाला आश्चर्याचा धक्का बसला. “तुम्हाला माहीत नाही आंटी? नॅशनल डिफेन्स अकॅडमी.”

“हो का?” एम म्हणाली. हा प्रकार बरा की वाईट हे तिचं ठरेना पण ती सावरली. “तुझं ज्यात कल्याण असेल त्यासाठी मी प्रार्थना करेन.”

“तुम्हाला काय झालंय आंटी?”

“माझा नर्व्हस ब्रेकडाऊन झाला आणि त्यात मी...”

गरजेपलीकडच्या ह्या माहितीला मी शू करून दाबायचा प्रयत्न केला.

“माझ्या मुलाकडे नको लक्ष देऊ. तो लाजतो. तर मी जीव देण्याचा प्रयत्न केला. म्हणून मला गोळ्या घ्याव्या लागतात आणि रक्ताच्या चाचण्या कराव्या लागतात.”

“तुम्ही मेंटल आहात आंटी?”

मला राग आला पण माझ्या आईला काही वाटल्याचं दिसलं नाही.

“हो तर!” ती म्हणाली.

“किती छान. माझी आत्या म्हणते देव मेंटल लोकांची प्रार्थना ऐकतो. कारण त्यांना देवाचा स्पर्श झालेला असतो.”

“अरे वा. ऐकलंस का बाळा? मला देवाचा स्पर्श झालाय आणि त्याच्याशी बोलण्याची थेट टेलिफोन लाइन माझ्याकडे आहे असं ह्या मुलाची कोणीतरी म्हणते. मी आत्ताच्या आत्ता प्रार्थना करते.”

“पण...”

तरुण अडखळला. आमच्याकडे बघत अंदाज घेत होता. मग त्याने उडी घेतली.

“माझी आत्या मुसलमान आहे.”

"आणि मी ख्रिश्चन आहे आणि तू हिंदू आहेस. मग?"

"म्हणजे?"

"तू कोणत्या देवाची प्रार्थना करणार आहेस असं त्याला विचारायचंय," मी म्हटलं.

तिने माझ्याकडे पाहिलं, मग त्याच्याकडे.

"तर मग मी तुझ्या आत्याच्या देवाची प्रार्थना करेन. अल्लाची प्रार्थना करेन," ती म्हणाली.

तिने तसं केलं का? मला एखाद्या दैवी चमत्कारातून एकसंध आई, परिपूर्ण कुटुंब आणि कानाडोळा करण्याची ताकद मिळती तर मी कोणत्याही आणि कोणाच्याही देवाची प्रार्थना करायला तयार झालो असतो.

डमरू यंत्रातून वाळू पडते तशी माझी श्रद्धा गळून पडली. ती हरवण्याचा एक निश्चित क्षण होता असं नाही, पण एके दिवशी बायबलमधलं एक संपूर्ण कथन यत्किंचितही दुःख न होता मी वाचलं. त्या चारही कथनांबद्दल माझ्या मनात द्वेष होता. कारण त्यांचे शेवट दुःखद होते. त्या गोष्टी घाईत सांगितल्यासारख्या वाटायच्या. तो जन्मतो, मोठा होतो, धर्मोपदेश करतो, लोकांना बरं करतो, वाचवतो हे सगळं मोजक्या प्रकरणांत सांगितलेलं. नंतर तो गुरुवार आणि शुक्रवार, त्याचं भविष्यात काय होणार हे आधी माहीत असल्यामुळे भय, त्या महासंकटातून सुटण्यासाठी केलेली शेवटची व्याकूळ याचना, त्याच्याबरोबर जागरण करू न शकलेल्या मित्रांनी त्याचा केलेला त्याग, त्याची अपमानास्पद नग्नता, आसुडांच्या फटकाऱ्यांच्या आणि काट्यांच्या मुकुटाच्या वेदना, कुचेष्टा करणाऱ्या बघ्यांची गर्दी, रडणाऱ्या बायका, क्रूस, क्रुसावर चढवलं जाणं, 'तहान लागली आहे' ही शेवटची विनवणीही नाकारली जाणं हे सगळं वाचताना मला पूर्वी यातना होत असत, वाचवत नसे आणि खाली ठेववतही नसे. सहानुभूती वाटायची. कोणत्याही माणसाचं असं काही व्हावं ह्याचं अतीव दुःख.

तेच दुःख त्या दिवशी नाहीसं झालं. ह्याची खात्री करून घ्यावी म्हणून मी येशूच्या अंताचा भाग पुन्हा वाचला. दुसऱ्या एका प्रवचनकाराने लिहिलेला पाठभेद वाचला. तरी मला काहीच वाटलं नाही. त्यामुळे मला सुटल्याची भावना झाल्याचं आठवतंय आणि त्यामुळे किंचित अपराधीपणाचीही. तेव्हा, त्या क्षणी, माझी श्रद्धा संपली अशी मला जाणीवदेखील झाली नाही. शिल्लक राहिला तो संवेदनशील भावुकपणा. ग्रेगॉरियन चांटचं आणि उपास

करणाऱ्या बुद्धाच्या स्वरूपांचं सौंदर्यग्रहण आणि कथांवरचं प्रेम. जो इतरांच्या श्रद्धेआड येऊ इच्छित नाही आणि देवाविना निस्तेज पण अधिक स्वीकारणीय झालेल्या त्याच्या जगाचा प्रचार करून इतरांना त्यात ओढू बघत नाही, अशा नवनास्तिकाकडे हा इतपत ऐवज असतोच.

माझी आई ज्या यातना भोगताना मी पाहत होतो त्याचं मला कोणीही कारण देऊ शकत नव्हतं. मी जे वाचत होतो, ऐकत होतो त्यात कुठेही दयावान देवाची कल्पना बसत नव्हती. पण ह्या परिस्थितीत फरक पडायचा असता तर देवाची माया, त्याच्या चांगुलपणाचा एक सरळ साधा चमत्कार अनुभवाला येणं एवढा एकच उपाय होता. श्रद्धाळू आणि हुशार लोक जे अतिसूक्ष्म खुलासे करत होते—मागच्या जन्मीची पापं, विकारलोलुपता, पूर्णतः शरण जाण्यात राहिलेली उणीव—त्यातून माझी खात्री वाढत होती की देव काहीसा लहरी असावा. जे परिपूर्णच नाहीत त्यांनी परिपूर्णपणे शरण जावं अशी मागणी का करावी? विकारांची आधी निर्मिती करून मग त्यांच्या वाटेला कोणीही जाता कामा नये अशी अपेक्षा का बाळगावी? देव लहरी असेल तर त्याचा अर्थ तो परिपूर्ण नाही आणि तो परिपूर्ण नसेल तर तो देव नाही.

पण नास्तिक असण्यात एक भयानक समस्या दडलेली असते. जगाने आपलं काहीतरी वाईट केलंय किंवा आपण कोणाला दुखापत केली आहे अशा भावना मनात येतात तेव्हा त्यांचं काय करावं कळत नाही. त्यामुळे मी हेलकावत, तडफडत स्वतःला देवाच्या मांडवापार नेलं. त्याआधी मी चर्चला जायचा थांबलो होतो. पण एखादी आनंदाची घटना साजरी करायला किंवा शोक दर्शवायला कोणाबरोबर जायची वेळ आली तर मी कुरकुर न करता, तोंडून चकार शब्द न काढता जात असे. मी केवळ एकच करायचो. माझी जी श्रद्धा होती त्याचा अर्क ज्या चार शब्दांत साठलेला होता तेवढेच प्रार्थना बदलून मी म्हणायचो. येशू ख्रिस्तावर माझा विश्वास आहे. तो होताच. जसा बुद्ध, कृष्ण आणि अल्लावर होता. त्यांच्या सांगण्याकडे आपण सरळ नजरेने पाहिलं, तर त्यांच्यावर विश्वास बसतो. त्यांचं म्हणणं काय आहे?

एकमेकांवर प्रेम करा? चांगली कल्पना आहे.

तटस्थ रहा? चांगली कल्पना आहे.

कर्तव्य करा? चांगली कल्पना आहे.

देवाच्या इच्छेला शरण जा आणि वाहत्या पाण्यात वाहते व्हा? चांगली कल्पना आहे.

परिपूर्ण जगात तुम्ही ह्या कल्पनांतून अनेक पुनर्रचित कल्पना निर्माण करू शकता.

देवाला शरण जा. कारण तुम्ही सर्वांवर प्रेम करावं आणि तुमचं कर्तव्य करावं अशी त्याची इच्छा आहे.

किंवा वेगळा पर्याय. सर्वांपासून तटस्थ राहून देवाला शरण जाण्याचं तुमचं कर्तव्य पूर्ण करा आणि त्यातूनच तुम्हाला परिपूर्ण आणि समान प्रेमाचा अनुभव येईल.

अलिप्तता आणि प्रेम हे एकाच वेळी कसं साधायचं? ग्रिकांनी त्यासाठी एक शब्द, ॲगापी, निर्माण केला होता, पण त्याचं पुढे त्यांनी काहीच केलं नाही. म्हणजे शब्द तयार केला पण त्यात अभिप्रेत असलेल्या तटस्थ प्रेमाचा प्रयोग जमल्यास करून पाहणं इतरांवर सोडलं. मला ते जमण्यासारखं नव्हतं. मला प्रेमाशी संबंध हवा असतो. मी अ-परिपूर्ण आहे. माझं जग अ-परिपूर्ण आहे. परिपूर्ण व्यक्तींना पटतील अशा परिपूर्ण जगातल्या परिपूर्ण उपायांचा विचार करण्यासाठी माझ्याकडे वेळ नाही.

माझी श्रद्धा गळून पडली ह्याचं माझ्या मित्रांना कोणालाच आश्चर्य वाटलं नसतं. त्यांच्यापैकी बरेच मार्क्स किंवा फ्रॉइडच्या साहाय्याने नास्तिक झाले होते. काहींना देव आहे की नाही ह्याबद्दल खात्री नव्हती. जे देवावर विश्वास असल्याचं सांगत ते त्यांच्या श्रद्धेभोवती शोध किंवा अध्यात्म अशा संकल्पनांचं कुंपण घालत. म्हणजे काय असं त्यांना कोणी विचारत नसे. व्हिक्टोरियन लोकांची लैंगिकतेविषयी बोलताना जी कुचंबणा होत असे ती आमची देवाविषयी बोलताना व्हायची. आमचे बोल व्हिक्टोरियन बूर्ज्वा घरांत पियानोंच्या पायावर झालरवाले पायजमे चढवले जायचे तसे होते. त्यांच्याखाली होता आमच्या श्रद्धेतला गोंधळ. आमच्या अश्रद्धेतली उदासीनता त्याखाली झाकली जायची.

पण ह्यात तितकंसं तथ्य नाही. महत्त्वाच्या भावनांसाठी योजलेले शब्द बघता बघता त्यांचीच झुळझुळीत रूपं बनतात. त्या रूपांना पुन्हा एकदा ठोसपणा द्यावा लागतो किंवा अनुभवातून तो आपोआप दिला जातो. प्रेम हा शब्द पोकळ आहे. त्याची योग्य जागा भावगीतांमध्ये किंवा शुभेच्छापत्रकांत आहे. पण तुम्ही प्रेमात पडता तेव्हा तुम्हाला त्याच्या हेलावून टाकणाऱ्या शक्तीचा शोध लागतो. डिप्रेशन म्हणजे केवळ कसनुसेपणा, किंवा बाजारपेठेसाठी सजवलेली एक अवस्था किंवा रस्त्यातला एखादा खळगा इतपतच काहीतरी असतं. पण जेव्हा त्याचं काळंकभिन्न वजन

तुमच्या आईच्या छातीत घुसतं, तिच्या श्वासात अडथळा बनतं, तिचे-तुमचे दिवस सत्त्वहीन आणि तुमच्या रात्री निद्राहीन करतं, तेव्हा त्याचं खरं रूप काय आहे ते लक्षात येतं.

पण लिथियम कार्बोनेटच्या त्या उन्हाळ्यात परिस्थिती बदलली. एम आणि हूमराव पुन्हा बाहेर जेवायला जाऊ लागले. शिवाजी पार्कमध्ये एकत्र फिरायला जाऊ लागले. एम थोडी अस्वस्थ असायची तेव्हा कमी फिरत, अंगात ताकद असली की जास्त. येता येता ते आमच्यासाठी काहीबाही खायला आणत. कधी फळं, कधी शेव-गाठ्या, जणू आम्ही अजून लहान मुलं होतो. आम्ही त्यांच्या त्या खेळात सामील व्हायचो आणि पक्वान्न असल्यासारखी केळी, शेव खायचो.

मग ते संपलं.

एके दिवशी सूझन घरी आली तेव्हा एम दारात उभी होती. खालच्या आवाजात गुरगुरत होती. सूझनला म्हणाली, ''ये. आत ये आणि माझ्या मागे हो.''

''काय झालं?''

''काही नाही,'' एम म्हणाली. ''ए भडव्यांनो बघताय काय? काय करायचं ते करा. पण हिला न्यायचं तर मला ओलांडून जावं लागेल.''

''तुझे संवाद कोण लिहितं?'' सूझनने विचारलं. नवल म्हणजे तो प्रश्न तिच्या मनातल्या दाट लाल धुक्याला छेदून आत शिरला.

''तुला चहा हवा?'' तिने विचारलं.

''हो,'' सूझन म्हणाली. एम किटलीकडे नुसतीच बघत उभी आहे हे ती बघत होती.

''ये. बस जरा आणि एखादा समोसा खा,'' सूझन म्हणाली.

एमने सूझनच्या हातचे समोसे हिसकावून घेतले आणि डस्टबिनमध्ये भिरकावले.

''घरात शिजवलेलं अन्न सोडून कोणी काहीएक खायचं नाहीये,'' एम म्हणाली. ''ते आपल्याला विष घालतील.''

'ते' परत आले होते. आम्ही नवीन औषधाच्या आशेने सकायट्रिस्टकडे गेलो. एकही नव्हतं. औषधसंहिता साफ झाली होती. आम्ही जुन्या औषधांकडे वळलो. लार्गॅक्टिल, एस्पझीन, पॅसिटेन तिच्या बेताल अवस्थेसाठी आणि डिप्रेशनसाठी डेप्सोनील. फरक एवढाच की आता आम्ही डिप्रेस झालो होतो.

आजीने माझी समजूत घालण्याचा प्रयत्न केला. तिने मला गोष्ट सांगितली. एक राजा होता. त्याच्याकडे एक अंगठी होती. वाईट काळात आणि चांगल्या काळात तो अंगठीकडे बघायचा. त्या अंगठीवर लिहिलेलं होतं, 'हे दिवसदेखील जातील.' कोणीही तरुण असला वापरून गुळगुळीत झालेला सल्ला मिळाल्यावर जे करेल तेच मी केलं. मनात म्हणालो, 'हगुरडे म्हातारे, जा झव जा. कसले राजे, अंगठ्या आणि चुतीये सल्ले देतेस?' पण आजीच्या अतिप्रिय, अपराधी भावाने भरलेल्या, हळूहळू अदृश्यात जाणाऱ्या चेहऱ्याकडे बघत मी प्रत्यक्षात म्हणालो, "चहा करतो."

"ए रांडलेका, मी पण एक कप घेईन की!" माझी आई म्हणाली. "म्हणजे तू रांडलेक आहेस असं नाही. त्याने माझा पडदा त्याच्या दांड्याने फाडला आणि नंतर तीन वर्षांनी बरोबर दिलेल्या दिवशी तू झालास. सूझनने तुझ्या बापाचं दहा वर्षांनी आयुष्य कमी केलं माहित्येय? माझ्या किंकाळ्या ऐकून तो पांढराफट्ट पडला होता. पण तू? पुटुककन् बाहेर आलास. ते ओरडले, 'डोकं.' आणि तू हजर. तूसुद्धा स्तनप्रेमी. आल्या आल्या निपलचा शोध लावून चुबचुब सुरू. सूझन तुझ्या उलट. पीतच नसे. बाईबाईच्यातली समजूत होती ती. तिने ओळखलं ते माझा पिच्छा करतायेत. चहाच्या जवळ येऊ देऊ नका त्यांना. ते सुंदर मुलींना पाठवून तुम्हाला नादी लावतील."

"अग इमेल्डा काय..." आजीने ह्या भरतीला थोपवायचा प्रयत्न केला.

"आई, तुला काही माहीत नाही. काहीएक माहीत नाही. त्यांच्या कामाची पद्धत काय आहे तुला माहीत नाही."

"कोण असतात..."

"तरुण मुलं त्यांचं लक्ष्य असतात. मुलांची नैसर्गिक कामवासना वापरून ते त्यांच्यावर प्रयोग करतात. पुरुषांमध्ये ती प्रबळ असते. मी कुठेतरी वाचलंय आई की ह्या इच्छा बायकांच्यात पुरुषांपेक्षा उशिरा येतात. पुरुष लैंगिक अर्थाने अठराव्या वर्षीच परिपक्व होतात. तो कसा होता अठराव्या वर्षी असं तुला वाटतं?"

"अंगठीवाला राजा?" मी विचारलं. एमचे आणि हूमरावचे लैंगिक व्यवहार ह्या वैतागवाण्या विषयाकडून तिचं लक्ष वेधायला एवढं पुरलं. ती गाढव खिंकाळल्यासारखी हसली. आणखी एक विडी मागितली आणि मला म्हणाली, "राणीकडून आमंत्रणपत्रिका येण्याची वाट बघतोयस का चहा करायला?"

मी स्वयंपाकघरातून ऐकत होतो. आजी एमला पटवून देण्याचा प्रयत्न करत होती की तिचा कोणीही पाठलाग करत नाहीये. माझा संताप चढायला लागला. वर्षं लोटली, दशकं लोटली तरी आजीच्या एक साधं सत्य ध्यानात आलं नव्हतं की एम अशा अवस्थेत असताना तिच्या डोक्यात शिरकाव करणं कोणालाही शक्य नसतं. उरलेल्या वर्षभरात अधूनमधून तिच्याशी गप्पा मारणं, साध्या तर्काचा उपयोग करून तिच्या वर्तनात बदलदेखील घडवून आणणं शक्य असतं. पण ती जेव्हा उदासीन अवस्थेत आचके खात असते किंवा बेताल हसण्याच्या, संतापाच्या लाटेवर स्वार झालेली असते, तेव्हा तुमचा—तिचा संपर्क झालाच तर तो केवळ चुकून झालेला असतो.

"तुझा दिवस कसा गेला?'' ती उदासीन असताना एकदा सूझनने तिला विचारलं.

एम बिछान्यात ताठ उठून बसली आणि तिने खांदे पाडले. तिचा चेहरा लहान मुलीसारखा पूर्णपणे ढासळला आणि ती एका हाताने दुसरा हात तिंबू लागली.

"मी उभं लाल पेन आहे का?'' तिने विचारलं.

अनेक वर्षांनंतर आम्हाला ह्याचं हसू यायचं. तिच्या आजाराच्या विकृत काचेतून भलत्याच रूपात आमचं बोलणं पलीकडे प्रतिबिंबित व्हायचं त्या प्रक्रियेचं आमच्या कुटुंबात हे प्रतीक बनलं. आमच्या बोलण्यात आणि तिच्या चित्र-विचित्र स्वरूपातल्या आकलनात असलाच तर पृष्ठभागावर पुसटसा संबंध असे. पण ह्या क्षणी तिचा प्रश्न कोणत्याशा खोल दरीतून आला होता. मोटारीची ठोकर लागून रस्त्यात मरत पडलेल्या कुत्र्याच्या डोळ्यांत जी अगतिकता दिसते त्या अगतिकतेचा मुलामा घेऊन तो प्रश्न आला होता.

"छे, बिलकूल नाही,'' असं सूझन म्हणाली. ते म्हणण्यात तिने मोठा धोका पत्करला होता.

"देवा तुझी कृपा, तुझी कृपा,'' असा निःश्वास सोडत एम बिछान्यात पुन्हा आडवी झाली.

सूझनने खोलीभर उभ्या लाल पेनचा शोध घेतला. मग घरभर. प्रथम मला वाटलं तिला कुठेतरी लाल उभं पेन दिसलं की काय. मग वाटलं ते प्रतीक तर नसेल? ती एकेकाळी मास्तरीण होती. लाल पेन, वह्या तपासणं. खरं काय ते कोण जाणे.

कधी कधी एमचं डोकं कसं काम करतंय ह्याचा अंदाज घेता येत असे. कुठेतरी चिठ्ठी सापडायची, किंवा पुस्तकाचं शीर्षक आढळायचं, किंवा वर्तमानपत्रातला मथळा दिसायचा. पण ही वेळ त्यांपैकी नव्हती. घरात कुठेही लाल पेन नव्हतं. म्हणून सूझनने एमला विचारलं तिला का वाटलं की ती उभं लाल पेन असेल म्हणून.

''माहीत नाही.'' एमला बोलताना त्रास होत होता. ''मला माहीत नाही. माहीत असतं तर किती बरं झालं असतं. पण मला माहीत नाही.''

तेव्हा एमच्या चहात कोणीही विष घालणार नाही हे तिला पटवून देणं शक्यच नव्हतं. मला आजीला सांगावंसं वाटलं, 'तिला वाटेल तूही विष घालणाऱ्यांपैकी आहेस हं.' पण ते मला सांगण्याची गरज उरली नाही. कारण सर्वांसाठी मी चहा घेऊन बाहेर आलो तोपर्यंत एमने स्वतंत्रपणे हा निष्कर्ष काढला होता.

''अच्छा त्यांनी तुलाही पकडलं काय?''

मग ती मला म्हणाली, ''तू आता हे प्रकरण हाती घे.''

तिने निरोपाचा हात हलवला.

''तुला मी जावं असं वाटतंय का?'' आजीने विचारलं पण विचारण्याचा सूर होता, असं कोणालाही वाटणं शक्यच नाही.

एम पुन्हा हसली.

''नाही. हा तुला बाहेर नेईल आणि तुझ्या डोक्यात गोळी झाडेल.''

आजीचा चेहरा कोलमडला.

''जाऊ दे,'' मी म्हणालो. ''तू फक्त अंगठीवाल्या राजाचा विचार कर.''

एम फसूकन हसली आणि आमच्यावर चहाचा फवारा उडाला.

''थेट पेकाटात बसली की नाही, थेरडे?''

मला आजीबद्दल सहानुभूती होती पण तिचा रागही यायचा. तिचं एमवर प्रेम होतं आणि तेवढं पुरेसं असावं असा तिचा समज होता. तो चुकीचा होता. प्रेम नेहमी अपुरंच असतं. वेड परिपूर्ण असतं. त्याचं आपल्यापुरेसं, स्वतंत्र जग असतं. आपण फक्त त्याच्या बाहेर उभं राहायचं. तुरुंगात डांबलेल्या प्रियकरासाठी एखादी बाई बाहेर उभी असावी तसं. अधूनमधून तो प्रिय चेहरा बाहेर डोकावतो आणि प्रेमाला भरती येते. कापडाचा एक तुकडा फडफडतो आणि त्यात तुम्ही चिन्हं, संकेत, संदेश, हवं ते बघता. मग चेहरा अदृश्य होतो आणि तुम्ही पुन्हा अंधाऱ्या मनोऱ्याच्या बाहेर.

लहानपणी कधी कधी आपण त्या मनोऱ्याच्या आत असावं असं मला वाटे, म्हणजे तो कसा आहे समजेल. पण त्या वयातही मला त्याचा कायमचा रहिवासी व्हायचं नव्हतं. फक्त भेट द्यायची. तुम्ही पर्यटक. ती रहिवासी.

पण सर्वच तुलना एका टप्प्यावर कोलमडतात तशी हीही. तिच्या मनोऱ्यात जाणं कदापि शक्य नव्हतं, भेट द्यायलासुद्धा. जायचं तर स्वतंत्र मनोऱ्यात. मनोऱ्यात भागीदारी नसते. एक मनोरा एक रहिवासी. एम आणि मी जेव्हा एका अवकाशाचे भागीदार असायचो, एखाद्या चाचणीच्या निकालाची किंवा डॉक्टरांची किंवा औषधाच्या चिठ्ठीची वाट बघत बसलेले. तेव्हा कानावर पडायचं ते हेच.

"मला काय होतंय ते कोणाला कळणार नाही."

"मला काय सहन करावं लागतंय मलाच माहिती."

वगैरे. वगैरे.

एके दिवशी पॉलीकॉटमध्ये गुंडाळलेल्या दोन बायकांच्या शेजारी मी बसलो होतो. दोघींची मुलं मानसिक रुग्ण होती.

"मी कशाकशातून गेल्येय मलाच माहिती!" एक म्हणाली.

"पण ब्रायन काही दिवस तरी ठीक असतो ना? टेरीचं काही सांगता येत नाही. सकाळी उठल्यावर असा असेल की तसा. डोळ्यात तेल घालून दिवस काढायचे. एके दिवशी डॉक्टर मनेझिस घरी आले. माझ्या धाकटीसाठी, मॉलीसाठी. तिला ताप, सर्दी, खोकला. डिसपेंसरीत जाई ना. फक्त बिछान्यात पडून रडे. डॉ. मनेझिसना म्हटलं या."

"हल्ली दोनशे ना?"

"झोपल्येस का? तीनशे आणि गोळ्या नाहीत. तोंड उघड. आऽऽऽ." ही पापणी वर कर, ती पापणी वर कर. छातीवर ठकठक, खरखर चिठ्ठी खरड. झालं. तीनशे रुपये खिशात. वर 'पुढच्या वेळी डिस्पेन्सरीत पाठवा.' फुकटचा सल्ला. मी म्हटलं, 'डॉक्टर हे सगळं सांभाळून वेळ आहे का मला? हा खर्च करणं परवडलं दिवसभर पिटी पिटी पिटी ऐकण्यापेक्षा.' तर म्हणतात कसे, 'फारच जड जात असेल तुम्हाला. तुम्ही डिस्पेन्सरीत कशा नाही दिसत?' म्हटलं, 'डॉक्टर, टेरी बरा झाला ना की दिसेन. तो असा आहे तोपर्यंत मला आजारी पडायला वेळ नाही.' "

"ब्रायन काही कमी नाही, सांगते तुला. एके दिवशी जरा माहीम चर्चला गेले. फक्त नोव्हिनासाठी हं..."

"इतक्या दूर?"

"जावंच लागतं ना?"

"बरा बाई तुला वेळ असतो. मी सकाळी स्वयंपाक करता करताच नऊ वेळा मेरीचं नाव घेऊन टाकते. नऊ वेळा प्रार्थना. 'पुटपुट प्रिसिल्ला!' टेरीने नाव ठेवलंय. मी म्हणते, 'तुझ्यासाठीच रे बाबा देवाचं दार ठोठवत्येय.' "

"मी नवस बोलले होते. जायलाच लागलं. परत येते तर टेरीने सर्व कपडे उतरवलेले आणि तो व्हरांड्यात उभा राहून सूर्याला गाणं ऐकवतोय. काय म्हणणार? कोणी येतं का पुढे? कोणी पुढे येत नाही. पण कोणी मेलं, आजारी पडलं, लग्न केलं, काहीही असो, मी मात्र नेहमी हात वर करते. मी करून करून काय करणार? पण माझा हात वर असतो. कोणीही पुढे आलं नाही."

ह्या सर्व गोष्टींमध्ये दुःख दिसलं नाही. फक्त आपण किती सहनशील, किती उदार, किती मदर करेज हे दाखवण्याची गरज. इथे एकमेकांना धरून आधार देण्याची, घेण्याची कळकळ नव्हती. दुःखाच्या श्रेण्या लावण्याची धडपड होती. ब्रायन असं करतो तर टेरी तसं करतो. तू रात्रभर जागलीस? मला आठवडाभर झोप नाही. पण आता कबूल करतो, माझे ते विचार अन्यायी होते. श्रेण्या लावण्याचा अपराध मीही करतो. फक्त परिस्थिती मी त्यांच्यापेक्षा बरी हाताळतो. अधिक सौम्यपणे दुःख सहन करतो. इतक्या उघडपणे दाखवत नाही. पण त्या दिवशी त्या बायकांच्या बोलण्याने माझं मन रागाने आणि तुच्छतेने भरलं.

एके काळी मला वाटलं होतं आपण मनोरुग्णांची काळजी घेणाऱ्यांसाठी आधार योजना सुरू करावी. पण त्या बायकांचं बोलणं ऐकून निरुत्साही झालो. इंटरनेट यायच्या आधी, पेपरात जाहिरात दिली होती. पण त्याला फारसा प्रतिसाद मिळाला नाही. हा ग्रूप युंगच्या सिद्धान्तावर आधारित काम करणार असेल तरच एक बाई यायला कबूल होती. दुसरीला वाटलं आपल्याला बाहेर जायचं असेल तेव्हा भावाला सोडून जाण्याची ही व्यवस्था आहे. तिसरीचा आग्रह होता की मनोरुग्णांसाठी आणखी हॉस्पिटलं काढा म्हणून सरकारकडे आम्ही अर्ज करावा. चौथीचं म्हणणं होतं की हा ग्रूप अॅल्कहॉलिक्स अनॉनिमससारखा निनावी असावा. स्थळ आणि दिवस ह्याबद्दल कोणाचं एकमत होईना. ते ठरल्यावर ईन मीन तीन लोक आले. त्यांना त्यांच्या नातेवाइकांना कोणत्या संस्थांमध्ये डोळ्याआड करता येईल ह्याची माहिती हवी होती.

निळ्या साडीतली, मॅचिंग हँडबॅग घेतलेली बाई म्हणाली, ''माझ्या सावत्र भावासाठी मी संस्था शोधत्येय. मी कायमची त्याला बघू शकणार नाही. तसं रक्ताचं नातं नाही.''

''मला वेड लागेल असं वाटतं. मग तिला कोण बघेल?'' अशी काळजी एका निवृत्त बँक कारकुनाला होती.

निळ्या साडीतली बाई म्हणाली, ''अशा विचारांविरुद्ध लढायचं.''

''वारशात आलेल्या जनुकांविरुद्ध लढा,'' हूमराव सूझनला आणि मला एकदा म्हणाला. पण ह्या म्हणण्याचा त्याने खुलासा केला नाही. कसा करावा त्याला कळलं नाही. पण आम्हाला अर्थ कळला. अर्थ होता हॉलमध्ये जा, शाळेची पुस्तकं काढा, चपलेच्या आकाराच्या पेशी ज्या स्यूडोपोडियांच्या साहाय्याने भावनाविरहित जगातून प्रवास करतात त्यांचं चित्र काढा. जा आणि कागद फाटू न देता गोलात षटकोन कसा बसवायचा ते शिका. पानिपतच्या लढाईची कारणं आणि परिणाम जाणून घ्या पण स्वतःच्या शत्रूचा निर्देष न करता. नाहीतर तुम्ही कोण ते उघड होईल.

''वारशात आलेल्या जनुकांच्या विरुद्ध लढा. लक्ष एकाग्र करा. कष्ट करा. ध्येय समोर ठेवा. जा.''

का माहीत नाही पण सूझन आणि हूमराव ऐतिहासिक लढायांविषयी बोलताहेत. मला गप्पांतून वर्ज केल्यासारखं वाटतंय म्हणून मी हस्तक्षेप करायचं ठरवतो. तेवढ्यात तिचा आवाज येतो.

''मला दोनच लढायांची नावं आठवतायत. आणि मजा म्हणजे दोन्हींत पाणी आहे. पानिपत आणि वॉटरलू.''

ती आपसूक काहीतरी बोलल्येय. ती 'देवा, अरे देवा' म्हणालेली नाही. 'मला मरायचंय. मरू द्या!' म्हणालेली नाही. कुठून तरी हेलीकॉप्टर उतरतंय. बचाव गट तिच्या शरीराला संरक्षक पट्टे बांधतोय. आर्क्टिकच्या गोठलेल्या प्रदेशातून ती उचलली जात्येय. आत खेचणाऱ्या पृथ्वीतून तिला ओढून वर काढलं जातंय. आकाश पुन्हा उजळलंय.

५

ए बी सी व्यवसाय

मी सोळा वर्षांचा होतो तेव्हाची एक आठवण आहे. ख्रिसमसची प्रार्थना चालू होती आणि पाद्रींचं प्रवचन सेंट जोझेफबद्दल होतं. मानवरूपी देवाच्या त्या बापाचं वर्णन त्यांनी सावलीतली अंधूक आकृती असं केलं. त्यानंतर त्यांच्या बोलण्यावरचं माझं लक्ष उडालं. पाद्री त्या पवित्र परिवाराविषयी बोलत राहिले. पण मला स्पष्टपणे दिसलं की बाप आणि पितृत्व यांना कोणी फारसं महत्त्व देत नाही. मध्यवर्ती स्थान असतं ते मातृत्वाला.

असं नसतं. माझ्या जगात नव्हतं. माझा आधार, माझा निवारा हूमराव होता. काय करावं, जगाला कसं तोंड द्यावं हे सर्व त्याला कळत होतं. आम्हाला कधी मोकळं सोडायचं आणि कधी कारभार आपल्या हाती घ्यायचा हे त्याला नेमकं कळायचं. त्याच्याविना आयुष्याची कल्पना मी कधी केलीच तर भीतीने थंड पडायचो. पैसे कसे मिळवतात मला माहीत नव्हतं. काम करून मिळवायचे असतात एवढं माहीत होतं. पण मी कोणतं काम करावं? मला कोणी विचारलं तर मी म्हणायचो, ''मला डॉक्टर व्हायचंय.'' पण अनेकांची असते म्हणून माझी ती आकांक्षा होती. माझ्या वयाची, माझ्या सामाजिक वर्गातली, अभ्यासात हुशार असलेली मुलं आम्हाला डॉक्टर किंवा इंजिनिअर व्हायचंय म्हणायची. जगात बाकी कोणतेच व्यवसाय नव्हते, म्हणजे ध्येय बनवण्यालायक व्यवसाय. पूल बांधणं आणि शरीरांची दुरुस्ती करणं एवढेच.

पण खरी भीती पैसे कसे मिळवावे ही नव्हती. खरी भीती ही होती : हूमरावशिवाय आयुष्य म्हणजे आमच्यावरचे आघात मधल्या मधे झेलणाऱ्या व्यक्तीशिवाय एकट्या एमबरोबर जगणं याची. घरातला दुसरा दरवाजा उघडला आणि आम्ही बोथट केलेल्या सुऱ्यांपैकी एखादी वापरून एमने मनगटं कापून घेतल्येत असं आढळलं तर? कसं ठरवायचं तिचं किती रक्त गेलंय आणि तिला नवं रक्त भरण्याची गरज आहे का नाही? डॉक्टर घरी येऊन रक्त भरू शकतात? ती जर गेली तर कुणाला आणि किती लाच देऊन

पोलीस केस टाळायची हे मला कळेल? आमची सर्व बचत मी एखाद्या बिनभरवशाच्या धंद्यात घालून बुडवली तर?

भारतात पुरुष असणं म्हणजे काय ते तेव्हा मला कळलं. म्हणजे कोणत्या गोष्टी आपण करू शकतो आणि कोणत्या करवून घ्याव्या लागतात ह्याचं ज्ञान असणं. म्हणजे दोन प्रकारच्या व्यवस्थांवर एकाच वेळी स्वार होणं. एक व्यवस्था पद्धतशीर, निश्चित श्रेणीरचना असलेली, नियमबद्ध, जिचा परिणाम नशीब, योगायोग, राजे आणि हातघाईला आलेले पुरुष यांच्यावर अवलंबून असतो. दुसरी अंतःप्रेरणेची, गैरकानूनी आणि पूर्णपणे आश्वासक. ह्या दोन व्यवस्थांना कसं हाताळायचं ह्याचं ज्ञान असणं ही व्यवहारातली मेख आहे. उदाहरणार्थ, फाइल टेबलावरची उचलून प्यूनला कधी द्यायची, आपला मामेभाऊ मंत्री किंवा आर्चबिशप आहे ह्याचा सहज उल्लेख कसा करायचा वगैरे. हे व्यवहारज्ञान मी उभ्या जन्मात आत्मसात करू शकणार नाही याची मला खात्री होती. म्हणजे मी कधीही प्रौढ होणार नव्हतो हे नक्की. किंवा झालोच तर... माझ्या अंगावर काटा आला... हूमराव गेल्यावरच. त्यानंतरच ह्या जगात, शहरात कसं जगायचं हे मला कळणार होतं.

पण हे ज्ञान कसं मिळवायचं असतं? ह्या माणसाला लाच देण्यात अर्थ नाही, त्या माणसाला भ्रष्ट करणं सहज शक्य आहे, हे ज्ञान त्या त्या वेळीच मिळतं का? इतर लोकांना हे कसं जमतं? एक गोष्ट मला नक्की माहीत होती. प्रत्येक सामाजिक स्तराची, व्यवहाराची पद्धत वेगळी. मग वेड्या बाईच्या मुलाने—शाळेच्या पटांगणातलं संबोधन-कोणती पद्धत अवलंबणे योग्य ठरेल? संताप मार्ग दाखवत नव्हता. दुःखही नाही.

मग त्याला कसं जमलं ते? हूमरावने पुरुषत्वाचा टप्पा कसा गाठला? साधारणतः मी त्याच्याकडे एक परिपूर्ण पुरुष म्हणून बघत असे, अगदी त्याच्या अभेद्य अबोल्याच्या दिवसांतसुद्धा—तेव्हा त्याच्या एका शब्दासाठी, मग तो असा, तसा, कसाही असो, जीव कासावीस व्हायचा. कधीतरी हे खरं नाही असं ठरवून मी त्याला आणि पर्यायाने स्वतःला आणि अख्ख्या कुटुंबाला पद्धतशीरपणे पशुवत बनवायचो. अर्थात तो सर्वगुणसंपन्न नव्हताच. असता तर दिसायला आकर्षक असता, त्याला जाड भिंगांचा चष्मा नसता आणि त्याची अधू दृष्टी मुलांना बहाल करून त्यांना पौगंडावस्थेआधीच चष्मे घालायला भाग पाडलं नसतं. कदाचित सर्वगुणसंपन्न माणसाने एमला काय झालंय हे लग्नाआधीच ओळखलं असतं. संकटकाळी सर्व गोष्टी कार्यक्षमपणे निभावून नेणं ह्यापलीकडे

जाऊन त्याने काही केलं असतं. सर्वगुणसंपन्न माणसाने आपल्या भावना व्यक्त केल्या असत्या.

एम जर कर्तबगार पालक असती तर हे चित्र बदललं असतं का?

ह्या प्रश्नाने मी इतका हतबल होत असे की हूमराव हाच माझा सर्वगुणसंपन्न आदर्श आहे हे कबूल करण्याला पर्याय उरत नसे. ही कबुली मी मनाविरुद्ध द्यायचो. कारण वडिलांना आदर्श मानणं म्हणजे इतर मुलांसारखं असणं. फरक एवढाच की इतर मुलं त्यांच्या बापांना हरवून, खाली खेचून कसंही करून आपल्यासाठी पुढे जाण्याची वाट मोकळी करून घेत होती. हूमरावला मागे टाकून पुढे जाणं शक्य नव्हतं.

हूमरावच्या कथेला भारतीय मिथकाचा नाद आहे. गोव्याला आम्ही एकत्र गेलो नसतो तर मला ती कथा कधीच कळली नसती. कारण त्याला त्याविषयी मी कधी विचारलं नसतं. एम आणि सूझन आमच्याबरोबर का आल्या नव्हत्या? ठाऊक नाही. आठवत नाही. अंत्ययात्रा नव्हती. ते असंच घडून आलं होतं. कदाचित हूमरावने घडवून आणलं होतं.

पोहचल्याच्या दुसऱ्या दिवशी, म्हणजे अनेक निनावी म्हाताऱ्या बायकांचं त्याला धरधरून रडणं संपल्यावर, तो आणि मी गावात हिंडायला गेलो. गावी परतण्याची इच्छा त्याने कधीच बोलून दाखवली नव्हती. एमच्या म्हणण्याप्रमाणे इस्टेटीचा काहीतरी प्रॉब्लेम होता. त्यावरून वाजलेलं भांडण कोर्टात पोहचू नये म्हणून त्याने आपल्या हिश्श्यावरचा हक्क सोडला होता. परिणामी तो गोव्याचा असूनही गोव्यात त्याची जमीन नव्हती.

त्याने बनियन घातलं होतं आणि ऑफिसची पँट. विचित्र संयोग. त्याच्या शेजारी मी बाजूने चाललेला, चौदा वर्षांचा, बेढब, आपल्या वडिलांबरोबर एकट्याने सुट्टीवर असणं म्हणजे काय हे न समजलेला. पुरुषापुरुषांतलं नातं, मेल बाँडिंग ही संकल्पना फार पुढच्या काळातली.

अर्धा फर्लांग चालल्यावर, म्हणजे मला जे अंतर अर्धा फर्लांगाचं वाटलं, त्याने वर एका टाकीकडे बघितलं. टाकी विटांच्या दोन स्तभांवर बांधली होती आणि स्तंभांच्या मधे साधारण सहा फुटी लांब धातूचा दांडा लोंबत होता.

''मिस्टर फर्नांडिनी ही टाकी बांधली तेव्हा ती कल्पनेबाहेरची आधुनिक वाटायची. ती बांधताना लोक कुठून कुठून बघायला यायचे. आणि आता बघ, पँटीतून पोपट निघालेल्या राक्षसासारखी दिसत्येय.'' मी आश्चर्याने

खिदखिदलो. पोपटसारखे शब्द त्याच्या नेहमीच्या वापरातले नव्हते. त्यावर त्याच्याकडून प्रतिसाद नाही. आम्ही लाल माती आणि दगडाच्या तहानलेल्या रस्त्याने चालू लागलो.

"मी लहान असताना हा रस्ता हिरवा होता. इथे छाया होती." तो म्हणाला. "लोकांनी सगळी झाडं कापल्येत."

आमच्या डाव्या बाजूला कुठेतरी एक चर्च दिसलं.

"मी जुन्या गोव्यातलं बॅसिलिका पाहिलं त्याआधी माझ्यासाठी ही सर्वात मोठी इमारत होती. मी पुण्याहून मुंबईला गेलो ते कदाचित ह्या कारणासाठीच."

"पुणे?"

"तुम्ही ज्याला बोर्डाची परीक्षा म्हणता ती द्यायला मी पुण्याला गेलो होतो. वेगळ्या ग्रहावर पोहचल्यासारखं वाटलं. केवढ्या बसगाड्या, मोटारी, सायकली आणि आवाज. एवढे लोक पाहून पहिल्या दिवशी चक्रावलो. ते एकमेकांवर आता आदळणार असं वाटायचं पण अगदी शेवटच्या मिनिटाला ते सहीसलामत निसटायचे. म्हणजे शंभर फुटबॉलच्या मॅचेस एकाच वेळी चालल्या आहेत आणि आपण गोलमध्ये शंभर बॉल अडवायच्या तयारीत आहोत पण बॉल कुठे दिसतच नाहीत अशी परिस्थिती."

तो काही क्षण थांबला. मग डोकं हलवलं.

"पण पुण्याला का?"

"इंग्रजीत परीक्षा देणाऱ्यांसाठी ते सर्वात जवळचं केंद्र होतं म्हणून. मला पोर्तुगीज शिकायचं नव्हतं."

"परकीय राज्यकर्त्यांची भाषा म्हणून?"

"छे. तसं काही नाही. इंग्रजी येणाऱ्यांना जास्त नोकऱ्या मिळायच्या."

मी चूप झालो. आपण किती मूर्ख आहोत असं वाटलं. पण मी अवघा चौदा वर्षांचा. कोणी शिंकलं तरी आपण मूर्ख आहोत असं वाटण्याचं ते वय.

"मी ज्या शाळेत राहात होतो तिथे मुंबईची अनेक मुलं होती. त्या काळात मुंबईची मुलं जमलं तर पुण्याहून परीक्षा द्यायची. पुण्यात स्पर्धा कमी तीव्र आणि चमकण्याची संधी जास्त असं त्यांना वाटत असावं. त्या मुलांमध्ये धोबी तलावला राहाणारा मारिओ होता. आम्ही मुलं एकदा शाळेच्या पायऱ्यांवर बसलो होतो तेव्हा त्याने तुच्छतेने विचारलं, 'हे शहर वाटतं तुला? मुंबईला ये. ते खरं शहर.' "

ऑगस्टीन, वय वर्ष पंधरा, म्हणाला, ''मुंबईत मी कोणाला ओळखत नाही.''

(ती त्याची लबाडी होती की तो खरोखरीच मॉयरा गावचा भोळाभाबडा पोर होता? विचारलं नाही.)

''मला ओळखतोस ना?'' मारिओ थाटात म्हणाला. ''तू येच.''

त्या क्षणी उत्स्फूर्तपणे दिलेल्या आमंत्रणाच्या बळावर ऑगस्टीनचं मुंबईला जाण्याचं ठरलं.

''माझ्यापाशी घरी जाण्यापुरेसे पैसे होते. ते मी मुंबईच्या तिकिटावर खर्च केले. ते करताना मला काय वाटलं, किंवा मनात पैशाचा विचार आला तरी का, माहीत नाही. त्याआधी हाती पैसे असण्याची सवय नव्हती. पॉकेट मनी म्हणून नाही की फुटकळ खर्चासाठी नाही. माझ्या सर्व चिजा दुसरे किंवा तिसरेपणाच्या असायच्या किंवा दुसऱ्याने माझ्यासाठी विकत घेतलेल्या. त्यामुळे पैशाशिवाय आपलं चालू शकतं असं मला वाटत असावं.''

मारिओची आई त्याला न्यायला आली. हूमराव तपशिलात शिरणाऱ्यापैकी नव्हता. पण माझ्या डोळ्यासमोर ती निम्न मध्यमवर्गीय गोअन कॅथलिक गृहिणीच्या वेशात आली. म्हणजे रेयॉनचा पांढरट शर्ट—पांढरा नाही, स्वच्छ ठेवणं महाकठीण, वेळ कोणाला आहे—खोट्या लेसने सजवलेला. कॉलरच्या खालून दोन लेच्यापेच्या गुलाबी सॅटिनच्या रिबिनी छातीवर लोंबलेल्या. काळा स्कर्ट फुगलेल्या पोटाखाली नेसलेला. पायात सपाट चपला, ज्यातून खोटांच्या भेगा आणि अंगठ्यांशी वाढलेली हाडं स्पष्ट दिसत होती. तिच्या भोवताली एक हलकासा वास तरंगत होता, काळजीचा वास—मारिओची परीक्षा, नवऱ्याचं पिणं, मारियाचं लग्न, घरखर्चात भागवण्यातली ओढाताण, गळणारी बाथरूम, मारिओला आणायला ऑफिसमधून तासाची सुट्टी तिने का मागावी हे न कळणारा त्रासदायक बॉस, ह्या बहुसंख्य काळज्यांची कपाळावर एकमेव खोल आठी उठली होती. नंतर लक्षात आलं की माझ्या वार्गिक तुच्छतेला आणि समकालीन कल्पनांना धरून मी तिला तसा वेष चढवला होता. नाहीतर त्या काळात रेयॉन इतकं लोकप्रिय कुठे होतं आणि पन्नासच्या दशकात ऐंशीच्या दशकातली कपड्यांची पद्धत कशी असणार?

''तिने माझ्याकडे एक नजर टाकली,'' हूमराव सांगत होता, ''आणि म्हणाली, 'हा कोण?' मारिओ म्हणाला, 'ऑगस्टीन. गोव्याहून आलाय.' 'हो का? वा छान!' ती म्हणाली. आणि आपल्या मुलाला घेऊन चालती झाली.''

"मारिओने तिला सांगितलं नाही त्याने तुला बोलावलं होतं म्हणून?"

"त्याला काहीतरी म्हणायचं होतं म्हणून त्याने मागे वळून पाहिलं. 'सॉरी रे,' असं काहीतरी म्हणालाही असेल. पण मला मुंबईला त्याने बोलावलं होतं हे नंतरदेखील त्याने आईला सांगितलं असेल असं मला नाही वाटत."

"मग तू काय केलंस?"

गोव्यातल्या त्या उबदार दुपारी, इतक्या वर्षांच्या अंतरावरून, त्या क्षणातलं गोठवणारं भय माझ्यापर्यंत पोहचलं. हूमराव तेव्हा साधारण माझ्याच वयाचा होता. मला काय करावं कळलं नसतं. मी रडायला लागलो असतो किंवा मारिओ आणि त्याच्या आईच्या मागे धावत गेलो असतो.

"मी थोडा वेळ तिथेच उभा राहिलो. काय करावं कळेना. माझ्याकडे अगदी थोडे पैसे शिल्लक होते. तितक्यात एक मोटर येऊन स्टेशनच्या समोर थांबली. एक बाई त्यातून उतरली आणि म्हणाली, 'त्या बॅगा मोटारीतून काढ.' मला वाटलं बाईला मदत हवी आहे म्हणून मी तिच्या बॅगा काढल्या. स्टेशनात नेल्या. त्याचे तिने मला दोन पैसे दिले."

"दोन पैसे?"

"मोठी रक्कम होती ती!" हूमराव म्हणाला. "जन्मातली माझी पहिली कमाई. मी ताबडतोब रेल्वे कँटीनमध्ये जाऊन चहा आणि ऑमलेटवर ते पैसे खर्च केले."

"म्हणजे तू हमाल झालास."

"मी खरोखरीच हमाल झालो असतो तर काय झालं असतं कोण जाणे!" हूमराव विचारात पडला. तेवढ्यात मी शपथ घेतली, मूर्खपणा बंद करायचा. तोंडून एक चकार शब्द काढायचा नाही. मॉमच्या त्या गोष्टीत आहे ना चर्चमधल्या निरक्षर माणसाची नोकरी जाते म्हणून तो स्वतःचा धंदा काढतो आणि लखपती होतो. पत्रकार त्याची मुलाखत घ्यायला येतो आणि त्याला विचारतो, "तू निरक्षर असताना तू हे करून दाखवलंस. साक्षर असतास तर काय केलं असतंस?" लखपती म्हणतो, "चर्चच्या नोकराचं काम करत राहिलो असतो."

हमालीत शिरण्याचा मार्ग बंद होता.

"एखादी बॅग उचलली आणि दोन पैसे मिळवले असा तो मामला नव्हता. त्या बंधुत्वाचे आपण सदस्य असणं गरजेचं होतं. त्या बंधुत्वाचे सदस्य व्हायला मराठी बोलता येणं आवश्यक होतं. शिवाय बंधुत्वात ओळख

लागायची. मला कोंकणी, इंग्रजी आणि पोर्तुगीज येत होतं आणि एकाही हमालाला मी ओळखत नव्हतो. म्हणून मला धमकावत आणि लाथा घालत स्टेशनाबाहेर हाकलण्यात आलं आणि मी माझ्या सामानाकडे परतलो.''

''अरे देवा!''

अर्थातच बाईच्या बॅगा उचलायला त्याने आपलं सामान खाली ठेवलं होतं.

''माझं सामान गेलेलं. पण कोणीतरी हरवलेलं सामान म्हणून स्टेशनमास्तरकडे दिलं होतं असं एका गृहस्थाने सांगितलं.''

शेवटी नशिबाने हात दिला. स्टेशनमास्तर गोव्याचा निघाला.

''त्याने मला ऑफिसच्या बाहेर उभं राहायला सांगितलं. उद्या तुला बसमध्ये बसवून देईन म्हणाला. त्याने मला मॉयराच्या कुडीत नेलं आणि जेवायला घातलं. मला एक बिछाना दिला गेला. संध्याकाळी कुडीतले सर्व तरुण आणि बापे कामावरून परत आले. मी त्यांच्यापैकी कोणालाही ओळखत नव्हतो पण त्यांनी मला क्रॉस मैदानावर नेलं आणि आम्ही फुटबॉल खेळलो. त्यांनी मला रात्रीचं जेवणही दिलं. सकाळी साफसूफ करणाऱ्या नोकरांनी मला नाश्ता दिला. त्या बदल्यात मी लादी धुतली. हे ठीक होतं. काम करण्याबद्दल मला काहीच वाटलं नाही. संध्याकाळी एक वयस्क माणूस आला. पेद्रू कुठाय म्हणून विचारलं. पेद्रू कुठाय कोणालाच माहीत नव्हतं. 'पात्राओ, पेद्रूची भानगड तुम्हाला माहित्येय.'

'पिऊन पडला असेल पुन्हा कुठेतरी.' म्हातारा म्हणाला. आपल्या स्वतःच्या तोंडाला दारूचा केवढा दर्प येतोय हे विसरून. तेवढ्यात त्याला मी दिसलो. 'ए. तुझं नाव काय?' मी त्याला नाव सांगितलं. 'नोकरी आहे?' मी म्हणालो, 'नाही, नोकरी नाही.' तो लगेच पोर्तुगीज बोलायला लागला. 'पोर्तुगीज येतं?' त्याने विचारलं. 'बऱ्यापैकी येतं.' मी म्हणालो. 'इंग्रजी बोलतोस?' त्याने विचारलं. 'चांगलं बोलतो.' मी म्हणालो. भाषा बदलून तो कोंकणीत बोलू लागला. मला तेही येत होतं. मग एका मागाहून एक तो हिंदीत, मराठीत, गुजरातीत बोलला. प्रत्येक वेळेस मी नकारात्मक खांदे उडवले. त्या भाषांमधला एकही शब्द माझ्या ओळखीचा नव्हता. मनात म्हटलं, 'नोकरी गेली.' पण तो म्हणाला, 'हळूहळू शिकशील. चल.'

''मी गेलो, डॉक्टर डा गामा रॉझांच्या बरोबर त्यांच्या दवाखान्यात. त्या दिवशी मी पहिल्यांदा मोटारीत बसलो. हे मी त्यांना सांगितल्यावर ते हसले आणि म्हणाले, 'अशा अनेक गोष्टी तू पहिल्यांदाच करणार आहेस.' ''

"तुला काय काम देणार होते ते?"

"सांगितलं नाही? ते डॉक्टर होते आणि त्यांना कंपाउंडर हवा होता."

"तू कंपाउंडर झालास?"

"का नाही?"

कंपाउंडर कोण असतो मला माहीत होतं. तुमच्या औषधाच्या गोळ्या मोजून सकाळ, संध्याकाळ, रात्र अशा स्वतंत्र पुड्यांमध्ये बांधून देणारा. बाटलीत प्रथम लाल पाक, त्यात पुदिन्याच्या वासाचा गुलाबी पाक अशी मिसळ करून बाटलीच्या एका बाजूला लेबल चिकटवून दुसऱ्या बाजूला डोसाच्या मापाची कागदी पट्टी चिकटवणारा. माझ्या माहितीतले सगळे कंपाउंडर भूतप्राय जीव होते. आमच्या फॅमिली डॉक्टरच्या दवाखान्यात राज्य करणाऱ्या जॉर्जचं माझ्या मनातलं चित्र होतं गोल भोकाच्या परिघात चेहरा अवास्तव मोठा झालेला, भोकातून गोळ्यांच्या पुड्या आणि औषधाच्या बाटल्या आपल्यासमोर ढकलणारा इसम. त्याच्या—आमच्या परिचयाच्या काळात तो मोजकेच शब्द बोलल्याचं आठवतंय. फक्त, "जेवणानंतर तीन वेळा", किंवा "तीन दिवसांनी परत या", किंवा "ताप गेला तर पांढऱ्या गोळ्या घेऊ नका."

जगाशी सामना करण्यातलं माझ्या वडिलांचं आणखी एक कसब लक्षात आलं. आमचे फॅमिली डॉक्टर डॉ. साहा ह्यांच्याविषयी त्याची भावना दयायुक्त तुच्छतेची होती. आम्ही आजारी पडलो की हूमरावकडे जायचो. आम्हाला काय झालंय ते त्याला कळायचं. पुष्कळदा तो म्हणायचा, 'जाऊन पड जा आणि फक्त बाथरूम पुरेसा ऊठ.' बहुतेक आजारांवर त्याचा एकच रामबाण उपाय होता. भरपूर ताजी फळं आणि भाज्या खा आणि उकळलेलं पाणी प्या. आम्हाला औषधाची गरज आहे असं वाटलं तरच तो आम्हाला साहांकडे न्यायचा आणि कोणतं औषध लिहून द्यायचं हे त्यांना सांगण्याचा मोह महत्प्रयासाने आवरायचा.

एमचं उलट. तिला सतत खात्री करून द्यायला लागायची की आम्ही मरणाच्या दारात उभे नाही.

"सूझन तान्ही असताना तिला डायरिया झाला," तिने मला एकदा सांगितलं. "पूर्ण वेळ फक्त हगत होती. हिरवं. म्हणून मी पलंगाजवळ जमिनीवर प्लास्टिकचा तुकडा अंथरला आणि त्यावर तिची सर्व हगोली डॉक्टर साहांना बघण्यासाठी पसरून ठेवली."

"ते काय म्हणाले?" मी विचारलं. हळूहळू माझ्या कल्पनेत प्लास्टिक मोठं मोठं होत गेलं आणि घरात सर्वत्र लंगोट फडकू लागले आणि कुजका वास दरवळू लागला.

"ते काय म्हणाले?" मी विचारलं.

"*त्यांनी त्यांचा खास लुक दिला.*" बस्स. हे उत्तर एमच्या खास पठडीतलं होतं. त्याचा उगम कोणत्याशा जाहिरातीत झाला होता. कदाचित पुरुषांच्या तयार कपड्यांच्या.

जगाची विभागणी करण्याची माझी पद्धत अशी होती. आई अक्षम. वडील क्षम. आईचा कल कलाशाखांकडे. वडील इंजिनिअर. तो इंजिनिअर आहे म्हणण्याची मला इतकी सवय झाली होती की तो कंपाउंडर होता हे ऐकून मला सौम्य धक्का बसला. तोपर्यंत मला कल्पना नव्हती त्याच्या पेशाचा मला इतका अभिमान असेल. वाटायचं तो रस्ता झाडणारा झाडूवाला असता तरीही मला त्याच्याबद्दल तितकाच अभिमान वाटला असता. पण मी ओशाळून कबूल केलं की ते कल्पनेबाहेरचं गृहीतक होतं म्हणून ठीक. पण आता तो कंपाउंडर होता हे पचवण्याची वेळ आली होती.

"पेद्रूचं काय झालं?"

"तो एके दिवशी तर्र होऊन उगवला. डॉक्टरांनी त्याला परत पाठवलं. 'आपण दोघंही प्यायलेले असणं बरं नव्हे पेद्रू.' ते म्हणाले."

"डॉक्टर प्यायलेले असायचे?"

"हो," हूमराव म्हणाला. "संपूर्ण दिवसभर ते प्यायलेले असायचे. विशेष काम नसायचं. कारण त्यांच्याकडे कोणी फिरकत नसे. त्यामुळे ते आणखीनच प्यायचे. ज्या जुन्या पेशंटचा अजून त्यांच्यावर विश्वास होता ते फक्त यायचे. बाकीच्यांना सकाळी दहा वाजता तोंडाला दारूचा दर्प येत असेल असा डॉक्टर नको वाटायचा. वाईट वाटायचं. कारण ते उत्तम डॉक्टर होते. ते लक्ष देऊन ऐकायचे. नोंदी करायचे. पेशंटच्या आजारांचा इतिहास तयार करायचे. नोंदी जपून ठेवायचे. घरच्या व्हिझिट्स करायचे. खाजगी गोष्टी गुप्त ठेवायचे. केवळ मेडिकल रिप्रेझेंटेटिव्हच्या प्रलोभनामुळे किंवा त्यांनी दिलेल्या भिंतीवरच्या घड्याळामुळे त्यांच्या औषधांची शिफारस करत नसत. मुलांसाठी त्यांच्या खणात बेदाणे ठेवलेले असत. प्रत्येक पेशंटला तपासल्यावर ते हात धूत असत. आणि उनानी, आयुर्वेद, होमिओपॅथी याची ते टिंगल करत नसत. 'कधी कधी ते आमच्यापेक्षा कमी प्रमाणात वाट अडवतात,' असं म्हणायचे."

मी अस्वस्थ झालो. हूमरावच्या हिरोचा शोध लागला होता. माझ्या हिरोला हिरो असावा हे मला मान्य नव्हतं.

''ते मला रोज पेपर आणि रीडर्स डायजेस्ट वाचून दाखवायला सांगायचे. 'वाट्टेल ते लिहितात,' म्हणायचे. 'पण काही गोष्टींची माहिती मिळते आणि भाषा सुधारते.' त्यांचा इंग्रजीवर विश्वास होता. 'इंग्रजी आजचं लॅटिन आहे.' ते म्हणायचे. 'कारण अमेरिका. सर्व नवे शोध अमेरिकेत लागतायत. त्यामुळे इंग्रजी येणं अपरिहार्य आहे.' ''

''एक गोष्ट.'' मी बोलायला लागलो.

''एक गोष्ट. लोकांनी आपल्याशी बोलावं अशी इच्छा असते ना तेव्हा मधेमधे कधीही बोलू नये.''

''कधीही? म्हणजे काहीतरी चुकतंय, सांगायचं राहिलंय असं वाटलं तरी?''

''खास करून काहीतरी चुकतंय किंवा सांगायचं राहिलंय असं वाटतं तेव्हा.''

''का?''

''माणूस अडतो. विचार करायला लागतो. ओघ थांबतो. अधिक काही हवं असेल तर चूप बसून वाट पाहावी.''

अशा प्रकारे माझ्या वडिलांकडून प्रौढत्वाचा पहिला धडा मला मिळाला. मी चूप बसलो. नंतर त्यांनी प्रश्नार्थक भिवया उंचावल्या.

''तू घरी का नाही गेलास? डॉक्टर डा गामा रॉझने...''

''रॉझा.''

''तेच ते.''

''तेच ते नाही. त्यांचं नाव डॉक्टर डा गामा रॉझा होतं. नावांना महत्त्व असतं. तुझं नाव तुला महत्त्वाचं नाही वाटत?''

माझा दुसरा धडा.

''त्यांनी तुला घरी जायला पैसे दिले असते. किंवा तुझ्या पहिल्या पगारातून मिळाले असते.''

''हो. शक्य आहे,'' माझे वडील म्हणाले. ''मी जाऊ शकलो असतो. पण नाही गेलो. का नाही गेलो? आजपर्यंत मला हा प्रश्न कोणी विचारलाय असं वाटत नाही. नाही. मीच स्वतःला तो कधी विचारला नाही. चांगला प्रश्न आहे. मी नाही गेलो घरी. मुंबईतच राहिलो.''

थोडा वेळ तो बोलला नाही. मला स्वतःचा अभिमान वाटला आणि अभिमान वाटला म्हणून मूर्खासारखं वाटलं.

"मला लाज वाटली असणार. मी बावळटपणा केला होता. एका मुलाच्या आमंत्रणावरून त्या शहरात गेलो होतो. माझे सर्व पैसे संपले होते. कदाचित दुसरंही कारण असेल. शहरात येऊन लोक श्रीमंत होऊन परत जातात अशी प्रथा होती. मुंबईला, एडनला, नायरोबीला गेलेले लोक परत यायचे आणि काय पाहिलं, काय केलं ह्याबद्दल गोष्टी सांगायचे. मला परत गेल्यावर मी मुंबईला जाऊन हमाल झालो, कंपाउंडर झालो, असं सांगावं लागलं असतं."

तो पुन्हा चूप झाला. जगण्यासाठी मिळालेले धडे जपत मी सभ्य वर्तन करत गप्प बसलो होतो आणि त्याचं फळ लगेच मिळालं.

"किंवा त्याहून साधं कारण असेल. महत्त्वाकांक्षा. किंवा मुंबई शहर. गावाकडल्या मुलांसाठी शहर केवढं मोठं आव्हान असतं हे तुला नाही कळायचं. काहीच उमगत नाही. गाडीत बसायच्या आधी तिकीट काढायचं की नंतर. मशिदीत जायला परवानगी असते का नाही. हातात पुस्तिका घेऊन उभा असतो तो माणूस त्या मोफत वाटत असतो का विकत असतो. पार्कमध्ये शेजारच्या बाकावर बसलेला इसम आपल्याकडे बघून का हसतोय. काहीच कळत नाही."

"मग ह्या सगळ्यापासून पळून जावंसं नाही वाटलं?"

"अहंकार आणि हट्ट आड आले. शहर हे आव्हान असतं पण ते तटस्थ असतं. तुम्ही घरी गेलात तर ते हेटाळणी करत नाही. कारण तुम्ही गेल्याची त्याला जाणीवच नसते. तुम्ही राहिलात, श्रम केलेत आणि कोणीतरी बनलात तरीही जाणीव नसते. पण आपल्याला असते. आपण अयशस्वी झालो हे आपल्याला कळतंच की. म्हणून राहिलो."

"पत्र तरी लिहायचं."

आमच्या कौटुंबिक कथांपैकी एक अशी होती की माझे वडील गेले असं गृहीत धरून त्यांच्या नावाने अंत्यसंस्कार वगैरे करण्यात आले.

"मी पुण्यात किंवा परतीच्या रस्त्यावर मेलो असं लोक धरून चालले."

"पुण्याला जाताना का नाही?"

"कारण माझा निकाल पोस्टाने घरी आला. मी चांगला पास झालो होतो."

हा शेवट शोकांतिकेसाठी किती योग्य आहे असं मनात आलं.

“तू परत कधी गेलास?”

“माझी इंजिनिअरिंगची पदवी घेऊन.”

डॉक्टरांची प्रॅक्टिस जशी रोडावत गेली तसे ते आपल्या कंपाउंडरच्या भवितव्यात अधिकाधिक लक्ष घालू लागले.

“आपण ए बी सी व्यवसायातले,” डॉक्टर डा गामा रॉझा म्हणाले. “आया, बटलर, कुक.”

“आणि डॉक्टर,” त्यांचा कंपाउंडर म्हणाला.

“बेवडे म्हण,” डॉक्टर म्हणाले. “ठरलेले व्यवसाय सोडून बाकी काहीही करायचं झालं, तर दसपट श्रम करावे लागतात. कारण लोक आपल्याकडे बँडवाली पोरं म्हणून बघतात. आपणदेखील स्वतःकडे तसंच बघतो हे अधिक वाईट. जरासं काम करा, गाणी गा, पिऊन तर्र व्हा, अंत्ययात्रेच्या बँडबरोबर चार मुलांना घेऊन शवपेटीच्या मागे चाला.”

आपला सहायक आता इंग्रजी वर्तमानपत्र अगदी सहज वाचतो असं पाहून डॉक्टारांनी त्याला इंग्रजी साहित्यातली अभिजात पुस्तकं वाचायला दिली. धोबी तलावच्या कोपऱ्यावरच्या सार्वजनिक वाचनालयातून ती ते घेऊन यायचे. प्रथम ते स्वतः पुस्तकं निवडायचे पण नंतर ते हूमरावला पाठवू लागले.

“एक दिवस सहज मी एका तरुणाच्या खांद्यावरून डोकावलो तर मला कापलेल्या मोटारीचं चित्र दिसलं. ते कसलं चित्र होतं हे माझ्या तेव्हा लक्षात आलं नाही पण माझं कुतूहल जागं झालं. मी त्याला विचारलं, ‘हे कसलं पुस्तक आहे?’ त्याने पुस्तक उलटून मला त्याचं मुखपृष्ठ दाखवलं. ‘कोट्स मॅन्युअल फॉर इंजिनिअर्स.’ मला त्याच्याकडून त्याविषयी आणखी माहिती काढायची होती, पण तो म्हणाला, ‘प्लीज, मी परीक्षेचा अभ्यास करतोय.’ मी शेल्फवर शोधलं. तिथे कोट्सचं एक दुसरं पुस्तक होतं. त्यावर ‘संदर्भ ग्रंथ’ अशी चिठ्ठी लावलेली होती. पण ह्या अडचणीतून कसं सुटायचं हे डॉक्टर डा गामा रॉझांनी मला शिकवलं होतं. ह्या चिठ्ठ्या बहुतेकदा जुन्या असायच्या. त्यामुळे त्या सोलून काढल्या की पुस्तक बाहेर न्यायला आपण मोकळे.”

“तू कोट्स वाचायला लागलास तेव्हा डॉक्टर काय म्हणाले?”

“ते थोडे खट्टू झाले असं वाटतं मला. त्यांच्या मनात मी डॉक्टर व्हावं असं होतं. मी दवाखान्यात असताना ते मला सारखे ताप आणि ब्लड प्रेशर

घ्यायला सांगायचे. आणि तू ह्यावर काय उपाय सुचवशील असं विचारायचे.''

आम्ही आजारी पडलो की हूमराव आमच्यावर ज्या व्यक्तिनिरपेक्ष मायेने औषधोपचार करायचा त्याचा हा खुलासा.

''तर अशा प्रकारे तुला व्हिक्टोरिया रेजीना टेक्निकल इन्स्टिट्यूटमध्ये प्रवेश मिळाला.''

''दुसऱ्या प्रयत्नात,'' हूमराव म्हणाला. ''त्यानंतर तीन वर्षांनी इंजिनिअरिंगची पदवी घेऊन मी घरी गेलो.''

इतक्या वर्षांनी परत गेला तरी त्याचं भरभरून स्वागत झालं नाही.

''तुझी आजी त्या काळातल्या बायकांच्या मानाने खूप थोराड होती. पाच फूट दहाच्या आसपास. ती जळणाची मोळी डोक्यावर घेऊन म्हापशाच्या बाजारापर्यंतचं पाच किलोमीटरचं अंतर तोंडाची टकळी एक क्षणभरही बंद न करता चालत जायची.''

तो बसमधून उतरायच्याही आधी बातमी सर्वत्र पसरली होती.

''मी घरी पोहचलो तेव्हा आई काठी घेऊन माझी वाट पाहात दारात उभी होती,'' तो हसत म्हणाला. ''नंतर मला सांगण्यात आलं की बातमी कळल्यावर तिला रडू कोसळलं होतं. मग तिने डोळे पुसून काठी उचलली होती.''

''मारलं तुला?''

''नाही. सहा वर्षं लोटली होती. तिच्या आठवणीत वडिलांचे शर्ट लुबाडणारा पंधरा वर्षांचा मुलगा होता. एक-दोन फटके मारले पण त्यात दम नव्हता. शिवाय पहिला फटका मारला तेव्हा मागे जमलेले गावकरी 'ओओओओ' म्हणाले. दुसरा मारला तेव्हा 'आआआआ' म्हणाले. ती रागावली. 'काम नाय?' त्यांच्यावर खेकसली आणि वडिलांना भेटायला मला आत घेऊन गेली.''

''ते बाहेर नाही आले तुला बघायला?''

''ते कमरेपासून खाली लुळे पडले होते. कसं झालं कळलंच नाही. ते हैदराबादला आचाऱ्याची नोकरी करत होते. माझी आई म्हणायची ते निझामाच्या राजवाड्यात खानसामा होते. पण गोव्यातल्या प्रत्येक स्वयंपाक्याचा तोच दावा होता की त्यांनी राजेरजवाड्यांसाठी स्वयंपाक केलेला आहे. बहुतेकदा त्यांनी मुंबईतल्या मध्यमवर्गीय पारश्यांकडे काम केलेलं असायचं.''

"तुला पाहून त्यांना आनंद झाला?"

"असावा. पण मी पदवी दाखवल्यावर खरा आनंद झाला. त्या दोघांना वाचायला येत नसे. म्हणून आईने शेजारणीला बोलावून आणलं वाचून दाखवायला आणि त्याबरोबर मी त्यांना फसवत नाहीये ह्याची खात्री करून घ्यायला. मग त्यांना अँपरसँड स्मिथ लिमिटेडचं नियुक्तीपत्र दाखवलं. तिथे मी प्रशिक्षणार्थी इंजिनिअर म्हणून रुजू व्हायचो होतो."

"डॉक्टर डा गामा रॉझांचं काय झालं?"

"मला नोकरी लागल्यावर ते म्हणाले, 'आता पुन्हा इथे तोंड दाखवू नकोस.' मी म्हटलं, 'मी शनिवारचा भेटायला येत जाईन.' ते म्हणाले, 'ते बघू.' पहिल्या शनिवारी गेलो तर दवाखाना बंद होता. म्हणून सोमवारी दुपारच्या जेवणाच्या सुट्टीत सटकलो. मला पाहून त्यांना आनंद झाला. त्यांनी मला सुचवलं, 'नेहमी दोन शर्ट आणि एक पँट जादा ऑफिसमध्ये ठेवत जा.' "

"ते का?"

"आपण नेहमी ताजंतवानं दिसलं पाहिजे अशी त्यामागची कल्पना असावी. शिवाय पाऊस पडला तर बदलायला कपडे हवेत."

हा सल्ला किंचित विचित्र होता पण दारूत बुडालेल्या डॉक्टरांकडून असाच एखादा सल्ला अपेक्षित असेल असं त्यानी ठरवलं असावं.

आम्ही आता चर्चपाशी पोहचलो होतो. परत फिरायची वेळ आली होती. पण हूमराव, विचारमग्न, चालतच राहिला.

"तू त्यांना दर आठवड्याला भेटायला जायचास?"

तो थांबला. त्याने माझ्याकडे बघितलं.

"आपल्यावर कोणी उपकार केले असतील, तर ते विसरता कामा नये. त्यांना त्यासाठी सदैव श्रेय दिलं पाहिजे. खाजगीत नाही, बाहेर, उघडपणे. आणि खासकरून त्यांच्या प्रेमाच्या, जीवाभावाच्या माणसांसमोर. आपली ऋणं फेडली पाहिजेत. जन्मात पूर्णपणे फेडणं शक्य नसतील तीसुद्धा. ह्यात उणीव राहिली तर तुम्ही उणे ठरता."

त्यापुढे तो काही बोलला नाही. सिगरेट काढून पेटवण्याच्या बेतात होता. त्याच्याजवळ नेहमी सिगरेट असायची पण ती ओढण्याचा आनंद तो स्वतःला फार क्वचित प्रसंगी देत असे. तो सिगरेट ओढत असताना कोणालाही त्याच्याशी बोलायची परवानगी नसे. एमव्यतिरिक्त.

ह्यात उणीव राहिली तर तुम्ही उणे ठरता. नवरा म्हणूनसुद्धा तो हे मानत होता? तिने त्याच्यावर प्रेम केलं होतं, हे तो कधीही विसरणार नव्हता. तो

सदैव तिच्याबरोबर, तिच्या प्रेमाची परतफेड करत राहणार होता. तेवढं करणं पुरेसं नसलं तरी.

आत्ताच कुठे हा विचार, किंवा एकूणच त्याच्याबद्दल विचार, करण्याची मला फुरसद मिळाल्येय. नाही तर आमचं संपूर्ण जगणं एमने व्यापलेलं असायचं. तिथे हूमरावला जागा नव्हती. तो आमचं आश्वासन होता. तो परिपूर्ण होता. तो होता. बस्स. त्याच्या भूतकाळाविषयी आम्हाला कुतूहल नव्हतं आणि घरापलीकडच्या त्याच्या वर्तमानाबद्दलही नाही.

त्याची चाफेकळी एकसंध नाही ह्याची त्याला कधी शंका आली असेल? कसं कळणार? आणि त्याच्या जेव्हा प्रथम लक्षात आलं की मनगटाच्या नीला उसवण्याची, स्वतःला बसखाली झोकून देण्याची तिला आसक्ती वाटते तेव्हा त्याने ह्या वस्तुस्थितीशी कसं मिळवून घेतलं असेल? आणि जेव्हा तिने बिछान्यात कूस बदलून त्याला विचारलं की अमेरिकन नौदल सैनिकांना तिने तिचे मेडनफॉर्म छाप आतले कपडे दाखवले तर तिच्या मुलांना ती वाचवू शकेल का, तेव्हा त्याने ह्याला कसं तोंड दिलं असेल? काय माहीत.

मला त्याच्याविषयी कुतूहल न वाटण्याचं कारण एमने त्यासाठी वाव दिला नाही हे नसून कदाचित आम्हाला, निदान मला तरी, त्याला असे प्रश्न विचारायची भीती वाटली असेल. काय सांगावं, आपण विचारलं आणि तो जे नैसर्गिकपणे करतोय ते त्याला करता येईनासं झालं तर?

त्याने ह्या सर्वाला तोंड कसं दिलं ह्याविषयी मी आता फक्त अंदाज करू शकतो.

एकदा मला गल्लीतली मुलं काय चिडवतात ते मी त्याला सांगितलं.

"अरे त्यांना कळत नाही म्हणून!" तो म्हणाला.

"पण कळायला पाहिजे ना?" मी म्हणालो. मला रडायचं नव्हतं पण मी रडत होतो.

"तुझ्या आईला डायबीटीझ असता तर मुलं काय म्हणाली असती?"

"ठाऊक नाही."

"हे डायबीटीझसारखंच आहे. ती आजारी आहे. एवढंच."

हेच त्याने स्वतःला सांगितलं होतं का? की ती फक्त आजारी आहे? कदाचित बरी होईल? ठाऊक नाही.

६

मी मी नाही

एम, सूझन आणि मी पुस्तकं विकत घेण्याबद्दल बोलत होतो. सूझन आणि मी धरून चाललो होतो की ज्या दीर्घ संध्याकाळी ती ऑगस्टीनबरोबर पुस्तकांच्या दुकानात घालवायची ते तिला पुस्तकं घ्यायची होती म्हणून.

''छे!'' ती म्हणाली. ''मला नव्हती घ्यायची पुस्तकं!''

''पैसे नव्हते म्हणून मनाची समजूत घालून घेत होतीस,'' सूझन म्हणाली.

''हो का? तुला माहीतच आहे जसं काही. मला पुस्तकं विकत घ्यायची इच्छा नव्हती. आताही नाही. कधी होती असं वाटतही नाही. पण माझं पुस्तकांवर प्रेम होतं. मला वाचन प्रिय होतं. ते गोळ्यांनी माझ्यापासून हिरावून घेतलं. कठीण केलं.''

''लक्ष केंद्रित करणं?''

''हो. कधी कधी. पण त्याहीपेक्षा सहानुभूती वाटणं कठीण झालं. आपल्यात आस्था असावी लागते. पण आस्था म्हणजे ताबा जाणं.''

''कशावरचा?''

तिने सूझनकडे बघितलं. मग माझ्याकडे. तिच्या डोळ्यांत नेहमीचं आव्हान नव्हतं. तिथे होता एक प्रकारचा भांबावलेपणा. ''ते जर माहीत असतं तर किती बरं झालं असतं. कधी कधी मला गचाळ बांधणीचं पुस्तक असल्यासारखं वाटायचं. म्हणजे एक आणखी वाचक, एक आणखी वेळा पुस्तक पलंगावर उपडं, की माझा ताबा जाऊन आतलं सगळं बाहेर येणार.''

तिने खांदे उडवले.

''हो कळतंय मला. वेड्यांच्या हाती कसला ताबा असणार? मला तरी कुठे माहिती आहे? पण तरीही थोडा ताबा असतो ह्याची जाणीव आहे. कोणत्या गोष्टी बोलायच्या नाहीत हे आपण ठरवू शकतो. कोणत्या गोष्टी करायच्या नाहीत हे ठरवू शकतो. सगळा गोंधळ असतो. म्हणून ते वेड. आपल्या नियंत्रणात नसलेल्या गोष्टी आपण बोलतो तेसुद्धा त्या बोलल्या

नाहीत तर दुसरं काहीतरी बोलून जाऊ अशी भीती असते म्हणून. त्यासाठीच आपण म्हणतो, 'आपण ही एक गोष्ट पिंजऱ्यातून बाहेर जाऊ दिली तर तो दुसरा पिंजरा आधिक मजबूत होईल.' ''

तिने पुन्हा आमच्याकडे पाहिलं.

''जाऊ दे. तुम्हाला हे कळत नाहीये त्याचा मला आनंद आहे. एक पिढी वगळून दुसरीत येतं म्हणतात ते कदाचित खरं असेल.''

मी शहारलो पण तो विचार मागे ढकलला.

''मात्र पुस्तकाची दुकानं मला आवडायची.''

कुठेतरी मॉयरा गावच्या त्या माणसाला ह्याची चाहूल लागली असावी. त्याचे स्वतःचे आई-वडील जवळपास निरक्षर होते. त्याचे वडील दख्खनच्या कोणत्याशा राजवाड्यात आचारी होते म्हणून त्यांना थोडं उर्दू वाचायला येत असे. त्याची आई त्याच्याकडून पत्र लिहून घ्यायची. त्यावर तिला सही करता येत असे. त्याला इंग्रजी माध्यमाच्या शाळेत घातलं. त्यासाठी वापरलेली फाटकी पुस्तकं त्याला मिळायची ती सोडली तर त्याच्याकडे पुस्तकं नव्हती.

म्हणूनच कदाचित त्याचं पुस्तकांवर इतकं बेहद्द प्रेम होतं.

''पुस्तकांचा सेल लागलाय.'' इमेल्डाच्या ए एस एलमधल्या टेबलावरून घाईघाईने पुढे जाताना ऑगस्टीन सांगायचा.

एम म्हणाल्याचं मला आठवतंय, ''तो नेहमी घाईत असल्यासारखा चालायचा. पळत नसे, पण कधीही पळायला लागेल असं वाटायचं. त्यामुळे आपल्या टेबलाशी येताना त्याने वेग कमी केला तर त्याचा परिणाम जग थांबल्यासारखा होत असे.''

हूमरावला मी तसा डोळ्यासमोर आणण्याचा प्रयत्न केला. जमलं नाही. तिने त्याचा दम काढला होता का? की आम्ही?

इमेल्डा आणि ऑगस्टीन तरुण असताना पुस्तकांची दुकानं फार नव्हती. होती तिथे फार गिऱ्हाईक नसायचं. फक्त प्रेमी. दुरून प्रेम करणारे प्रेमी.

''मी पुस्तकांच्या दुकानांत पुस्तकं घ्यायला जात नसे. ते फारच बूर्ज्वा झालं असतं. त्या सुसंस्कृत जागा होत्या म्हणून जायची. काही लोक बसून लिही लिही लिहितात आणि काही इतर लोक त्यांच्या शब्दांची पुस्तकं बनवण्यात आयुष्य घालवतात ह्या विचाराने मला आनंद व्हायचा. किती सुंदर. सुसंस्कृत जगाच्या मध्यभागी उभं राहिल्यासारखं वाटायचं.''

मी डोळे हताशपणे फिरवले. सूझनने माझ्याकडे रोखून पाहिलं. एमला पर्वा नव्हती. ती उगाचच आपल्या फ्रॉकच्या कडेशी काहीतरी निवडल्यासारखी बोटांची हालचाल करत होती. मला प्रश्न पडला हे विचारात हरवल्याचं चिन्ह समजायचं की डिप्रेशनच्या झटक्याची चाहूल.

"मी पुस्तकांच्या दुकानांत जात असे ते नवीन पुस्तकांचा उबदार वास घ्यायला. पुस्तक उचलायचं, त्याच्या पानांच्या कडांवरून अंगठा फिरवायचा की भट्टीतून आत्ताच निघाल्यासारखा त्याचा ताजा वास नाकात अलगद शिरायचा. मग अंगठा चाटायचा. त्याला कसलीच चव नसे. पण पुस्तकाच्या पानात चॉकलेटचा कागद सापडला की खाल्लेल्या चॉकलेटची आठवण होते तसं."

"तू पुस्तकात चॉकलेटचे कागद ठेवायचीस?"

"अर्थात. वाट्टेल त्या चॉकलेटचे नाही. खास चॉकलेटचे. परदेशी चॉकलेटचे. आपल्या जवळच्या दोस्ताने दिलेल्या चॉकलेटचे."

"पुस्तकातली जागा ठेवायला?"

"नाही. आठवण म्हणून. आपल्याला पुन्हा कधीही चॉकलेट मिळालं नाही तरी एके काळी आपण हे चॉकलेट खाल्लं होतं ही आठवण."

किती विचित्र.

तिने माझ्या मनातला विचार ओळखला. ("वेडे लोक मनकवडे असतात, त्यांना भविष्य दिसतं आणि त्याबरोबर तुला भीती वाटेल असं बरंच काही. तर मला घाबरच तू," असं एकदा तिने मला सांगितल्याचं आठवतंय.)

"हो. तेव्हादेखील मी थोडी विक्षिप्त होते. असणारच ना? खरंतर आम्ही दोघेही विक्षिप्त होतो. आम्ही पुस्तकं विकत घेण्यासाठी जात नसू. दुकानांची छपरं उंच होती आणि वर मंद गतीने पंखे चालत असायचे म्हणून जात असू. संध्याकाळच्या प्रकाशासाठी आणि शेल्फ भरून सुंदर वस्तू होत्या म्हणून जात असू. त्या काळात आतासारखी वस्तूंची रेलचेल नव्हती. ह्या अशा वस्तू." तिने काचेच्या टॉफ्यांनी भरलेल्या काचेच्या वाडग्याकडे बोट दाखवलं. कोणत्याशा नातेवाइकाने प्रागहून भेट म्हणून तो आणला होता. "वाडगा भरून खऱ्या टॉफ्या दिल्या तर लोकांना किती आनंद होईल हे माहीत असूनही ह्या टॉफ्या कोणी आणि का बनवाव्या समजत नाही. काचेच्या टॉफ्यांचा अर्थ काय?"

‘‘मला वाटतं आपल्याला औपरोधिक मजा वाटावी म्हणून बनवल्या असतील.’’ मी म्हणालो.

‘‘बापरे. नाही बुवा. औपरोधिक मजेसाठी बनवलेल्या वस्तूंनी भरलेली दुकानं नव्हती तेव्हा.’’

तिने एक टॉफी उचलली आणि बोटांमध्ये धरून फिरवली.

‘‘तुम्ही दोघे इथे नसताना एकदा मी एक भिवई उंचावून ह्यांच्याकडे औपरोधिक मजेने बघणार आहे.’’

आम्ही तिघंही हसलो. एमने टॉफी खाली ठेवली.

अशा दिवशी, नव्हे अशा क्षणी, तिची सर्व लेबलं—वेडी, मॅनिक, डिप्रेसिव्ह, बायपोलर—विसरणं शक्य होत असे आणि तिच्याबरोबर व्हॅन गॉगने रंगवलेल्या शेतातून शब्दांचे स्वैरपणे संबंध लावत बागडता येत असे. ‘‘एखाद्या काचेच्या तुकड्याकडे बल्ब किंवा थर्मामीटर होण्याची शक्यता असते आणि तरी तो आयुष्यभर टॉफी म्हणून जगतो तेव्हा तो बऱ्यापैकी शूर असला पाहिजे असं वाटतं,’’ ती म्हणाली. ‘‘पण आजकाल विंडो शॉपिंग कोणी करत असेल असं वाटत नाही.’’

‘‘करतात की!’’ सूझन म्हणाली. ‘‘लोकांचं बोलणं ऐकलं तर ते सतत तेच करत असतात असं वाटतं.’’

‘‘कसं शक्य आहे? तुम्ही काचेच्या टॉफ्या विकत घेत असाल तर विंडो शॉपिंग करणार कसलं? तुम्ही असं म्हणणं शक्य तरी आहे का की माझी बोट तीराला लागली की मी नक्की ही वस्तू घेणार. कारण तुम्हाला जे हवं ते तुम्ही घेतच असता.’’

‘‘तरी खर्चाच्या मर्यादा असतात.’’

‘‘ते खरं. पण पूर्वी विंडो शॉपिंग म्हणजे पर्यटन असायचं. दिसलेल्या वस्तू आपण घरी घेऊन जाऊ असा विचारच येत नसे मनात. त्या आपल्या होऊ शकतील असं वाटायला जागाच नव्हती. ताजमहालप्रमाणे. फक्त बघायचं आणि बघितलेल्याची शिरशिरी शरीरात भरून घ्यायची. आपल्या पापण्यांखाली थोडं सौंदर्य साठवायचं.’’

‘‘तेवढं पुरायचं?’’

‘‘तेवढं पुरायचं. मग तुमच्या रस्त्यावर जगणं शक्य व्हायचं. मी पहिल्यांदा व्हॅक्यूम क्लीनर पाहिला तेव्हा मी चक्क रडले होते.’’

‘‘ते का?’’

"असं काहीतरी बनवण्याचा विचार कोणाच्या तरी डोक्यात यावा ह्याचा आनंद. त्याला अवघ्या जगातल्या बायकांबद्दल आस्था आहे असं वाटलं. तो प्रकार आम्हाला परवडेल असं मात्र वाटलं नाही. मी विचारल्याचंसुद्धा आठवत नाही."

"तर तू आणि हूमराव पुस्तकांच्या दुकानांत जाऊन वाचत बसायचात?" आमच्या गप्पांची गाडी मी मूळ पदावर आणण्याचा प्रयत्न केला.

"नाही. तसं करण्याची परवानगी होती असं मला नाही वाटत. लालवानीकडे नाही आणि ठक्करकडेही नाही. फार फार तर पुस्तकाच्या मागचा मजकूर वाचायचा आणि आतल्या पानांचा वास घ्यायचा. एकदा लालवानी एका गिऱ्हाइकावर चाल करून आले आणि गुरगुरत विचारलं, 'पुस्तकाचा कणा मोडायचाय का?' मला वाटलं बापरे ते त्या माणसाचाच कणा मोडतायत की काय!"

ऑगस्टीन आणि इमेल्डा अमक्या अमक्या दिवशी पहिल्या डेटवर गेले असं कोणाच्या लक्षात आलं नाही. पण ते एकत्र फिरतायेत हे लवकरच स्पष्ट झालं. त्याविषयी कोणी काहीही न बोलता एका अलिखित करारानुसार ते दोघं एकत्र फिरू लागले आहेत असं गृहीत धरलं जाऊ लागलं.

"एकत्र फिरणं असं म्हणतात का हल्ली त्याला? ऐकून माझं डोकं गरगरतं."

"मग तुम्ही काय म्हणायचात?"

"डेटिंग."

"ते कानाला जास्त बरं वाटतं का?"

"छे. मूर्ख शब्द आहे तो. अर्ध फळ आणि अर्ध पंचांग. मला वाटतं हूमरावने मला डेटसाठी विचारलं असतं तर मी नाही म्हटलं असतं."

"का?"

"माहीत नाही. मला वाटतं मी जास्तच सोवळी होते. आम्ही सर्वच होतो. आमचा समज होता की आम्ही व्हर्जिन्स नसलो तर आमच्याशी कोणी लग्न करणार नाही. आमच्या कानावर काय काय गोष्टी यायच्या. बायका त्या जागेवर लिंबू काय चोळतात किंवा रक्त यावं म्हणून ब्लेडने काय कापून घेतात. मी मनात म्हणायची, 'किती हा आऊचा बाऊ. त्यापेक्षा मुळातच काही करू नका ना म्हणजे नंतर सोंगं करायची गरज नाही.' "

"पण साध्या डेटवर गेलं तर त्याचा शेवट…"

"आता समजतंय रे ते मला!" ती किंचित चिडून म्हणाली. "पण तेव्हा... अमेरिकन मासिकांत शिस्तशीर कॅलेंडर असायचं. पहिल्या डेटवर चुंबन नाही. नाहीतर त्याला तुम्ही चालू वाटाल आणि तो तुमचा आदर करणार नाही. दुसऱ्या डेटवर तुम्ही त्याला चुंबन घेऊन दिलं नाहीत तर तुम्ही पुरुषांना खेळ म्हणून उत्तेजित करणाऱ्यांपैकी आहात असा अर्थ निघेल. मला प्रश्न पडायचा, आपल्याला एखादा पुरुष गप्पा मारायला आवडत असेल पण त्याचं चुंबन घ्यावं असं वाटत नसेल तर काय करावं? पण तो पर्याय तुमच्या हाती नव्हता. म्हणून तुम्ही त्याला चुंबन घेऊ द्यायचं आणि मग थोडंफार नेकिंग. पण पेटिंग नाही."

"फरक काय?"

"मला कुठे नक्की माहित्येय. पण माझा अंदाज आहे की नेकिंग म्हणजे कंबरेवरच्या भागातले चाळे आणि पेटिंग म्हणजे कंबरेखालच्या भागातले."

"पण तुला कळलं कधी?" सूझनचा प्रश्न, "की हाच आपला जोडीदार?"

"माहीत नाही बुवा. असा विशिष्ट क्षण असतो?" एमने चुटकी वाजवून विचारलं. "असेलसुद्धा. विचार करू दे. तोपर्यंत एक चहा घेऊया का?"

सूझन उठली पण ती चहा घेऊन आली तोपर्यंत गप्पांनी वेगळं वळण घेतलं होतं. एका पाद्रीबद्दलच्या गोष्टीकडे. त्याने सहा पोरं पैदा केली म्हणे आणि ते आपले पुतणे आहेत असं सांगून त्यांचा बाप्तिस्मा केला.

ऑगस्टीन हाच आपला साथीदार आहे हे इमेल्डाने कसं ठरवलं हा शोध मला खूप वर्षांनंतर लागला. तिने एका मैत्रिणीला लिहिलेल्या पत्रावरून. ते पत्र ती पोस्टात टाकायची विसरली होती पण जपून ठेवायची विसरली नव्हती.

"...तो वाऱ्यासारखा ऑफिसमध्ये आला ते प्रत्येकजणीसाठी चॉकलेट घेऊन. कोणत्याशा महागड्या 'डू'ला गेला होता तिथून त्याने ही भाराभर चॉकलेटं लंपास केली होती. गर्टी म्हणते, 'डू' हा शब्द अतिसामान्य लोक वापरतात. सामान्य लोक? असू दे. मी हे पेन्सिलने लिहिण्याची अक्कल दाखवली असती तर इथल्या इथे 'डू'चं मी 'पार्टी' करून स्वतःला असामान्य बनवलं असतं. पण पार्टी म्हटलं की केक आणि कोल्ड ड्रिंकची आठवण होते. बरं फंक्शन म्हणावं तर स्थानिक सोमे-गोमे जमून भाषणं देतायत असं वाटतं. तर गर्टी, तू जा पाहू. मी 'डू' म्हणणार. माझी मर्जी.

"तर मी काय सांगत होते? अं. अं. काय बरं. हं. चॉकलेट मिंट्स. मी हे तुकड्यातुकड्यांत लिहित्येय कारण आई माझ्या आजूबाजूला वावरत्येय. तिला फर्निचरची हलवाहलव करायचीय अशी चिन्हं दिसतायत आणि मी ती अचल वस्तू होऊ पाहत्येय, जिच्या विरोधात प्रतिकारात्मक शक्तीचा व्यय होतो. होतो ना? माहीत नाही. विचारलं पाहिजे इंजिनिअरिंगविषयीच्या त्या सर्वज्ञानी इसमाला. आणि मग ताबडतोब विसरायचं.

"चूप ग. पुन्हा चालू माझं.

"आणि आता आई मला सांगत्येय माझ्या आंघोळीची वेळ झाल्येय, म्हणजे मी त्याउलट करणार. मी इथे खिळून...

"आईचा जय झाला. नेहमीच होतो. म्हणाली, 'अंगाला वास यायला लागलाय.' मी आंघोळ केली. कावळ्याची. पण बाहेर आले तोपर्यंत सर्वनाश झाला होता आणि तिथून पळ काढण्यापलीकडे मला पर्याय उरला नव्हता. तर आता हे पत्र मी तुला कोपऱ्यावरच्या इराण्याकडे श्री. घोबाडींच्या कडक नजरेखाली बसून लिहित्येय. चहा प्यायल्यावर आणि मावा केकचा शेवटचा तुकडा खाल्ल्यावर मला इथून हुसकावून लावता येणार नाही इतपत ते मला ओळखतात. पण त्यांच्या जागेच्या ह्या एवढ्या तुकड्यातून त्यांना आता रुपये-दिडक्या मिळत नाहीयेत ह्याचं त्यांना दुःखही आहे.

"तर मी काय म्हणत होते...

"सर्व मुलींना त्या मिंट्स फारच आवडल्या. (मी सांगितलं का की चॉकलेट्समध्ये मिंट्स होत्या ते?) पण ऑड्री हजर नव्हती. बायकांची खाजगी गोष्ट विकत घ्यायला ती जरा खाली उतरली होती. त्या वस्तूला जरा बरा शब्द का नाही? पॅड्ज हा काय शब्द झाला? पण तेच आणायला ती गेली आणि चॉकलेटला मुकली. अर्थात गर्टीने जखमेवर मीठ चोळलंच. ऑड्रीने आपल्या लग्नाची बातमी दिल्यापासून गर्टी तिला पाण्यात पाहत्येय. तिला ते अगदी सहन झालेलं नाही. ऑड्रीने आमचं मत विचारावं की ब्राइड्जमेडचे झगे जांभळ्या गॉझचे करावे की गुलाबी नेटचे, की बस्स, हिच्या तोंडात झाली सुखाची राख.

"म्हणून गर्टीने तिच्या जखमेवर मीठ चोळलं. 'बिचारी. तुला नाही ग चॉकलेट.' मग तो माझ्या टेबलाशी येतो आणि म्हणतो, 'आपल्यासमोर एक समस्या तयार झाल्येय.'

“कोणती समस्या मला माहीत होतं म्हणून मी माझं चॉकलेट त्याला दिलं. आणि त्याला कसं सांगू पण खरंतर ती मिंटवाली चॉकलेटं टूथपेस्टसारखी लागत होती. तो हसला, डोळा मारला आणि ऑड्रीला अगदीच बाजूला पडल्यासारखं वाटू नये ह्याची व्यवस्था करायला निघून गेला. त्या दिवशी संध्याकाळी घराच्या वाटेवर—तो पुन्हा कुठल्यातरी क्लाएंट मीटिंगसाठी गेला होता—माझ्या लक्षात आलं की एका चॉकलेट मिंटवरून मी त्याच्याशी शपथबद्ध झाले होते. मी आता मी राहिले नव्हते. मी आम्हीचा एक भाग झाले होते. मला पळत घरी जायचं होतं आणि आईच्या मांडीत डोकं खुपसून भोकाड पसरायचं होतं.

“अर्थात...”

इथे पत्र संपतं.

त्यांच्या प्रेमाविषयी मला जे काही माहीत आहे त्यातलं बरंचसं एमच्या गप्पिष्ट अवस्थांच्या काळात, किंवा तिने मला दाखवलेल्या पत्रांमधून किंवा डायरीत खरडलेल्या मजकुरातून कळलेलं आहे. हूमरावकडून फारच कमी कळलं. तो मितभाषी होता म्हणून नाही. तो सेल्समन होता. तेव्हा मॉयरा गावच्या म्हणीप्रमाणे त्याने शब्दांचा मारा करून लोण्याचं दूधसुद्धा करून दाखवलं असतं. पण तो आपल्या प्रियेवर फार शब्द वाया घालवायचा असं वाटत नाही. तिला लिहिलेली त्याची पत्र पुरुषी म्हणावं अशी होती. तो खरेदीसाठी पॅरिसला गेला होता तेव्हाचा हा एक नमुना.

प्रिये,

पॅरिसला पोहचलो. माझ्या गरम प्रदेशातल्या शरीराला इथली थंडी फारच बोचत्येय. तसं असतानाही बॉयफ्रेंडला एअरपोर्टवर घ्यायला आलेली युवती मिनी स्कर्टमध्ये आहे. मी प्रयत्नपूर्वक तिच्याकडे दुर्लक्ष केलं नाही पण माझ्या जाणिवेत तिचा हस्तक्षेप होतच होता.

मी अनेक सप्लायर्सना भेटणार आहे. इथे समस्या अशी आहे की आम्हाला युरोपशी व्यवहार करायला आवडेल, तर सरकारला आम्ही पूर्व युरोपशी करावा असं वाटतंय. हा राजकारणाचा प्रश्न आहे. तर मी ठरवलंय फ्रेंचांना असं सुचवायचं की त्यांनी एका लहान कंपनीची स्थापना करावी. प्रागमध्ये शाखा असलेली एक स्वतंत्र कंपनी. आम्ही प्रागबरोबर व्यवहार करू पण इन्व्हॉइस मुख्य कंपनीमार्गे फ्रँक्समध्ये आम्हाला पाठवण्यात येतील. तू म्हणशील चलनाचा प्रश्न कसा सोडवणार. पण कम्युनिस्ट ब्लॉक ह्या

बाबतीत बऱ्यापैकी व्यवहारी आहे म्हणे. त्यांना डॉलर्समध्ये पैसे दिले तर चालणार आहे, मग फ्रँक्सचा त्या सरकारला त्रास होऊ नये.

शक्यता अशी आहे की फार खटपटीचं काम आहे म्हणून ही सूचना ते फेटाळतील. पण मला वाटतं त्यांना पुढच्या तीन वर्षांत ६०० मशीन्सचं आश्वासन दिलं तर त्यांच्या विक्रीत तीन टक्क्यांनी वाढ होईल. म्हणून मला फ्रॅन्कोपेक्षा कॉर्बोशी व्यवहार करायला आवडेल. फ्रॅन्कोला ६०० मशीन्सचं फारसं अप्रूप वाटायचं नाही. ते खांदे उडवून मला म्हणतील प्रथेप्रमाणे व्यवहार करा.

तू माझ्याजवळ नसल्याची मनात हुरहुर आहे. अर्थात हे तुला सांगण्याची गरज नाही. तुला पॅरिस आवडेल असं मला वाटतं. ह्या शहराला तुझ्यासारखं एक सहज सौंदर्य आहे.

जीव ओतून प्रेम!

—ऑगस्टीन

त्याच्या पत्रांतून फार काही हाती लागत नसे. सूझनने किंवा मी त्याला त्यांच्या भेटीगाठी आणि प्रेमप्रकरणाविषयी कधी प्रश्नही विचारले नाहीत. आम्ही कुतूहलाने भरलेले टीनेजर्स झालो तोपर्यंत हूमराव म्हणजे खडकासारखे खंबीर पुरुष असतात ना, ज्यांच्याकडे पाहून वाटत नाही ह्यांना पूर्वकाळ होता किंवा खाजगी आयुष्य असतं, त्यांच्यातला झाला होता.

त्यांचं एकत्र हिंडणं बारा वर्षं चालू होतं. कौटुंबिक कथांत असं सांगितलं जातं की ते पुढची बारा वर्षं किंवा कायमचेदेखील असेच हिंडत फिरत राहिले असते. इमेल्डाने ए एस एल सोडलं होतं आणि ती अमेरिकन कॉन्स्युलेटमध्ये नोकरी करत होती. कारण तिथे पगार बरा होता. रोज संध्याकाळी ऑगस्टीन तिच्या ऑफिसच्या बाहेर तिला भेटायचा आणि ते त्यांच्या आवडत्या पुस्तकाच्या दुकानात जायचे, किंवा एखादा चित्रपट बघायचे. एकूण आनंदात होते.

पण एमला गॉडमदर आणि मावशी अशी दोनांची मिळून एक चीज होती. ह्या चीजेला कुटुंबात अनन्यसाधारण नैतिक सत्ता होती. इमेल्डाचा तिसावा वाढदिवस जवळ येत असताना ह्या लुईझा नामक व्यक्तीने इमेल्डा आणि ऑगस्टीनच्या पुस्तकांच्या दुकानातल्या प्रेमप्रकरणात हस्तक्षेप करण्याचा निर्णय घेतला. एका दुपारी दोन वयस्क महिला रेशमी झगे आणि रविवारी चर्चला जाताना घालायच्या हॅट्स परिधान करून ॲपरसँड स्मिथ

लिमिटेडमध्ये अवतरल्या. त्यांना ए. जी. मेंडीझ यांना भेटायची इच्छा आहे असं समजल्यावर त्यांना त्यांच्या कॅबिनची वाट दाखवण्यात आली. पैकी एक महिला अस्खलीत पोर्तुगीजमध्ये म्हणाली, ''न सांगता आम्ही आपला वेळ घ्यायला आलो आहोत त्याबद्दल क्षमा असावी. पण आमच्या कुटुंबातल्या तरुण पिढीचं कल्याण एवढा एकच आमचा इथे येण्यामागचा हेतू आहे.''

ऑगस्टीनचे डोळे थोडे विस्फारले.

''तसं असणं साहजिक आहे,'' त्यानेही पोर्तुगीजमध्ये उत्तर दिलं. ती भाषा तो शाळेत शिकला होता. ''क्षमा करा पण मी काहीसा बुचकळ्यात पडलो आहे त्याचं कारण आपण कोण हे मला समजलेलं नाही.''

''आम्हाला स्वतःची ओळख करून देण्याची सवय नाही. तुमच्या ऑफिसमध्ये श्री. आन्द्रादे काम करतात त्यांना आपण आमची ओळख करून द्यायला सांगावी.''

हा प्रसंग नेहमीच्यातला असता तर ऑगस्टीनने डोकं वर करून अँडीच्या नावाने आरोळी ठोकली असती. पण तसं केल्यास ह्या महिलांना धक्का बसून त्यांच्या सोनेरी चापाच्या चकचकीत पेटंट लेदरच्या भयानक हँडबॅगा हातच्या गळून पडतील अशी त्याला शंका आली. म्हणून त्याने प्यूनला बोलावणं पाठवलं आणि तो आल्यावर त्याला सांगितलं, ''जा बघ श्री. आन्द्रादेंना दोन मिनिटं इथे येण्याची फुरसद आहे का?''

आन्द्रादे आला आणि त्याला एका क्षणात परिस्थितीचं आकलन झालं. त्याने औपचारिक चेहरा धारण केला आणि जणू काही गावच्या चौकात फिरत असताना ह्या महिला आणि ऑगस्टीन यांची ओझरती भेट झाली आहे अशा ठसक्यात त्यांची त्याच्याशी ओळख करून दिली. त्याने एका हलक्याशा इशाऱ्याने ऑगस्टीनला उठून उभं राहण्याची सूचना केली आणि त्याच इशाऱ्यात त्या महिलांना उठायची गरज नाही हेही दर्शवलं.

''डॉना बर्था, डॉना लुईझा, माझा मित्र ऑगस्टीन मेंडीझ याची मी आपल्याशी ओळख करून देऊ इच्छितो. ह्या तरुणाचं कंपनीच्या सेल्स विभागात उत्तम भवितव्य आहे. आणि आगोस्तिनयो, ह्या महिला माझ्या आईच्या निकटच्या मैत्रिणी आहेत. ती त्यांना खूप वर्षं ओळखते. ह्यांच्यापैकी एकीची मुलगी आणि दुसरीची भाची काही वर्षं आपल्याकडे काम करत होती, तिला तू थोडंफार ओळखत असशील असं वाटतं.''

त्या क्षणी ऑगस्टीनच्या डोक्यात सगळे तुकडे जुळून जागच्या जागी बसले. आन्द्रादेने जाण्याची परवानगी मागितली आणि तो निघून गेला. कॅबिनमध्ये राहिला एक तरुण इंजिनिअर आणि दोन तरबेज योद्ध्या. त्याने आपली बाजू बऱ्यापैकी सांभाळली. त्याने चहा आणि बिस्किटं मागवली. बिस्किटं ब्रिटिश आहेत हे पाहून त्या प्रभावित झाल्या. बातमी पसरली होती. अँडीने सर्वांना सांगितलं असणार की ही भेट ए जी एमच्या भवितव्यासाठी निर्णायक ठरण्याची शक्यता आहे. त्यामुळे सर्वजण हातभार लावण्याच्या तयारीत होते. तशा त्या दोघीही खूप सभ्यतेने बोलल्या असं ऑगस्टीनने एमला नंतर सांगितलं. मी जे ऐकलंय त्यावरून त्यांची देवाण-घेवाण पुढील धर्तीवर झाली असावी असा अंदाज आहे :

"आमची परिस्थिती पूर्वी होती तशी नाही," त्यातली अधिक वयस्क महिला म्हणते. "श्री. हिटलर ह्यांनी बर्थाला तिच्या बर्मातल्या घरामधून हाकलवलं. तिच्या मालमत्तेतलं फारच कमी शिल्लक राहिलं."

"औषधाची दुकानं आणि आपलं ते..." अशी बर्था पुरवणी जोडते.

"सागाची लागवड," लुईझा म्हणते. "सागाची लागवड म्हणायचंय तिला."

"तेच तर मी आपलं ते..." बर्था म्हणते. लुईझा तिच्याकडे दुर्लक्ष करते.

"हो का?" ऑगस्टीन म्हणतो, पण काहीएक न कळता. त्याच्या भावी सासूची संवादाची पद्धत त्याच्या अजून ओळखीची झालेली नाही.

"जास्तीला हवं असतं आपलं ते..." बर्था म्हणते.

"जास्तीला हवं अधिक," लुईझा म्हणते. "आणि पुरेशाची मेजवानी."

ऑगस्टीनच्या ध्यानात येतं की त्याच्या समोर एक जुगलबंदी बसलेली आहे. (बर्था आणि लुईझा यांचं नातं पहिल्यापासून घट्ट, पण वयोपरत्वे एकमेकींची वाक्य पुरी करण्याइतकी परस्परांतली समजूत वाढली आहे.)

लुईझा : तू कोणत्या गावचा?

ऑगस्टीन : मॉयरा.

लुईझा : चांगलं आहे गाव.

बर्था : आपलं ते आहे का?

ऑगस्टीन : काय म्हणालात?

लुईझा : गाव ख्रिश्चन आहे का?

ऑगस्टीन : असावं.

लुईझा : ॲस्तोराचे एफ एक्स मेंडीज ह्यांच्याशी तुमचं काही नातं आहे?

ऑगस्टीन : नाही बुवा. वाटत नाही.

बर्था : ते आमचे आपलं ते.

लुईझा : वडील.

ऑगस्टीन : संपादक एफ एक्स मेंडीज?

बर्था : हो.

ऑगस्टीन : नाव ऐकलंय.

ऑगस्टीन थापा मारत नाहीये. त्याने खरोखरीच नाव ऐकलंय. एफ एक्स मेंडीज ह्यांनी आपल्या वर्तमानपत्राच्या सुसंस्कृत माध्यमातून एका श्रीमंत ब्राह्मणाच्या शौचालयाच्या विरोधात मोहीम लढवली होती. त्याची गोष्ट अशी : ब्राह्मणाचं घर एका मोकळ्या प्लॉटच्या समोर होतं. त्या प्लॉटवर त्याचा डोळा होता. त्याच्या कानावर बातमी आली की तो प्लॉट एका कनिष्ठ जातीच्या माणसाने विकत घेतला आहे. त्याला असंही कळलं की हा इसम त्या प्लॉटवर घर बांधण्याच्या विचारात आहे आणि त्यासाठी लागणारा निधी त्याचे भाऊ पाठवणार आहेत, जे पूर्व आफ्रिकेत स्थाईक झाले असून ज्यांचं आता 'बरं चाललं आहे'. ह्या वाक्यात ज्या लोकांनी आपली पायरी सोडलेली असते त्यांच्याविषयी टीका आणि कौतुक समप्रमाणात असतं. घर नेमकं गावातल्या एकमेव श्रीमंत माणसाच्या—आणि तेही एका ब्राह्मणाच्या—घरासमोर बांधणं ह्या उद्दामपणाला साजेसं उत्तर देणं भाग होतं. त्या काळात शौचालयं बाहेर असणं आणि आपलं कार्य चाललेलं असताना एखाद्या उत्साही डुकराच्या नाकाचा आपल्या पार्श्वभागास स्पर्श होणं ह्यात लोकांना वावगं वाटत नसे. त्या श्रीमंत गृहस्थाला एक हुशार कल्पना सुचली. आपण घरात शौचालय बांधायचं. ते आपल्या नव्या शेजाऱ्याच्या बसायच्या खोलीच्या अगदी समोर असेल. मग दररोज सकाळी आपण त्या उपटसुंभाच्या थोबाडावर पादायचं.

ह्या नालायक योजनेविरुद्ध एफ एक्स मेंडीजने लढा उभा केला. त्यांनी इतरही मोहिमा लढल्या असतील. त्यांनी पोर्तुगीज अंमलाच्या बाजूने किंवा विरोधात हिरिरीने भूमिका घेतली असेल. पण ह्याबद्दल कोणी बोलत नाही. तसं त्याने केलं असेल तर ते कोणाच्याही स्मरणात नाही. स्मरणात आहे ते एवढंच. एफ एक्स मेंडीजने शौचालय प्रकरणात लढून बाजी मारली. ही कथा कोण सांगतंय त्यावर कोणती बाजू मांडली जाईल हे अवलंबून असतं. एक बाजू म्हणते बघा किती कौतुकास्पद आहे की म्हातारा हट्टाला पेटून गरिबांच्या

हक्कासाठी लढला, तर दुसऱ्या बाजूला वर्तमानपत्राचे रकानेच्या रकाने असल्या फालतू गोष्टीने भरावे ह्याबद्दल विस्मय वाटतो.

ह्या प्रकरणात ऑगस्टीनचा कल कोणत्या बाजूला आहे हे ताडायला बर्था आणि लुईझाने त्याच्याकडे निरखून बघितलं असेल. आपला बाप प्रख्यात असणं हे भयंकर ओझं असतं.

ऑगस्टीन : ते पोर्तुगीज उत्कृष्ट लिहायचे असं माझे भाऊ नेहमी सांगत असत.

बर्था : ते फारच आपलं काय ते होते पण आता आपलं काय ते...

ऑगस्टीन : छाप सोडून गेले.

लुईझा : तुम्ही कोंकणी बोलता?

ऑगस्टीन : (कोंकणीत) बोलतो.

त्याला कळतंय की आता जमीन निसरडी होण्याच्या बेतात आहे. (त्याच्यासमोर बसलेल्या महिलांच्या वर्गाची त्या काळात अशी समजूत होती की कोंकणी ही नांगर हाकणाऱ्यांची आणि ओझी वाहणाऱ्यांची भाषा आहे. शिवाय त्यांचं असं मत होतं की जो पोर्तुगीज बोलतो तो लिझबनमध्ये यशस्वी होतो. कारण तिथले लोक गोअन लोकांच्या पोर्तुगीजची खूप प्रशंसा करतात. त्याउलट काही गोअन लोकांचं मत होतं की पोर्तुगीज ही आयातीत भाषा आहे, जी काही मोजक्या लोकांनी आपलीशी केली. इतर जनतेची तिथल्या सुपीक लाल मातीत पैदा झालेली कोंकणी हीच खरी भाषा आहे.)

ऑगस्टीन निवाड्याची वाट पाहत बसला आहे. त्या टांगलेल्या स्थितीतून लुईझा त्याची सुटका करते : चांगलं आहे. नाहीतर फारच कमी तरुण लोक त्यांच्या मातृभाषेत बोलतात.

बर्था : आई-वडील?

ऑगस्टीन : वडील गेले.

लुईझा : अरेरे. आम्ही तुमच्या दुःखात सहभागी आहोत.

ऑगस्टीन : खूप वर्षं झाली ते जाऊन.

लुईझा : गेलेल्या माता-पित्यांचं दुःख आपल्या मनात नेहमी ताजं असतं.

ऑगस्टीन : खरं आहे.

लुईझा : त्यांच्या नावाने तुम्ही परपेचुअल मासचा विधी करत असाल ना?

ऑगस्टीन : नाही.

(आपली प्रत्येक प्रार्थना ऐकणारा जीवाभावाचा देव ह्या देवाबद्दलच्या संकल्पनेवर ऑगस्टीनचा विश्वास नव्हता. त्याहूनही कमी विश्वास होता तुम्ही दुसऱ्याच्या वतीने प्रार्थना करू शकता ह्या कल्पनेवर. आपल्याशी सुतराम संबंध नसलेल्या चर्चमधल्या तिऱ्हाइतांनी आपल्यासाठी मध्यस्ती करून देवाचा धावा करावा हे तर त्याला फारच अजब वाटायचं. परपेचुअल मासची कार्ड जगभरात बहुसंख्य चर्चेसमध्ये दर मिनिटाला वाटली जात असतात. त्या प्रत्येक आत्म्यासाठी प्रार्थना करायची तर पाद्रीजन पुरता पुरणार नाहीत आणि आत्म्यासाठी मागितल्या जाणाऱ्या फायद्यांच्या एकशंभरांश फायदादेखील प्रत्येक आत्म्यापर्यंत पोहचायचा नाही. असे मास योजणं ही कॅथलिक धर्मनीतीतली सर्वात हास्यास्पद गोष्ट आहे असं ऑगस्टीनचं मत होतं. ''माझी त्याची भेट झाली तेव्हा तो जन्मजात प्रॉटेस्टंट पंथी होता. प्रत्येक गोष्टीविरुद्ध तो प्रोटेस्ट करायचा,'' असं एम म्हणत असे.)

लुईझा : मग आम्ही तुमच्या वतीने करू.

बर्था : तुमचं आपलं ते हे काय?

ऑगस्टीन : अं?

बर्था : (वैतागून) तुम्ही आपलं ते कुठे करता?

ऑगस्टीन : (कोड्याचं उत्तर ओळखण्याचा प्रयत्न म्हणून आपल्या पॅरिशचं नाव घेतो.) आवर लेडी ऑफ व्हिक्टरीज.

बर्था होकारार्थी मान हलवते. ऑगस्टीनला हायसं वाटतं. त्याला ही भानगड जमू लागलीये.

बर्था : तुम्ही जाता?

ऑगस्टीन : मला अध्यात्माच्या आधाराची गरज वाटते तेव्हा जातो.

लुईझाने कदाचित ही बात तिथेच सोडून दिली असती. ती शहाणी बाई होती. तिला माहीत होतं की धर्म लहान प्रमाणातच बरा असतो. अति झालं की माती होतेच. त्यांच्या कुटुंबातच लेटिशियाचं उदाहरण होतं. देवभीरू लेटिशिया न चुकता रविवारी चर्चला जात असे. आणि तरीही फ्रान्सिसबरोबर ती विवाहबाह्य संसार करत होती. फ्रान्सिस तिच्याशी लग्न करायला तयार होता पण तिलाच लग्न नको होतं. त्याने तिला लग्नाबद्दल किती वेळा विचारलं होतं हे जगजाहीर होतं. त्यांच्यात संभोग किती वेळा होत असे तेही जगाला कळत असे. कारण त्यानंतर लेटिशिया कन्फेशनच्या रांगेत दिसायची. जगाला ठाऊक होतं की त्यांचा पहिला मुलगा अनौरस होता. जगाला हे

सगळं माहीत होतं पण जे कळत नव्हतं ते हे की फ्रान्सिससारख्या कट्टर नास्तिक — कम्युनिस्ट — संघटनवाल्याला लग्न हवं असावं आणि लेटिशियासारख्या देवभक्त कॅथलिक मुलीला नको असावं. अनेकदा मातिल्द, लेटिशियाची आई आणि लुईझाची आत्या म्हणाली होती की, तिच्या पोटी फ्रान्सिससारखा नास्तिक — कम्युनिस्ट — संघटनवाला जन्माला आला असता तरी पत्करलं असतं. पण तिच्या देव-सुपीक गर्भातून (जगलेली पाच सोडून एक नन, एक पाद्री आणि तीन एंजल्स तिने स्वर्गात रवाना केले होते) हे शेवटचं भयानक अपत्य कसं काय निपजलं, जिने आपल्या मुलायम हातांनी मातिल्दची म्हातारपणी आणि आजारपणात सेवाही केली. हा सगळा देव, प्रेम वगैरेचा गुंता कठीण असतो.

बर्थाला हे माहीत नव्हतं असं नाही. पण लेटिशियाचा आणि तिच्या कथेचा संबंध तिने स्वतःच्या आयुष्याशी लावला नव्हता. असं उगीच अंगाला लावून घेण्यावर तिचा विश्वास नव्हता. तिने विषय पुढे रेटला.

बर्था : किती वेळा?

ऑगस्टीन : वर्षातून एकदा.

लुईझा ठरवते की तिने ताबडतोब हस्तक्षेप केला नाही तर तांत्रिक कारणासाठी मुलगा हातचा जाणार.

लुईझा : जाऊ दे. ही बाब तुम्ही आणि तुमचे कन्फेसर यांच्यामधली आहे.

ऑगस्टीन : नाही. मी आणि देवामधली आहे.

घरी जाताना लुईझा फारशी खूश नव्हती.

ती अत्यंत राजेशाही पोर्तुगीजमध्ये म्हणाली, "तुला तुझ्या मुलीचं लग्न व्हावं असं वाटत नव्हतं तर तसं आधीच सांगायचं मला."

"असं कसं आपलं ते?" बर्था म्हणाली.

"कारण तू त्याच्या धार्मिक व्यवहारांबद्दल विचारत होतीस. आजच्या काळात."

बर्थाने ठामपणे जाहीर केलं की तिची मुलगी देवभीरू माणसाच्या घरात पडत्येय का नाही हे जाणून घेण्याचा तिला पूर्ण हक्क होता.

"आणि तू तुझ्या मुलीच्या हाती किती मोठी रक्कम देणार आहेस?" लुईझाने दुष्ट प्रश्न केला. हुंड्याबद्दल काहीच बोलणं झालं नव्हतं. दोन्ही बहिणींना आशा होती की हा प्रेमविवाह होता त्यामुळे हुंडा मागितला जाणार

नाही. तरीही दोघींना हेही माहीत होतं की हुंडा अटळ असतो. कारण भारतीय लग्न ही बाब केवळ दोघांच्यातली कधीच नसते. संपूर्ण कुटुंब त्यात गुंतलेलं असतं. जिथे प्रेमाला अबोल राहणं आवडेल तिथे कुटुंबाला वाचा फुटणारच. शिवाय मुलीला काही मिळणार नसेल आणि ती तिशीकडे झुकलेली असेल आणि मुलाबरोबर अनेक वर्षं हिंडली-फिरली असेल तर तिच्या हाती सौदा करण्याची फारशी शक्ती उरत नाही.

''हा चांगला ब्राह्मण मुलगा हाती आलाय — अगदी उच्च ब्राह्मणवर्गातला नसेल तरीही ब्राह्मण — चांगल्या गावचा, चांगली नोकरी असलेला आणि तुझ्या मुलीशी लग्न करायला उत्सुक...''

''मग त्याने...''

''नाही विचारलं. त्याला एक-दोन धक्क्यांची गरज होती. कोणत्या पुरुषाला नसते? पण चांगला पगार आहे. आन्द्रादे म्हणत होता पुढे तो ह्याहूनही जास्त कमावेल. आणि तुला चिंता आहे तो किती वेळा चर्चला जातो ह्याची? मी तर म्हणेन लग्नासाठी आणखी एकदा गेला तरी पुरे आहे. पण मला का विचारावं कोणी? मी कोण? माझ्यापेक्षा तुला जास्त कळतं.''

डावातली ही अभिजात खेळी होती. तुम्ही थोरल्या असाल तर ही खेळी कधीही खेळून तुम्हाला पट हातोहात साफ करता येतो. तुमच्या ज्ञानाकडे दुर्लक्ष केलं गेलं आहे, तुमची मतं तुच्छतेने बाजूला फेकली गेली आहेत. ह्याचा तुम्ही बिनतक्रार स्वीकार करता आहात. तुम्ही मानता आहात की जगात तुम्हाला काहीच किंमत नाही. आता विरोधी पक्षाची तुम्हाला चुचकारून पुन्हा डावात आणण्याची, तुमचा ताबडतोब सल्ला मागण्याची तारांबळ उडालीच पाहिजे. आणि तुमची क्षमा मागण्यात आली रे आली की तत्परतेने भविष्यातल्या उपयोगासाठी त्याची मनात नोंद करून ठेवायची. तुमचा अपमान केला गेला होता. नाहीतर क्षमा का मागितली असती?

त्या दोघी निघून गेल्यावर ऑगस्टीन सरळ कामाकडे वळला. कदाचित त्याचा हात एकदा कधीतरी फोनकडे गेलाही असेल. पण नाहीच. समोर जे काम असेल ते सोडून इतर सर्व गोष्टींना आपल्या जाणिवेतून हाकलून देण्याचं कौतुकास्पद कसब त्याच्यापाशी होतं.

''खरं वाटेल?'' एम म्हणाली. ''त्या दिवशी संध्याकाळी आम्ही भेटलो, कोक फ्लोट प्यायलो, सिनेमा पाहिला, तरी त्याने तोंडून चकार शब्द नाही

काढला. मला त्याच्या डोळ्यांत खट्याळ चमक दिसली तेव्हा त्याच्याकडे त्याचा वॉस्सरमन रिपोर्ट मागण्याची मी तयारी केली.''

''त्याचा कशाचा काय?''

''काय ते मला कुठे माहीत होतं? गर्टी म्हणाली की त्याने तुला हॉटेलमध्ये जाऊया असं कधीतरी सुचवलं, तर त्याच्याकडे तो रिपोर्ट मागायचा.''

मी अर्थ शोधला. गुप्तरोगाची चाचणी होती ती, पण फारशी विश्वसनीय नाही. तिच्या निकालात तुम्हाला सिफिलिस झाला आहे असं आलं तर तुम्हाला प्रत्यक्षात क्षयरोग किंवा कॉलेरा झालेला असण्याची जास्त शक्यता.

शेवटी इमेल्डाने त्याच्याकडे त्याचं सिफिलिस सर्टिफिकेट जरी मागितलं नाही तरी त्याच्या डोळ्यांत चमक का होती हे तिला कळत नव्हतं आणि त्यामुळे ती गोंधळली होती. ती संध्याकाळी घरी पोहचली तेव्हा त्याचा उलगडा झाला असं तिने लिहून ठेवलं आहे.

''मी घरी पोहचले तर आई रडत होती, मावशी गंभीर चेहरा करून बसली होती आणि डॅडी नेहमीपेक्षा अधिकच लक्ष देऊन वाचत होते. त्यांना विचारलं तर म्हणाले, 'अभिनंदन.' मला अर्थ कळला नाही. मग मावशी म्हणाली, 'डॅडींची परवानगी घ्यायला ये असं तुझ्या प्रियकराला तू सांगू शकतेस.' डॅडींनी तेवढ्यात असामान्य धाडस दाखवलं. म्हणाले, 'तुम्ही दोघींनी जाऊन त्याला माझ्या मुलीकरता मागणी घातलीत. आता माझी परवानगी?'

''माझा विश्वासच बसेना. काही क्षणांसाठी मी इतकी संतापले की त्या जाडीला आणि तिच्या बहिणीला चाबकाने फोडून काढावं असं वाटलं.

'तुम्ही हे का म्हणून केलंत?' मी विचारलं. (बरं कबूल. मी किंचाळले.)

'कारण आमचं तुझ्यावर प्रेम आहे.' मावशी म्हणाली, 'आणि लोकांच्या जिभा वळवळायला लागल्या आहेत.'

'कोणाच्या जिभा?'

''ह्या प्रश्नाला अर्थातच उत्तर मिळालं नाही. पण मावशी महाराज्ञीसारखी आपल्या आसनावरून उठली आणि घरी जाते म्हणाली. ती कुठेही जाणार नव्हती हे उघड होतं. तिला आग्रह करून थांबवलं जावं हा तिचा हेतूही उघड होता. पण मी थोडीच तिच्या हेतूला भीक घालणार होते.

'तसदी घेतल्याबद्दल आभार!' मी म्हणाले. तिने चुकीचा अर्थ काढला.

‘एक दिवस असा येईल की तू खरोखरीच माझे आभार मानशील त्याला भेटल्याबद्दल.’ ती म्हणाली. ‘पण मी तुला उत्तरं द्यायला बांधलेली नाही. मी देवापुढे उभी राहीन. माझ्या कृतींचा एकमेव न्यायाधीश तो आहे.’

“इथे आई मुसमुसायला लागली. मी तिच्यावर हल्ला करणार इतक्यात डॅडी म्हणाले, ‘कृपा करून त्या बाईला परत आण इमेल्डा नाहीतर हे आपल्याला जन्मभर ऐकावं लागेल.’

“तेव्हा मात्र मी हार खाल्ली आणि तिला परत आणलं आणि संताप गिळला. कारण डॅडी अस्वस्थ दिसले आणि सरते शेवटी मला जर...”

इथे नोंदीत खंड आहे. पण दुसऱ्या दिवशी पुढे चालू झाली आहे.

“गर्टी म्हणते आपण स्वतःशी जर रोज म्हटलं, ‘हर एक दिवशी हर एक प्रकारे मी अधिकाधिक सुधारते आहे तर शेवटी आपण सुधारतो.’ म्हणून सकाळभर मी स्वतःला सांगितलं, ‘माझी हनुवटी अनारकलीमधल्या त्या नटीसारखी आहे, माझा रुबाब मर्ल ओबरॉनसारखा आहे.’ असं म्हणून मी स्वतःकडे बघितलं तर हनुवटी जशीच्या तशी. त्या नाचणाऱ्या मुलीसारखं २० पावलांवरून महाराजापुढे माझ्या प्रेमाचं समर्थन करून त्याला गार करणं मला कदापि जमणार नाही. आणि मी सकाळी उठून चर्चमध्ये जर कन्फेशन केलं की माझ्या आई-वडिलांच्या आणि गॉडमदरच्या विरुद्ध मी पाप केलं आहे, तर मी कसली बोडक्याची मर्ल होणार. त्यामुळे मी फोन केला तेव्हा मी फारशी आत्मविश्वासाने वगैरे फुललेली नव्हते. त्याचा आवाज ऐकला तेव्हा माझ्या तोंडून घाबरलेल्या उंदरासारखा आवाज निघाला. नेहमीप्रमाणे तो आपलं नाव भुंकला, ‘मेंडीज’. त्याचं हे भुंकणं बदलण्याचा मी किती प्रयत्न केला असेल, पण काही उपयोग नाही. आणि मी जेव्हा म्हटलं, ‘मी आहे,’ तेव्हा तो जोरजोरात हसायला लागला. पण मी थंड आणि गप्प आहे हे त्याच्या ध्यानात आल्यावर त्याला होणाऱ्या गुदगुल्या त्याने आवरत्या घेतल्या आणि म्हणाला, ‘आपण लंचसाठी भेटूया का?’ ‘ह्याबाबत मी जेवता जेवता बोलू शकेन असं मला वाटत नाही.’ मी म्हटलं. माझ्या आवाजाला बर्फाची किनार होती. तर तो म्हणाला, ‘आपण चहासाठी भेटूया, तू जिथे म्हणशील तिथे आणि तितक्या वाजता.’ मी म्हटलं, ‘बाँबेलीज, साडेपाच.’ आणि फोन ठेवला.

“मी पोहचले तर तो आधीच येऊन बसलेला. पावणेसहा वाजल्येत. त्याला पक्क माहित्येय की ठरलेल्या वेळेत मला १०-१५ मिनिटाची सूट लागते. कारण मला कुठल्याकुठून चर्चगेटला पोहचायचं असतं आणि त्याचं

ऑफिस तिथून एका हाकेवर आहे. तरीही तो आधीच आलेला आहे. तो स्पेसिफिकेशन्स काढण्यात गर्क आहे हे सरळ दिसतंय. मी ए एस एलमध्ये होते तेव्हा स्पेसिफिकेशन्स हा प्रकार मला भयानक तापदायक वाटायचा. मैलोन्‌मैल आकडेवारी आणि त्यातला एकजरी आकडा चुकला तर म्हणे सर्वच मुसळ केरात जाईल. पण ह्या क्षणी तो प्रकार मला जास्तच अप्रिय वाटतोय. माझं आयुष्य विस्कटलंय आणि हा स्पेसिफिकेशन्स करतोय. जग माझ्यावर ओरखडे ओढतंय असं वाटलं मला.

"तेवढ्यात तो डोकं वर करतो, मी त्याला दिसते, त्याचा चेहरा बदलतो, तो उठतो, माझ्याकडे येतो आणि रेस्टराँटच्या दारातून बाहेर काढत मला थेट समुद्रकिनारी नेतो.

(टीप : समुद्रात असं काय आहे? तो तिथे आहे एवढंच?)

"आम्ही काही अंतर चाललो. मग त्याने माझा हात हातात घेतला आणि त्या सगळ्या गर्दीच्या मधे मला थांबवलं. आजूबाजूला चणेवाले, हिजडे, हसणारी बाळं, त्यांच्या गप्पांत रंगलेल्या बाळग्या, फुगे, ढग, आणि सूर्यकिरणांनी समुद्राच्या पाण्याचा बनवलेला चकचकीत धातू. ह्या सगळ्याच्या मधे आम्ही उभे. मग तो म्हणाला, 'हे तुला हवं आहे का?' काय म्हणावं मला कळेना. मग तो म्हणाला, 'मला हवं आहे.' मग काय? एकच गोष्ट करण्यासारखी होती ती मी केली. मान डोलवली. त्याने त्याचा हात माझ्या मानेवर ठेवला. मला वाटलं हा आता बाळं, फुगे वगैरेंच्या मधे माझं चुंबन घेणार. पण त्याचा हात होता तिथेच राहिला आणि त्या क्षणी मला काय वाटलं ते आठवतंय. 'माणूस बिथरलेल्या घोड्याला असा शांत करेल.'

"त्याने त्याचा रुमाल मला देईस्तोवर मी रडत्येय हे माझ्या लक्षातही आलं नव्हतं. हो मी रडले. अँजेला ब्रझिलची जाम निराशा झाली असती, पण हो, मी रडले. तेवढ्यात पोलीस आला आणि सैतानी नगाला विचारू लागला, 'काय चाललंय इथे हां?' सैतानी नग म्हणाला, 'काही नाही चाललंय' आणि माझा अश्रूंनी माखलेला चेहरा वर करून मला सांगावं लागलं, की मी ठीक आहे. फक्त आमचं लग्न व्हायचं आहे. पण काहीतरी व्याकरणात गडबड झाली असणार. कारण पोलिसाला वाटलं आमचं लग्न झालं आहे असं मी म्हणत्येय. त्याने आमच्या हातांकडे बघितलं. सैतानी नगाचे हात सुंदर आहेत असं माझ्या लक्षात आलं. कार्यक्षम हात. जर कधी आपल्यावर बाँब पडलाच आणि त्यातून आपण जगलो-वाचलो तर हे हात

मजबूत झोपडं बांधू शकतील आणि एखाद्या राक्षसी झुरळाचा नरडं दाबून प्राण घेऊ शकतील. पण त्याच्या काय आणि माझ्या काय, बोटांत अंगठ्या नाहीत.

''माझ्या आई-वडिलांना पोलीस ठाण्यावर नेण्यात आलं.

पुढच्या घटनांची ही नांदी होती असं वाटतं.''

ह्यापुढे डायरीत दोन ओळींची एक नोंद आहे :

''त्या दोन म्हाताऱ्यांनी सगळं सोडून अँडीला त्यांची ओळख करून द्यायला सांगितलं. औपरोधिकतेचा कळस!''

''का?'' मी एमला विचारलं. ''उपरोध का?''

''कारण इमेल्डा कारमीना ॲनासाठी तोही शर्यतीत होता.'' ती डोळा मारत म्हणाली. ''तर काय? पण एक गोष्ट खरी. मला जरी त्याची जाणीव नव्हती तरी मी त्या काळात 'गरम चीज' होते. तेव्हाचे फोटो आता पाहिले की मीच म्हणते, 'अरे वा, मस्त आहे दिसायला.' पण त्या काळात खुर्चीवरून उठल्यावर मेंढी गवत खात्येय का वगैरेसारख्या काळज्या असायच्या. बायकांना कशाकशाचं भान ठेवायला लागतं रे बाबा. तरी बरं मला हात आणि पाय साफ करायची गरज नव्हती. मी एकदा गर्टीबरोबर गेले होते. मेणाची एकेक पट्टी सोलताना कसली किंचाळत होती ती.''

''आन्द्रादे?'' मी तिला गोष्टीकडे वळवलं.

सुरुवात अशी झाली. ऑड्रीने इमेल्डाला सांगितलं की तिला डेव्हिडने ड्रिंकसाठी बोलावलं आहे.

''कोण डेव्हिड?'' इमेल्डाने तिला विचारलं.

''कोणी सोम्यागोम्या डेव्हिड नाही वेडे. 'तो' डेव्हिड.'' ऑड्री म्हणाली.

'' 'तो' डेव्हिड कोण?''

''सिनेमातला ग.''

''तुला डेव्हिड कोण माहीत नव्हतं?'' मी एमला विचारलं

''आम्ही ऊठसूठ हिंदी सिनेमे बघत नव्हतो. 'आवारा' आला तेव्हा पाहिल्याचं आठवतंय. आणि 'अनारकली'. आणि तो रिक्षा ओढणाऱ्याचा सिनेमा, जो पाहून मला इतकं वाईट वाटलं होतं की आठवडाभर अन्न घशाखाली उतरलं नाही. म्हणजे डेव्हिड कोण हे समजण्यापुरेसे सिनेमे पाहिलेच नव्हते. ऑड्रीला त्याला भेटण्याची खूप उत्सुकता होती. मी म्हटलं, 'जा मग.' पण ती म्हणाली, 'मी एकटी कशी जाऊ? तू ये ना.' मी खांदे

उडवले आणि म्हटलं, 'येते'. आम्ही कोणत्याशा छान शांत जागी भेटलो. त्या जागेची सजावट युरोपातल्या एखाद्या रेस्टरॉसारखी केली होती. म्हणजे जाडजूड मेणबत्त्या, पांढऱ्या-लाल चौकट्यांचे टेबलक्लॉथ, धीरोदात्त क्रिसँथममची फुलं आणि पीचच्या रंगाचा ड्रेस घातलेली बाई ब्लूज गात्येय. फक्त वेटर भारतीय होते. पैकी एकाने नाकात बोट घातलं होतं. मी पाहत्येय असं लक्षात आल्याबरोबर त्याने ट्रेच्या खालच्या बाजूला बोट पुसलं. ती पोरं सगळी गावाकडली असणार. त्यांना अशा गोष्टी कशा कळणार? मी माझी नजर त्यांच्यावरून हलवली आणि गायिकेवर केंद्रित केली. ती आपल्या गालावर गुलाबाच्या फुलाने ताल धरत होती. हे जरा जास्तच झालं असं मला वाटलं, पण ज्या अर्थी तिला भरपूर टिप्स मिळाल्या त्या अर्थी ती जे करत होती ते लोकांना आवडत होतं. मग मी कोण आक्षेप घेणारी? ऑड्री आणि मी जरा लवकरच पोहचलो होतो. त्यामुळे नुसतं बसल्या बसल्या ही सगळी मजा पाहात होतो. आजकाल त्याला अँबियांस म्हणतात. माझ्या मनात सारखा एक विचार येत होता, 'हे एक अस्सल रेस्टरॉ आहे. आता जर माझा कोणी फोटो घेतला तर त्यावरून सिद्ध होईल की मी एका अस्सल रेस्टरॉमध्ये बसले आहे.' मग डेव्हिड आला. तो छोटुसा होता आणि खूप मोकळा वाटला. त्याने मला विचारलं, 'काय पिणार?' मी म्हटलं, 'कोका कोला.' तर तो म्हणाला, 'म्हणजे तू कोका कोला गर्ल आहेस.' ह्याचा मला अर्थ कळला नाही पण तो ज्या प्रकारे बोलला त्यावरून मला वाटलं त्या वाक्याला अनेक अर्थ असावेत. आपण काहीतरी भानगडीत पडलोय की काय असा माझ्या मनात विचार येतोय तेवढ्यात ऑड्री उठली आणि म्हणाली, 'मी घरी जाते.' ती निघून गेली. डेव्हिडने मला विचारलं, 'तिला काय झालं?' तो दुखावल्यासारखा दिसला, मैदानात आई-बाप सोडून गेलेल्या मुलासारखा. मला वाईट वाटणारच. तो एवढुसा, टक्कल पडलेला आणि दुःखी. म्हणून मी म्हटलं, 'मी जाऊन बघते काय झालं ते.'

वाटलं तिला सहज गाठू शकेन. तो म्हणाला, 'कशाला? आपण बोलूया. तुझ्याबद्दल सांग मला, कोका कोला गर्ल.'

मला शंका आली ऑड्रीला बरं नाहीसं झालं की काय. मी काळजीत पडले. मी दाराकडे पाहिलं. उठू लागले. तो स्मित करून म्हणाला, 'तू अशी गेलीस तर लोक माझ्याविषयी शंका घेतील.' मी खाली बसले. तर तो म्हणाला, 'पण त्यांची शंका रास्त ठरेल.' एका क्षणात दुखावलेल्या मुलाचा कायापालट दुष्ट नजरेच्या माणसात झाला.

'मी जरा जाऊन आले.' मी म्हटलं आणि उठले. त्याने माझा हात धरला. मी तो हिसकावून घेतला आणि टॉयलेटमध्ये शिरले. ती गायिका तिथे होती. मी तोंड धुतलं. ती माझ्याकडे बघत्येय असं लक्षात आलं. 'तुझा आवाज खूप छान आहे.' मी म्हटलं. 'थँक यू.' ती म्हणाली. 'आणि आता टॉयलेटमधून सरळ घरी जायचं.' मी तिला सांगितलं, 'मी ऑर्डर दिल्येय. ती सोडून जाणं बरं नाही दिसणार.' 'कसली ऑर्डर दिल्येस?' तिने विचारलं. मी म्हटलं, 'कोका कोलाची.' ती म्हणाली, 'तो कोणीही पील. तू चिठ्ठी लिही, तुला एकदम बरं नाहीसं झालं म्हणून तू घरी जात्येस आणि ती माझ्याकडे दे.' मी चिठ्ठी लिहिली आणि शेवटी माझं नाव टाकलं. 'छी छी, सही काय करतेस वेडाबाई. थांब मीच लिहिते.' त्या क्षणी मी एक भयानक मूर्खपणा केला. त्याची आठवण मला अजून लाजवते. 'तुझं हस्ताक्षर तो ओळखणार नाही का?' असं मी तिला विचारलं. तिने माझ्याकडे एकटक पाहिलं आणि म्हणाली, 'मी इथे गाते.' मी पुढे काही बोलायच्या आत ती म्हणाली, 'मी तुला मदत करण्याचा प्रयत्न करत होते.' मी रडायचीच बाकी होते. 'हो ना. हो ना.' मी म्हणाले. 'व्हेरी सॉरी.'

"मी बाहेर पडले तर तिथे आन्द्रादे. तो पुढे येऊन म्हणाला, 'काय झालं?' मला थांबून बोलायची अगदी इच्छा नव्हती. मला थोडा एकटेपणा हवा होता. मला हे सगळं जास्तच झालं होतं. ऑड्रीला डेव्हिडला भेटायचं होतं पण ती पळून गेली. मग डेव्हिड जादापणा करायला लागला म्हणून मी पळाले. आता आन्द्रादे माझी वाट पाहत उभा म्हणून मी पळू लागले. तेवढ्यात ऑड्री कुठूनतरी प्रकट झाली आणि माझ्याकडे बघू लागली. मला हे फारच जड जात होतं म्हणून मी रडू लागले. ती काही बोलली नाही म्हणून मी पुन्हा पळू लागले. आन्द्रादे माझ्या मागे येणार होता तेवढ्यात तिने त्याला थांबवलं. 'पण हे सगळं काय चाललं होतं?' मी गोंधळून विचारलं. 'मी ऑड्रीला दुसऱ्या दिवशी विचारलं पण ती बोलायला तयार नाही. शेवटी हा गुंता तिच्याकडून मी सोडवून घेतला तो तिचं एका गोड चेहऱ्याच्या अमेरिकन नौसैनिकावर प्रेम बसलं आणि त्याने तिला विस्कॉन्सिनला नेलं तेव्हा. तुला खरं नाही वाटणार पण आन्द्रादेला माझ्याबरोबर चान्स घ्यायचा होता म्हणून त्याने तिला सांगितलं की तू डेव्हिडला भेटायला जाशील तेव्हा तिला घेऊन जा. त्याला ठाऊक होतं की डेव्हिड माझ्याबरोबर काहीतरी गैर प्रकार करण्याचा प्रयत्न करेल. मग तो मला वाचवणार. त्यामुळे मी इतकी कृतज्ञ होईन की त्याच्या सरळ प्रेमात पडेन.''

'हे म्हणजे फारच...'

'...वुडहाऊसच्या एखाद्या गोष्टीसारखं झालं ना? मलाही तेच वाटलं. पण ऑडने सांगितलेली गोष्ट ही अशी.'

'ह्या गुंत्यात तिचा भाग काय होता?'

'अँडीला माहीत होतं मी त्याच्याबरोबर एकटी जायची नाही. म्हणून त्याने ही योजना आखली.'

'पण ती त्यात सहभागी का झाली?'

'तिचं अँडीवर प्रेम आहे हे ऑफिसात सर्वांना माहीत होतं की.'

'तिचं अँडीवर प्रेम होतं म्हणून तू त्याच्या प्रेमात पडण्यासाठी त्याने आखलेल्या योजनेत ती सहभागी व्हायला तयार झाली?'

'प्रेमाचं तंत्र वेगळंच असतं.'

'खरं का?'

'तर... मलाही आधी तो सर्वच मूर्खपणा वाटला. मी तिला तसं म्हटलं तेव्हा ती म्हणाली, तिला माहीतच होतं योजना फसणार. उलट मी त्याच्यावर रागावेन. मग तिला दुप्पट फायदा. त्याला मदत केली हा एक आणि तिचा मार्ग मोकळा झाला हा दुसरा.'

'हे कारण तुला ठीक वाटलं असल्या हगुरड्या गोष्टीत सहभागी होण्यासाठी.'

'शी. तो शब्द नको रे वापरू.'

'कोण बोललं? साक्षात सौ. स्वच्छ तोंडे!'

'माझे शब्द नेहमी स्वच्छ असतात.'

'तर तर!'

'कितीतरी शब्द जिभेवर शोभतील असे आहेत जे वापरल्यावर संडासाची प्रतिमा डोळ्यासमोर येत नाही.'

'संडास आणि जीभ एकाच वाक्यात आलेली मी प्रथम ऐकतोय.'

'का, ऑलिंपिया प्रेसमध्ये असं काही नाही का?'

'एम!'

'सॉरी, सॉरी.'

आम्ही चुकलेल्या पर्यटकांसारखे पुन्हा भरकटत होतो. मी तिला मूळ पदावर म्हणजे विवाहाविषयीच्या तिच्या द्वंद्वभावाकडे आणण्याचा प्रयत्न केला, पण त्या बाजूने रस्ता बंद झाला होता. काही दिवसांनी तिने कानोबाला लिहिलेलं एक पत्र आम्हाला दाखवलं. त्यातून आधिक तपशील मिळाला.

‘‘उलटतपासणीच्या त्या दिवसापासून, लग्न ठरलेल्या सर्वांना परिचित असलेल्या जादूच्या कांडीने माझा कायापालट होऊन मी पाण्याची झारी झाले आहे. एवढं तेवढं झालं की डोळ्याला पाणी. नशीब मी धाय मोकलून रडत नाही. जरा पाणी पाणी होतं, पण एकाच डोळ्यातून. हे चमत्कारिक नाही वाटत तुला? एका डोळ्याने रडणाऱ्या बाईशी तुला खरंच लग्न करायचंय?

‘‘मला तुझ्याशी लग्न करायचंय हे पक्क. पण लग्न करणारे आपण पहिलेच असतो तर किती बरं झालं असतं. मला वारंवार वाटतं की ही संस्था इतरांच्या गैरवापरामुळे गंजल्येय, भ्रष्ट झाल्येय. आपण आपल्या सुंदर, परस्परांबद्दलच्या आदरभावनेतून हे नातं कसं घडवायचं असतं ते दाखवून दिलं असतं.

‘‘मी तुला कधी सांगितलंय का माझं तुझ्यावर किती प्रेम आहे ते? मग आता सांगत्येय, असं म्हणून तिची गळक्या नळासारखी धार वाहू लागली.’’

‘‘त्याने तुला लग्नाचं विचारलं तेव्हा तू खूप रडलीस?’’ सूझनने एकदा तिला विचारलं.

‘‘मी का रडत असे काय माहीत? फार मजेदार गोष्टींमुळे डोळे वाहायला लागायचे. मला कोणी म्हटलं तुला जूनमधली नवरी व्हायचंय का, तर माझा चेहरा ओला. माझ्या आत पावसाळा होता. आतून सतत ओली असायची. त्यामुळे मी रडायला लागले की रडत्येय असं लक्षात यायचं नाही. एकदा मी बसमध्ये बसले होते तेव्हा माझ्या मनात विचार आला की त्याला एंगेजमेंटची अंगठी द्यायची त्याचा खडा त्याच्या डोळ्यांसारखा निळा असावा. आणि लागले रडायला. एक गोड वयस्क मुसलमान बाई माझ्या शेजारी बसली होती. तिने थोडा वेळ माझा हात हातात घेतला. मग म्हणाली, ‘दुवा कर बेटी. दुवा में बडी ताकत है.’ मी तिला रडण्याचं कारण सांगितलं. माझं लग्न ठरलंय. ती म्हणाली, ‘नही करनी शादी?’ मी म्हटलं, ‘करायचीये.’ ‘बचपन के लिए रो रही हो?’ ती हसत म्हणाली. तिने कदाचित बरोबर ओळखलं असावं की मी माझ्या लहानपणासाठी रडत होते. किंवा माझ्या निरागसतेसाठी म्हण.’’

एम लहान असतानाच तिला स्थलांतर, विस्थापन, घराला मुकणं हे अनुभव भोगावे लागले होते. भारतात आल्यावर मुंबईला यायच्या आधी तिने आणि तिच्या आईने कलकत्त्यात काही महिने फार बिकट परिस्थितीत काढले. तिथे घरच्या पुरुषाची त्या वाट पाहात होत्या आणि तो बर्माहून

पायपीट करत, जंगलातून, दलदलीतून मार्ग काढत, मलेरिया आणि वाघांपासून स्वतःचा बचाव करत येत होता. ते लांबलचक काळजीने भरलेले महिने त्यांनी एका दुकानाच्या पुढच्या बिनसंडासाच्या खोलीत राहून काढले. संडासाची गरज भागवायला त्या दिवसातून एकदा एका नातेवाइकाच्या घरी चालत जायच्या. एम मोठी झाली तेव्हा तिला अभ्यास सोडून कुटुंबासाठी नोकरी धरायला लागली. हे ती १२ वर्षं करत होती. आणि तरीही तिला लग्न करणं म्हणजे मोठं होणं वाटत होतं? ही गोष्ट मला फारच चमत्कारिक वाटली.

आजीचं ह्या कथेचं रूप वेगळं आहे. कबूल की ती थोडा वेळ रागावली होती—आपलं ते काय झाली होती—पण आजीने ओळखल्याप्रमाणे तो राग फार वेळ टिकला नाही. सरतेशेवटी कोणत्या मुलीला उत्तम मॅनर्स असलेला, बऱ्यापैकी पगार मिळवणारा आणि भविष्यात बढत्या मिळण्याच्या मार्गावर असलेला पुरुष नको असेल? शिवाय ब्राह्मण. आजी म्हणाली तो ब्राह्मण आहे हे न विचारताच तिने ओळखलं होतं.

"ब्राह्मण पण गरीब." असं तिच्या भाषिक अडचणीवर मात करून ती म्हणाली.

"तो गरीब आहे हे कसं ओळखलंस?"

आजीने खांदे ताठ केले आणि छाती फुगवली.

"त्याची शरीरयष्टी मजबूत होती म्हणून?"

"कामगाराचं शरीर," ती म्हणाली. मग तिने हाताचे पंजे ताठ करून पशू-पक्ष्यांच्या नखांसारखी बोटं वाकवली.

"मोठे हात?" मी खडा टाकला.

तिने मानेने होकार दिला.

"आणि त्याचे डोळे," ती म्हणाली. जणू त्या एका अवयवाच्या उच्चाराने तिने आपलं म्हणणं मोहोरबंद केलं होतं.

माझ्या आईचे डोळे : अंबर खड्याच्या रंगाचे.

माझ्या वडिलांचे डोळे : निळे.

डोळ्यांवरून इतकं पक्कं सांगणं कसं शक्य आहे असा मला प्रश्न पडला. निळे डोळे हे खानदानी घराण्यातल्या लोकांचं चिन्ह आहे असं धरलं तरी ती खानदानं नक्कीच स्थानिक नसावीत. भारतीय डोळे तपकिरीपासून काळ्यापर्यंत असतात. निळ्या, हिरव्या, अंबररंगी डोळ्यांचं आजकाल बरंच कौतुक होत असलं तरी त्यांच्याबद्दल लोकांची मनं पूर्वी साशंक असत.

माझ्या लहानपणी अशा डोळ्यांना लोक मांजराचे डोळे म्हणत आणि अशा डोळ्यांची माणसं लबाड असतात, त्यांच्यावर विश्वास ठेवू नये असंही म्हणत. असे पूर्वग्रह असण्याचं कारण नक्कीच घाऱ्या डोळ्यांचा पाश्चिमात्यांशी असलेला संबंध. डोळे त्यांच्यासारखे तर रक्तातही त्यांचं काहीतरी उतरलं असलं पाहिजे हा समज. म्हणजे थोडक्यात सोवळ्यात ओवळा. पण गोव्यात ओवळ्याला त्याच्या वंशाचं किंवा वर्गाचं कोण सापडणार? त्यांच्याशी ज्यांनी हातमिळवणी केली ते शिष्टजन? नाही. ते परकीय रक्त नक्कीच खालच्या स्तरात पोहचलं असणार, जिथे पुरुष अबल होते आणि बायकांवर मालकी हक्क गाजवण्याची प्रथा सबल होती. पण आजीला हे सांगण्यात अर्थ नव्हता. अशा विचारांचा तिला धक्काच बसला असता.

"बरं झालं आम्ही गेलो," ती म्हणाली. "नाहीतर ते अजून आपलं काय ते बसले असते आणि तुम्ही दोघं आपलं काय ते..." तिच्या सांगण्याचा अर्थ की ते अजूनही पुस्तकांच्या दुकानांना भेटी देत फिरले असते आणि तुम्ही दोघं—सूझन आणि मी—जन्मला नसतात.

आम्ही जेव्हा हूमरावला म्हटलं की सिल्क फ्रॉकमधल्या दोन म्हाताऱ्यांनी जबरदस्ती करून त्याला बोहोल्यावर चढवलं ना, तेव्हा तो "हॅट" म्हणाला. "मी आधीपासून ठरवलं होतं. मी विचारणार होतो."

एमकडे आम्ही हे पोहचवलं तेव्हा ती म्हणाली, "खरं? विचारलं असतं तर मी काय उत्तर दिलं असतं कोण जाणे. प्रमाण उत्तर हॉलीवूड पद्धतीचं. आपल्याला कल्पनाच नव्हती, आपण आश्चर्यचकित झालो आहोत, आपण हा बहुमान समजतो, आपल्याला विचार करायला थोडा वेळ मिळू शकेल का? ह्या सर्वाचा अर्थ 'हो'. पण नाही म्हणायचं असलं तर ताबडतोब 'नाही' न म्हणता म्हणायचं की 'आपल्याला कल्पनाच नव्हती, आपण आश्चर्यचकित झालो आहोत, तर आपल्याला विचार करायला थोडा वेळ मिळू शकेल का?'"

"एकूण तेच ना?" मी म्हणालो.

"हो. पण अक्कलवाल्या पुरुषाला अर्थ समजतो."

हे पटण्याजोगं नव्हतं तरी मी काही बोललो नाही. पण एमला ते माझ्या चेहऱ्यावर दिसलं.

"खरं नाही वाटत?"

मी अत्यंत काळजीपूर्वक म्हणालो, "माझ्या मते आपण जे बोलतो त्यातून समोरचा माणूस नक्की काय अर्थ काढतोय हे ठरवणं कठीण असतं."

“काहीतरी काय, उगीच हुशारी? पुरुषांना नक्की कळतं. बायकांना तर कळतंच कळतं.”

मी खांदे उडवले. “आपण तुझ्या साखरपुड्याबद्दल बोलत होतो. तू त्यांच्यावर रागावली होतीस.”

“विरोधाचा काही उपयोग झाला असता का हे ठरवणं कठीण आहे. मी कोण होते हे आठवणंही कठीण आहे बाळा. माझी डायरी आता वाचताना किती विचित्र वाटतं तुला नाही कळायचं. ती मुलगी नक्की कोण होती? हवेत तरंगणारी, घाबरलेली! साक्षात वनबालिकाच मेली! मला बरंच वाटलं असणार कोणीतरी गाडं पुढे ढकलण्याची कृपा केली त्याचं. मी अठ्ठावीस वर्षांची घोडी झाले होते. कामवासना शून्य. संभोगाबद्दल मत खास चांगलं नाही...”

“अरे देवा. झालं सुरू हिचं.”

“खरंच सांगते. सगळी बरबट आणि वेदना वगैरे. ऑड्रीने तिच्या पहिल्या रात्रीचं इत्थंभूत वर्णन करून सांगितलं होतं. त्यामुळे मरीन ड्राइव्हवर कोणीतरी माझा हात धरतंय, अधूनमधून चुंबन घेतंय, हिंडवतंय, फिरवतंय एवढं मला पुरेसं होतं. त्यापलीकडे काही नको होतं. की हवं होतं? म्हणजे मला त्याच्याशी लग्न करायचंय ह्यावर मी ठाम होते, पण लगेच नाही. आणि मग मुलांची कटकट. लग्न झाल्याबरोबर ती होणारच. असं काहीतरी.”

“दोलायमान स्थिती.”

“दोलायमान? आवडला शब्द. तर तसंच काहीतरी. आतासुद्धा माझी दोलायमान स्थिती आहे. मी डोलकाठीच होते. डोलकर डोलकर डोलकर दरयाची राणी. कोणत्या बाजूची जीत होणार होती? मी एका कोपऱ्यात लाजत बसणार होते आणि म्हणणार होते, ‘आई, मावशी, तुम्ही माझ्यासाठी जे ठरवाल ते योग्यच असेल.’ की त्या उलट, ‘तुम्ही तिथे जा तर खऱ्या, मग मी पळून जाऊन नन होते की नाही बघा.’ काय सांगावं?”

“त्यांनी ते गंभीरपणे घेतलं असतं.”

“अर्थातच. मला नन व्हायचं होतं हे त्यांना माहीत होतं. फक्त मला एकटीने खोलीत झोपायचं नव्हतं. एकटं एकटं वाटलं असतं. नाही, मी खोटं बोलत्येय. मला भीती वाटली असती. मदर कॅथरीनने सांगितलं होतं की नन्सना एकटं झोपावं लागतं. सर्व नन्स समलिंगी होतील की काय अशी त्यांना कदाचित भीती वाटत असेल. ती म्हणाली माझी काळजी घ्यायला जीझस असेल तिथे. मी तिच्यावर विश्वास ठेवला नाही. त्या गृहस्थाचं काय

सांगावं? बघ ना, ''दाय विल बी डन.'' म्हणजे काय, ''तुझी इच्छा मी पुरवणार.'' पण आयुष्यभर रोज रात्री माझं भीतीने पाणी पाणी व्हावं अशी त्याची इच्छा असेल तर? त्याच्यापेक्षा मला त्याची आई बरी वाटते. तिचं फक्त एकच म्हणणं असतं, ''माझी आराधना करा.'' इतपत ठीक आहे. पण त्याच्या मागण्याच फार. ''तुझ्या पायाशी सर्वस्व अर्पण,'' हे काय आहे? हे भजन एखाद्या बाईने गाण्यासारखं आहे? मी गाइले एकदा आणि त्याने माझा एक कानच नेला. त्या कानाने ऐकू येईना. मी म्हटलं, 'तुझं बस्स झालं च्यायला. आता तुला मी काहीएक अर्पणबिर्पण करणार नाही.'

''त्यामुळे तुझ्या आयुष्यात देवाच्या आकाराचं एक भोक निर्माण झालं?''

''किती पुस्तकी बोलतोस. नको ना. असं बोललास की आपण गप्पा मारतोय अस वाटत नाही.'' तिने माझ्यावर एक गार, दगडी नजर रोखली. ''पुस्तकातलंच अवतरण होतं ना ते?''

''असावं असं वाटतं.''

''अगदी आवडत नाही मला पुस्तकातले बोल बोललेलं,'' ती चिडून म्हणाली. ''पुस्तकाशी बोलल्यासारखं वाटतं. इतिहासाशी बोलल्यासारखं वाटतं. माझा कोणीतरी सरावासाठी वापर करतंय असं वाटतं.''

''सराव?''

''सार्वजनिक भाषणाचा. किंवा चर्चासत्राचा. किंवा शाळेतल्या डिबेटचा किंवा असलंच हगुरडं काहीतरी.''

तिने गप्पांमधून अंग काढून घेतलं आणि ती विड्यांच्या शोधात निघून गेली. त्यानंतर जेव्हा ती तिच्या साखरपुड्याबद्दल आणि लग्नाबद्दल बोलली तेव्हा तपशील थोडा बदलला होता. त्यात मला काही विरोधाभास आढळले. पण मुख्य संहिता तीच होती. आणि तिने पुन्हा ठामपणे सांगितलं की तिला नन व्हायचं होतं.

''लग्न नव्हतं करायचं?'' मी विचारलं.

''कोणाला करायचं असतं?'' एमने नाटकीपणे विचारलं. ''ज्यांना मुलं हवी असतात त्यांनाच.''

''तुला मुलं नको होती?'' हे कोणी विचारलं आठवत नाही. सूझनने का मी का दोघांनी मिळून?

''अरे देवा, छे. मुलं काय करतात पाहिलं होतं मी. छान स्वाभिमानी बाईला माता बनवतात. मला माता व्हायचं नव्हतं. मला सुलट्याचं उलटं

व्हायचं नव्हतं. माझ्या जगाची उलथापालथ होऊन माझं त्यातलं मध्यवर्ती स्थान मला गमवायचं नव्हतं. ह्या बाबतीत सावध राहावं लागतं लाओत्सू. पुरुषांचं असं होत नाही. ते फक्त बी पेरतात आणि तुम्ही मुन्नीतून गोळा बाहेर ढकललात की चिरूट वाटतात. तुमच्या आयुष्याची पुढची शंभर वर्षं तुमची तुम्ही अशी व्याख्या नसते. केवळ कोणाची तरी माता अशी असते.''

तेवढ्यात तिला आपण कोणाशी बोलतोय ह्याचं भान आलं.

''अर्थात हे सगळं झालं की आपल्याला वाईट वगैरे वाटत नाही हं का?'' ती मोकळं हसली. ''तुम्ही दोघं माझा लाभांश होतात कळलं ना? हे कधी विसरायचं नाही.'' मग तिने एक खोल श्वास घेतला आणि म्हणाली, ''पण केवढ्या मोठ्या गुंतवणुकीवर. माझं अवघं आयुष्य.''

आम्ही विशेष बोललो नाही. काही म्हणायला वावच नव्हता. आम्हाला मिळालं होतं त्यात समाधान मानणं एवढाच प्रयत्न करायचा होता. आम्ही स्वतःची समजूत घालून घेतली की प्रांजळपणाचं धोरण कधीही चांगलंच असतं आणि एमचा विचार काय होता हे कळल्यामुळे पुढे-मागे आम्हाला बरंही वाटण्याची शक्तता होती.

असंच काहीतरी मी स्वतःला सांगत असतो.

७

साली कुत्री

एमच्या डोक्यातली हवा अचानक कधी बिघडेल आम्हाला कधीच सांगता येत नसे. प्रेमाच्या माणसाच्या बाबतीत आपण हळवे असतो आणि त्याची दखल ते माणूस आपल्याशी मृदुतेने वागून घेत असतं. पण एम आपल्याला एखाद्या काचेच्या वस्तूसारखी कधी हाताळेल आणि आपल्या मर्मावर कधी घाव घालेल हे सांगता येणं कठीण होतं. कधी हा तिच्या मानसिक स्थितीचा परिणाम असावा असं वाटायचं तर कधी स्वभावाचा. ती एकदा काहीतरी बोलली म्हणून मला रडू आलं तेव्हां सूझन म्हणाली, ‘‘अरे हे ती बोलली नाही, तिची मानसिक परिस्थिती बोलली.’’ तिच्या जिभेच्या धारेपासून स्वतःला वाचवण्याचा हा मार्ग होता. पण ती माणूस म्हणून जी कोण होती त्यातूनही सुटण्याचा हाच मार्ग होता. ह्या मार्गाने आम्ही कधीही तिचं बोलणं वेडेपणाचं ठरवून त्याच्याकडे दुर्लक्ष करू शकत असू. परिणामी तिला कधीतरी खरोखरीच आम्हाला दुखवायचं असेल किंवा आमचा अपमान करायचा असेल किंवा आमच्यावर रास्त टीका करायची असेल ह्याचा आम्ही गंभीरपणे विचार केला नाही. आम्ही तिच्या बोलण्याकडे अनेकदा दुर्लक्ष केलं त्याच्यामागचं एक कारण आत्मरक्षण हे होतं.

काही प्रसंग मात्र असे यायचे जिथे आत्मरक्षणाचे सर्व मार्ग बंद व्हायचे.

माझ्या पहिल्या नोकरीत एक दिवस माझा फार वाईट गेला होता. त्या दिवशीची ही गोष्ट. मी घरी आलो. मी वीस वर्षांचा. मला एक लेख लिहायला सांगितला होता. मी वर्तमानपत्र व्यवस्थेत ज्या स्तरावर होतो तिथे माझ्या स्वतःच्या मतांना किंमत नव्हती. लेख होता नावाजलेल्या इतरांना त्या प्रश्नाविषयी काय वाटतं ह्याबद्दल. माझं काम त्यांना बोलतं करायचं आणि ते काय म्हणतात ते उतरवून घ्यायचं एवढंच होतं. म्हणजे फोन करून त्यांच्याकडे वेळ मागणं आलं. पण कोणीच ठिकाणावर नाही. एक इसम बाहेरगावी आणि त्यांच्याशी कसा संपर्क साधायचा हे कोणाला माहीत नाही. दुसरे घरी नाहीत आणि ऑफिसमध्ये फोन केला तर जागेवर नाहीत.

तिसऱ्यांच्या सेक्रेटरीने बहुधा रिसीव्हर कायमचा खाली काढून ठेवलेला. मी सारखा फोनवर फोन करतोय आणि दरम्यान आपल्या लेखासाठी एक संपूर्ण यंत्रणा एखाद्या श्वापदासारखी दबा धरून बसल्येय ही जाणीव वाढत्येय. एका मिनिटासाठी जरी फोनवरचा हात काढला तरी संपादक, उपसंपादक, डिझाइनर, सर्वजण आपल्यावर कामचुकार म्हणून नजरा रोखणार. मला ह्या व्यक्तींचं म्हणणं उद्‌धृत करायचं आहे. सध्या एकाचंच मत मिळालं आहे पण तो इसम लिंबूटिंबूंच्या यादीतला आहे. तज्ज्ञांच्या म्हणण्याला पुष्टी म्हणून उपयोगी पडेल, पण तज्ज्ञ, म्हणजे राजकारणी, कंपन्यांचे संचालक, सिनेमातले तारे बोलले तर पाहिजेत ना? एकही बोललेला नाही.

घरी आल्यावर हे सर्व विसरायचं असं ठरवतो. अपयश इतक्या सहजपणे विसरता येत नाही. विजय पटकन विरून जातो. अपयश आपल्याभोवती एखाद्या काळ्याकुट्ट वस्त्रासारखं लपेटून राहतं आणि सर्वजण सभ्यपणे ते न दिसल्याचा आव आणतात. एमव्यतिरिक्त. ती थेट खोल पाण्यात उतरते.

''ऑफिसमध्ये दिवस वाईट गेला वाटतं. तुझा वासच सांगतोय. व्यवस्थेकडून मार खाल्लेला हा माणूस बघा असं मी बिशपला सांगितलं असतं, बिशप माझ्या शेजारी बसलेला असता तर. पण हा कुठला बिशप? हा तर माझा मुलगा. हवा भरलेला फुगा आज फुस्स झालाय. ये मिठी मार मला.''

मी मारतो मिठी तिला. तिला भयानक उग्र वास येतोय, विड्यांचा, केसाच्या तेलाचा आणि आयोडेक्सचा.

''तुला कुठे दुखतंय का?''

''दुःखा, दुःखा आलास का, आलास तसा निघून जा.''

मला फडतूस बडबड गीत नकोय. मला चहा आणि सहानुभूती हवेय.

''मी तुला प्रश्न विचारला.''

''मुळीच नाही. तू विधान केलंस.''

''बरं. मागे जाऊ. तुला कुठे दुखतंय का?''

ती कपाळाला मनगट लावून पोझ घेते. ''ह्या वेदना तुला कशा कळाव्या?''

ती हळूच माझ्याकडे बघते.

''नाही. कुठेही दुखत नाही. मी आयोडेक्स खाल्लं.''

काय करावं कळत नाही. ती मस्करीसुद्धा करत असेल.

''तोंड उघड.''

‘‘हां हां हां!’’ ती चिडवते. उघड्या तोंडातून मागे एक काळा डाग दिसतो. मी बोट आत घालतो. डाग खरवडतो. बोटाचा वास घेतो. आयोडेक्स.

‘‘का?’’

‘‘काका काकडी, फाफा फास, गळ्यातल्या टायने तू लटकणार खास.’’

काही दिवशी घरी भेटलेल्या ह्या शरीरात मला माझी आई बरीचशी दिसायची. इतर दिवस असे असायचे की ती जवळपास दिसतच नसे. हा दिवस त्यापैकी होता. समोर होतं ते माझ्या आईचं विडंबन. मॅनियाने तिचा ताबा घेतला होता. पण हा झटका लबाड होता. ती ज्या प्रकारे बसून विडी ओढत होती त्यावरून वाटावं हा सर्वसाधारण झटका आहे. पण तो तसा नव्हता. ती आता ‘पायका’च्या अवस्थेत पोहचली होती, ज्यात विचित्र गोष्टी खाण्याची जबर इच्छा होते. ह्यापूर्वी असं कधीच झालं नव्हतं. ती माझं मरण वर्तवत होती. हेही तिने सर्वसाधारण अवस्थेत केलं नसतं. तिला आपण काहीतरी मदत करावी असं वाटत होतं पण पूर्वानुभवावरून मला माहीत होतं की त्याचा काही उपयोग व्हायचा नाही. तिला आणि तिच्यावरच्या ह्या संकटाला मला समजून घ्यायचं होतं. मी तिचा मुलगा होतो म्हणून आणि तिच्यावर माझं आतून जाळून टाकणारं असहाय प्रेम होतं म्हणून. मनातून हे करायचं होतं पण मी फक्त ओरडू शकलो.

‘‘तू काय येडझवं बोलत्येस कळतंय का तुला? सरळ उत्तर का देता येत नाही तुला, हगुरडी साली?’’

तिने डोळे विस्फारले. मी माझ्याच डोळ्यांत बघत होतो.

‘‘तू रागावलास? अरेरे. माझं सोन्यासारखं बछडं रागावलं. रागावलं रे बाबा. मला भीती वाटत्येय.’’

ती मला हिडीसपणे चिडवत होती. अंगात कापरं भरल्याची तिने नक्कल केली. पण तो तिच्या आजाराचा भाग असतो हे मला आठवलं आणि मी स्वतःला सावरलं.

‘‘कामावर फार वाईट दिवस गेला माझा...’’

‘‘बापरे. कामावर वाईट दिवस गेला रे बाबा त्याचा. आणि मोबदला काय तर तीन हजार रुपये. तीन हजार रुपयात काय येणार? तीन हजार रुपये घेऊन कुठे जाणार? तीन हजार रुपयात वेगळंही राहू शकणार नाही.’’

आपल्यावर कधीच इतका हिंसक हल्ला झाल्याचं आणि आपल्याला इतकं दुःख झाल्याचं मला आठवत नाही.

"चूप बस!" मी ओरडलो. माझा आवाज अश्रूंनी थरथरत होता. "चूप बस साली कुत्री."

ती एकदम ताळ्यावर येऊन म्हणाली, "तुला चहा हवाय?"

"तू ठार वेडी आहेस का?" माझा माझ्यावरचा ताबा सुटत होता.

"शुश." ती म्हणाली आणि एकाएकी तिने तिची पत्रांची वही उचलली. ह्या वहीत तिने लोकांना लिहिलेली जी पत्रं होती ती कधी पोस्टात पडत नसत. कधीतरी सूझनच एखाददुसरं वाचून पत्राच्या ग्राहकाला लागेल असं त्यात काही नाही ह्याची खात्री करून घेऊन पोस्टात टाकायची.

"ते ऐकतायत."

"कोण?"

तिने डोळे फिरवले आणि ती भयभीत झाली.

"कोण?" मी म्हणालो. "कोण ऐकतंय?"

तिच्या चेहऱ्यावरचा भाव सांगत होता की नैराश्यावर मात करून ती आता एक वेडा अंतिम खेळ खेळण्याची तयारी करत आहे, ज्या खेळाची सुरुवात तिच्या मते माझ्यापासून झाली.

"तू तान्हा होतास तेव्हा ह्याची सुरुवात झाली. तू पंख्याकडे बोट दाखवलंस. तेव्हा मी ओळखलं की "ते" तिथे असतात. "ते" ऐकत असतात. तुला त्यांचा पहिल्यांदा शोध लागला."

"आत्ता ऐकतायत?"

तिने पुन्हा डोळे फिरवले. मग तिला हे सगळंच, तिच्या मुलाचा मूर्खपणा, तिला नाटक करण्याची वाटणारी आसक्ती हे सगळं असह्य झाल्याप्रमाणे ती किंचाळली, "जा मग. जा. जा मरा. पण माझ्या मुलाबाळांच्या एका केसालाही धक्का लावलात तर याद राखा."

मग स्मित करून ती म्हणाली, "साली कुत्रीने तुझ्यासाठी चहा केला तर चालेल? दमला असशील तू."

दुसऱ्या दिवशी सकाळी उशीखाली मला चिठ्ठी सापडली.

तुम्हाला सर्वांना इथून दुसरीकडे पाठवलं पाहिजे. ते आपल्याला न्यायला आले तर आपण सर्वच्या सर्वजण त्यांच्या हाती लागता कामा नये. मला तुला घरातून हाकलवलं पाहिजे. तुला जावं लागेल. मी जे बोलले ते त्यासाठी बोलले. मला तुझा खूप अभिमान आहे पण हे त्यांना समजता कामा नये. मी तुझा दुस्वास करते असं त्यांना वाटलं तर कदाचित ते तुला हात लावायचे नाहीत. हुजूर आणि मी, आम्ही करू काहीतरी. आम्ही एकत्र

आगीत उतरू. एकत्र जाऊ. त्यात मोठंसं काही नाही. आम्ही प्रेम केलंय. जगलोय. तुझं सर्व व्हायचंय. तू जगावंस, प्रेम करावंस अशी माझी इच्छा आहे. पण ते केलंस तर ते तुला पकडतील. सूझनला ते हात नाही लावणार. तिचं मन शुद्ध आहे. ती राहिली तरी चालेल. पण तू मात्र गेलं पाहिजेस. लवकरात लवकर. माझ्या वाढदिवसापर्यंत फक्त थांब. मला कॅडबरी चॉकोलेट दे. कॅडचं समीकरण कॅथलिक आहे. सर्व कॅथलिकांना गाड. कोणाला सांगू नको.

सही होती "साली कुत्री".

ह्याचा काय अर्थ लावायचा कळेना. एम झोपलेली होती म्हणून आम्ही सगळे गुपचूप आपापली कामं आटपत होतो. कामावर गेल्यावर न सोडवलेल्या त्या गुंत्याचा विचार करायचा नाही असा प्रयत्न केला. घरी आलो तर एम नाही. तीच म्हणाली म्हणून तिला हॉस्पिटलमध्ये दाखल केलं होतं. सूझन तिच्याबरोबर होती. हॉस्पिटलच्या सर्व दगदगीमुळे हूमराव थकून झोपला होता. आम्ही एकत्र जेवायला बसलो तेव्हा त्याला म्हटलं, "मी घर सोडावं हे बरं." माझ्या बोलण्याचा विचार करत तो शांतपणे जेवत होता. मग त्याने माझ्याकडे नीट बघितलं.

"कल्पना ठीक आहे. तुला परवडेल?"

"नाही."

तो हसला, पण इतकं किंचित की ती नुसतीच ओठांची हालचाल वाटावी. "मग प्रश्नच उद्भवत नाही, नाही का?" तो म्हणाला.

"पण ह्या कल्पनेला तुझा विरोध नाही ना?"

त्याने चमचा खाली ठेवला आणि माझ्याकडे स्थिर नजरेने बघितलं. "तू इथे राहिलास तर आम्हाला हवंच आहे. इतरांचं आहे तसं हे तुझंही घर आहे. पण तुला वेगळं व्हायचंच असेल तर परवडेल तेव्हा जा, मनात आलं म्हणून नको."

हा आदेश म्हणून वाईट नव्हता. तुला परवडेल तेव्हा. मनात आलं म्हणून नाही.

हॉस्पिटलमध्ये एमला भेटायला गेलो तेव्हा तिच्या डोळ्यांची मत्स्यालयं झाली होती, ज्यात विचित्र प्रकारचे जीव आणि कृत्रिम काहीबाही भरलं होतं. जेवण सतत थुंकून टाकणाऱ्या तिच्या शेजारच्या बाईला तिने नुकतंच साफ केलं होतं. तरीही ती पूर्णपणे भानावर नव्हती.

"मला एका गाण्याचे शब्द आणि दुसऱ्याची चाल ऐकू येत्येय. ती मिळून लहान मुलांसारखी एकत्र खेळतायत. स्वर्गात प्रवेश करणाऱ्या मुलांसारखी. स्वर्गात किती चॉकोलेट असू शकेल? देवांचं अन्न आणि देवांचं गू. मला अन्न, आईला गू. बिचारीला तिचं सोनं परत हवंय. ते कुठे गेलं असेल कोण जाणे. कुठे गेलं. कसं गेलं. का गेलं आपल्याला माहीत आहे. का, सिस्टर सेअरा, का? "पण कसलं गेलं. बसत नाही. तुला कळतंय मी काय म्हणत्येय ते?"

ती ह्या शब्दावरून त्या शब्दावर स्वैरपणे तरंगत होती.

"हो कळतंय."

"मुळीच कळत नाहीये. माझं कळलं तर तुला इथे, वेड्या लोकांच्यात यावं लागेल. तुला वेडं व्हायची गरज नाही. तू वेडा होऊ नयेस म्हणून मी झाले. आता मी साली कुत्री झाल्यामुळे तुला काहीच करण्याची गरज नाही."

"मला तसं म्हणायचं नव्हतं."

"काय?"

मी तिच्याकडे रोखून पाहिलं. तिच्या मनातले विचार ती मला दाखवत नव्हती. मला लगेच कळलं की अपमान तिला जाणवला होता आणि तिच्या मनात तो रुतला होता. हे ती मला दाखवणार नव्हती. त्यामुळे मला क्षमा मागण्याची संधी मिळणार नव्हती. तरीही मी प्रयत्न केला.

"मी जे म्हटलं त्याबद्दल मनापासून सॉरी."

"सॉरी सॉरी, किस द लॉरी, शाळेतली मुलं म्हणायची. एक रस्त्यावरून ओरडत जायचा, 'टोनी ग्रेग लंबूटा.' दुसऱ्याने मला फुलपाखराबद्दल कविता वाचून दाखवली. तुझी मी वाट पाहात होते तेव्हा त्याने आंब्याच्या झाडाखाली मला वाचून दाखवली."

तिच्या आत शिरणं अशक्य होतं. आणि निघून जाणं तितकंच अशक्य. मी खुर्ची पलंगापासून मागे ढकलली, तीन उभे गज असलेल्या खिडकीजवळ नेली आणि पुन्हा बरोबर आणलेल्या पुस्तकाकडे वळलो. एमच्या काव्यरचना वाचल्या, एक आंब्याविषयीची, एक आई आणि सैतानाच्या मधमाशीविषयीची. ती थकून नुसतीच पुटपुटायला लागेस्तोवर मी वाचत बसलो. मग हूमराव आला आणि मी घरी जायला मोकळा झालो.

माझ्या विशीच्या एक-दोन वर्षं आधी माझ्यातल्या अनेक उणिवांची मला जबरदस्त जाणीव झाली. त्या भरून काढण्यासाठी मी वाचनाची एक मोहीम हाती घेतली. प्रथम प्लेटो. त्या सर्वसमावेशक प्रतीमध्ये त्याच्या पन्नास संवादांपैकी अठ्ठेचाळिस होते. वाचून वैतागलो आणि थकलो. सौंदर्याचा सत्याशी आणि सत्याचा सौंदर्याशी संबंध आहे हे मला फारसं पटत नव्हतं. मग खास कारण नसताना सहज कमला सुब्रमणियमचा 'महाभारता'चा अनुवाद वाचायला घेतला. हे काहीतरी भन्नाट आणि भयानक होतं. त्याने मला नैराश्याकडे लोटलं. हा संपूर्ण ग्रंथ म्हणजे नावांचं आणि नात्यांचं जाळं होतं, ज्यातली काही नावं आपल्याला चकवत एकासारखी एक होती. मी गंभीरपणे पांडवांची, त्यांच्या पूर्वजांची, त्यांच्या बायकांची, मुलांची, नातेवाइकांची नावं कागदावर टिपत होतो, पण तरीही ती हातून निसटतच होती. शेवटी थकलो. पुस्तकाचं पुठ्ठ्याचं वेष्टण छातीला टोचत होतं. उन्हाळ्याचे दिवस होते. बाहेर सूर्य तळपत होता. म्हणून कोणाचं कोण वगैरे विचार न करता मी एक एक पान उलटत पुढे जाऊ लागलो.

मी त्याच्यावर मात करण्याचा प्रयत्न सोडल्यावर ताबडतोब ते महाकाव्य तेजाने ओसंडू लागलं. मनुष्यप्राण्याच्या असेल नसेल त्या प्रत्येक विकाराने ते भरगच्च भरलं होतं. मी खुळा झालो.

मी भगवद्गीता वाचू लागलो तेव्हा मला वाटलं की कृष्ण थेट माझ्याशी बोलतोय. तो मला सांगतोय की मी विद्यार्थी असलो तर विद्यार्थी असणं हेच महत्त्वाचं. माझ्या आईचा सेवक असण्याचं कारण नाही. आयुष्यात माझं जे स्थान आहे त्यानुसार कर्तव्य करत राहायचं.

एका सकाळी, अख्खे सहा तास, हिंदू धर्माच्या निळ्या-सावळ्या उजेडाने मला न्हाऊ घातलं. मग मी खोलीच्या दुसऱ्या बाजूला बघितलं. एमला उकाडा फार प्रिय. तिचा संपूर्ण उन्हाळा मस्त गेला होता, बेताल ऊर्जेने आणि निद्रानाशाने भरलेला. ती महाउत्साहात होती. अखंड बडबड, एका मागाहून एक चहाचे कप आणि आम्ही जरा शांतता मागितली तर आमच्यावर डरकाळ्या फोडणं. ''तुम्हाला थडग्यात अनंत काळाची शांतता मिळेल.'' संध्याकाळी हूमराव कामावरून आल्यावर तिची नशा थोडी उतरायची. पण तो स्वयंपाक करायला गेला की ती मोकाट सुटायची.

एप्रिल त्या मानाने शांतपणे गेला. एमला शिक्षणाबद्दल आदर होता. आम्ही परीक्षेसाठी अभ्यास करत असताना तिला चूप करणं सोपं होतं. 'माझा अभ्यास चाललाय' असं आमच्यापैकी कोणीतरी म्हणायची खोटी की

ती ताबडतोब 'हो? मग माझी अळीमिळी गुपचिळी' म्हणायची, विडी पेटवायची आणि कोणाला तरी पत्र लिहिण्यात गर्क व्हायची. किंवा आणखी चहा करायची. ह्या प्रक्रिया तिला शांत करायच्या. तिचा शांतपणा झेन बुद्धिझमच्या कुठेही आसपास जाणारा नव्हता. ती जुनी इंग्रजी गाणी शिटीवर वाजवत, आदळआपट करत चहा उकळवायची, गाळायची, ढवळायची आणि जोरजोरात भुरके घेत प्यायची. आणि पिता पिता काहीतरी बोलायचं राहिलेलं असेल त्याची घुसळण तिच्या डोक्यात सुरू झालेली असायची.

पण आता जूनच्या मध्यावर आम्ही होतो. आता महिनाभर सूझनला आणि मला अभ्यास नव्हता. त्यामुळे एमला काबूत आणण्याचा कोणताही उपाय नव्हता. तिच्या बेताल वागणुकीने ती थकली होती आणि आम्हीही. मी महाभारत बाजूला ठेवत असतानाच माझ्या लक्षात आलं की तिची डिप्रेशनच्या दिशेने घसरण चालू झाली आहे. तिच्या अचानक शांतपणाने माझं महाभारतावरचं लक्ष उडालं आणि त्याबरोबर निळ्या-सावळ्या देवाच्या तात्त्विक चर्चेची पकड ढासळली.

एमने विडी पेटवली होती, पण तिची नजर जमिनीवर खिळली होती. जणू त्यात एखादी आकृती किंवा कथा दडलेली होती. काही क्षणांनंतर ती उठली, कुत्र्याला माशी त्रास देत असते तेव्हा तो जसा मानेला झटका देतो तसा झटका दिला, आळस दिला आणि म्हणाली, "आणखी एक कप चहा."

"तुझी हरकत नसेल तर मीही घेईन."

"तुझी नसेल तर तू कर आणि मी घेईन अशी आशा करायला काही जागा? कसचं काय. वाटलंच होतं!" ती म्हणाली आणि स्वयंपाकघरात गेली. तिचा शांतपणा, भांडं घेताना, शेगडीवर ठेवताना तिच्या मंद गतीने होणाऱ्या हालचाली, संकुचित जागेत पाय ओढत ओढत चालणं, ही सगळी तिचा अंधाराकडे प्रवास सुरू झाल्याची लक्षणं होती. तिच्या त्या काळ्या द्रवपदार्थाची गळती सुरू झाली होती. मी थोडा वेळ कर्माच्या कल्पनेतल्या संरक्षणाला धरून राहण्याचा प्रयत्न केला पण तो फोल ठरला. प्रेम आपल्याला वेगळीच गोष्ट कर असं आर्जवत असताना आपण आपल्या कर्म-कर्तव्याचं पालन कसं करायचं? प्रश्नाचं उत्तर सोपं होतं. कृष्णाने ते दिलं होतं. प्रेमाकडे दुर्लक्ष करायचं.

मी तोही प्रयत्न केला होता. एम जेव्हा बेताल व्हायची तेव्हा मी व्यस्त विद्यार्थ्याचा आव आणायचो. मी कलादालनांमध्ये मोकाट सुटायचो. तिथल्या

नोंद वह्यांमध्ये जॉन रस्किन किंवा क्लेमेंट ग्रीनबर्ग ह्या नावांनी शेरे लिहायचो. चित्रपट महोत्सवांमध्ये एका मागाहून एक चित्रपट बघायचो. मी दुपारचा संपूर्ण वेळ शहराच्या तीन टोकांना असलेल्या तीन वाचनालयांना भेटी देऊन पुस्तकं परत करायचो आणि नवी पुस्तकं घ्यायचो. हे सोडून पन्नास इतर मार्ग होते तिला मनात प्रवेश करू न देण्याचे. पौगंडावस्थेतल्या मुलासाठी आई म्हणून ती भयानक त्रासदायक होती.

एखाद्या सर्वसाधारण दिवशी मी कॉलेजमधून परत आलो की स्वागत असं व्हायचं : ''काय सेक्सी? आज नशिबाने हात दिला का?''

''कसला हात?''

''सेक्स वगैरे काही आलं का वाट्याला?''

''एम!''

''नाही का? पोरी आंधळ्या असल्या पाहिजेत.''

''बस्स हं.''

''पण ते बऱ्यासाठीच होत असेल. सूझन झाली तेव्हा ग्रिझेल्डा आली होती. आठवते ना तुला ग्रिझेल्डा? ती माझ्याबरोबर ॲम-कॉन-जेनमध्ये कामाला होती. मस्त स्तनं होती. चाळीसची असेल पण तशी दिसत नसे. त्यांच्याकडे मी बघायला नको होतं. तुला काय वाटतं? म्हणजे मी लेस्बिअन वाटले असेन का? मी फक्त बघत होते. हात लावावासा नाही वाटला. तुझं 'डेबोनेअर' मला सापडलं तेव्हा...''

''काय सापडलं?''

''अरे परत ठेवलं. काळजी नको करू. टॉयलेटच्या टाकी मागे. कसली जागा ती! अर्थात तुला स्वतंत्र खोली असती तर तू गादीखाली ठेवलं असतंस. बिचारं बछडं. दुसरी जागाच कुठाय हात चालवायला?''

''एम!''

''तर मधल्या पानावरच्या मुलींकडे पाहिलं. काही छान होत्या. पण त्यांना जवळ घ्यावं असं मुळीच वाटलं नाही मला.''

''एम!''

ती बोलायला लागली की माझ्या तोंडून फक्त उद्गार निघायचे. तिला त्यातून आनंद मिळायचा. त्यासाठीच ती आपलं बोलणं बेतायची.

''अरे देवा. बडबड करून कुठे चहा होतो का? मी तुला आल्हाददायी पण नशाहीन पेला पाजवते आणि त्यासमवेत बिस्किटं आणि मस्त गप्पा.''

फोन वाजला.

“ ‘वाडा चिरेबंदी’ पहायला येणार का? माझ्याकडे दोन तिकिटं आहेत.”

“येणार.”

मी भर्रकन चहा संपवला, कावळ्याची आंघोळ केली आणि पडलो बाहेर नाटकं, काव्यवाचनं वगैरेंच्या ह्या नव्या जगाला सामोरं जायला. काही ना काही चालू असायचंच आणि घराबाहेर राहण्याच्या माझ्या अगतिकतेमुळे सर्व ठिकाणी हजेरी लावायला मी एका पायावर तयार असायचो. आपण काय पाहणार, ऐकणार आहोत ह्याची मला पर्वा नसायची. वायदाचं ‘मॅन ऑफ मार्बल’, एखाद्या तरुण मुलीचं भरतनाट्यम् किंवा काळ्या पोशाखातले शेळपट तरुण काळे मुखवटे घालून खांद्यावर टायर तोलत इकडून तिकडे चालतात असं गुजराती प्रायोगिक नाटक काहीही. ह्यातलं बरंचसं हास्यास्पद असायचं, पण काही क्षण उदात्त होते आणि ते अनुभवताना कला काय करू शकते ह्याचा शोध लागायचा.

महेश एलकुंचवारांच्या ‘वाडा चिरेबंदी’ने असे क्षण दिले. गोष्ट साधी. रूढिप्रिय उच्चवर्गीय कुटुंब. तीन भाऊ. एक शहरात, एक शेतावर आणि चंदू. चंदूचं काय काम? त्याने घरातल्या वयस्क आजीची देखभाल करायची. ती एक स्वतःची कीव करणारा, दमेकरी, अदृश्य आवाज होती. ती सोडून चंदूला वेगळं आयुष्य नाही. चंदूने मला निळ्या-सावळ्या देवाच्या आत्मबचाव संदेशातून खेचून बाहेर काढलं. माझा धर्म थांबणं आणि वाट पाहणं हा कशावरून नाही? मी एमच्या असहाय बडबडीपुढे कान बंद करायचो तेव्हा मी कशावरून माझा धर्म नाकारत नव्हतो? अर्थात आपल्या आईजवळ बसायचं, तिचा हात धरायचा, तिच्यापर्यंत पोहचायचा प्रयत्न करायचा हे माणुसकीला धरून झालं असतं हेही मला दिसत होतं.

“तिच्यापर्यंत तुम्हाला पोहचणं अशक्य आहे.” ठाम पण हळुवार हाताने तिला घेऊन जाताना तिचे सायकायट्रिस्ट, डॉक्टर मार्फतिया म्हणाले होते. हात हळुवार असावेत ही आमची आशा. मी हूमरावला विचारलं होतं, “कशावरून ते तिला इजा नाही करणार?” तो म्हणाला होता, “ह्यावरून की ३३ नंबर वॉर्डमध्ये दाखल होण्याबद्दल तिची तक्रार नसते. ह्यापेक्षा अधिक आपल्याला काहीही उमगायची शक्यता नाही. एवढ्यावर आपण जगायचंय.” पुन्हा एकदा ती स्वखुशीने हॉस्पिटलात दाखल झाली होती. आम्हाला मोकळं करून, आम्हाला आमच्या स्वाधीन करून. ‘जा जगा.’ तिला नेलं तेव्हा हे खरंच ती म्हणाली का? का मलाच आपलं तसं वाटलं?

अडचण एवढीच होती की तिने मागे सोडलेल्या तिघांना कसं जगायचं हे माहीत नव्हतं. त्या अल्पजीवी स्वातंत्र्याचं काय करावं हे आम्हाला कळत नव्हतं. कारण ते स्वातंत्र्य डागाळलेलं होतं. प्रत्येक वेळी एम परत यायची तेव्हा काही वेळापुरती आशा वाटायची की आता कोड्याचे सर्व तुकडे जागच्या जागी बसतील आणि आम्ही पुस्तकातलं कुटुंब बनू. वडील, आई, बहीण, भाऊ. चार मेंडीज कुटुंबीय, प्रेमामुळे मोडतोड झालेले पण तरीही उभे.

जेमतेम उभे. तेवढं पुरेसं नव्हतं. घर हे इतरांसाठी सुख-शांतीचं ठिकाण असतं. मला त्यापासून दूर पळून जावं असं वाटे.

घर म्हणजे रक्ताने बरबटलेली बाथरूम. नवा रंग लावायला जुना रंग काढला तर पेन्सिलने खरडलेली आत्महत्येची चिठ्ठी सापडली. मला जो प्रयत्न आठवत होता, जो सूझनने आणि मी पाहिला होता, तो किमान तिसरा असावा.

घर म्हणजे अनिश्चितता. दार कोण उघडेल? वेदनेने भयभीत झालेली एम? अनामी शत्रूंवर संतापलेली एम? हातात पेटलेली विडी आणि हसण्याचा झटका आलेली एम?

एके दिवशी शाळेच्या पटांगणातल्या प्रचंड आंब्याच्या झाडाखाली मुलं माझ्याभोवती रिंगण करून मला वेड्या बाईचा मुलगा म्हणून चिडवत असताना मला एकाएकी घरी जाण्याची नैसर्गिक इच्छा झाली. मनात हा विचार येतोय न येतोय तेवढ्यात दुसरा आला, 'मला घरी नाही जायचंय.' माझ्या मनात तेव्हा विचार आल्याचं आठवतंय, 'हे जे काही चाललंय त्याने मला वेड लागेल.' त्यानंतर घर ह्या संकल्पनेविषयी फार विचार करायचा नाही असं मी ठरवलं.

आतलं-बाहेरचं दोन्ही जगं मला एकाच ताकदीने खेचत होती. पत्रकाराच्या नोकरीत मला रात्री उशिरापर्यंत ऑफिसमध्ये राहावं लागे. पेपर छापायला जाईस्तोवर सुटका नाही. ह्याचा अर्थ मी साडेदहापर्यंत घराबाहेर असायचो. सूझन कॉलेजमध्ये इंग्रजीची प्राध्यापिका होती. ती दुपारी घरी यायची. ती आल्यावर मी तिला फोन करायचो. 'सर्व ठीक?' प्रश्नाचा अर्थ 'ती' बरी आहे ना? सूझनचं नेहमीचं उत्तर, 'होती तशीच.' हे जितकं खरं होतं तितकंच खोटं. एमच्या स्थितीत बारीकसारीक हवापालट होत असे. ती बेताल स्थितीत असली की तिचा प्रवास आनंद आणि हास्यापासून दुष्ट आणि कुत्सितपणाकडे, आणि तासाभरात पुन्हा मूळ पदावर असा व्हायचा.

त्या उलट डिप्रेशनमध्ये ती अखंड अंधारात बुडालेली असे. सूझन स्थितप्रज्ञ होती. ती एमचं सगळं बिनतक्रार सहन करायची. हे मला पचायला जास्तीच जड जायचं. एमचा मुख्य भार ती पेलत्येय ह्याबद्दल तिने जरा जरी कुरकुर केली असती, तरी ऑफिसमुळे माझी सुटका झाली होती त्याविषयी मला कमी अपराधी वाटलं असतं.

काम उपयोगी गोष्ट होती. ते घरी आणून एमच्या अगतिकतेला बांध घालणं शक्य होतं. मी कलाविभागाचा वार्ताहर म्हणून नवं नाटक, जुना चित्रपट, प्रायोगिक काव्यवाचन वगैरे कार्यक्रमांना माझी हजेरी असणं आवश्यक होतं असाही दावा करणं शक्य होतं.

"पुन्हा निघालास?" एम विचारायची.

"पुन्हा निघालो," मी उत्तर द्यायचो.

आणि हे सर्व चालू असताना मी सतत स्वतःला सांगत होतो की मी तिला समजून घेण्याचा प्रयत्न करणार. एके काळी इतकी सुंदर, गोड गळ्याची होती, त्या माझ्या आईला हे कसं आणि का व्हावं? आणि हो, एके काळी उज्ज्वल भवितव्य असलेल्या माझ्या वडिलांना हे का भोगायला लागावं? वर्तमान सुसह्य व्हावं म्हणून त्यांनी भवितव्याचा त्याग केला होता. तिच्यासाठी. आमच्यासाठी.

८

थ्री टु गेट मॅरीड

साखरपुडा बेताने साजरा केला. हे बरंच झालं. कारण इमेल्डाने तिच्या भावी नवऱ्यासाठी घेतलेली अंगठी पाहिली तेव्हा ती पुन्हा चवताळली. ही लढाई तिथे संपली नाही. नंतर अनेक वर्षं चालू राहिली. एमचे आणि आजीचे जुने घोटलेले संवाद चालू झाले की समजावं लढाई सुरू.

एम : मला त्याच्या डोळ्याच्या रंगाशी मॅचिंग खडा हवा होता. तर त्या बदल्यात मला काय मिळालं? सॅफायर खड्याची कपची.

आजी : तेवढंच आम्हाला आपलं ते (परवडलं).

एम : पण सॅफायर कोणी मागितला होता?

आजी : आपलं ते (निळा खडा) कोण म्हणालं होतं?

एम : पण जगात एकच निळा खडा आहे का?

आजी : तुझं काय म्हणणं? त्याला आपलं ते (खोटा खडा द्यायचा)?

एम : हो, तेच होतं माझं म्हणणं.

आजी : आपलं ते नाही. (आपल्यात तसं करत नाहीत.)

लोक इतक्या वर्षांपूर्वीच्या गोष्टींवरून भांडतात ह्याचं मला फार नवल वाटायचं. पण नंतर लक्षात आलं की एम आणि आजी पूर्वीच्याच गोष्टीवरून भांडू शकत होत्या. ती भांडणं आज होत असलेल्या मान-अपमानांची निदर्शक होती. तसेच आज मनाला लागणाऱ्या घटना दहा वर्षांनी उकरून काढल्या जाणार होत्या. तोपर्यंत त्या हाताळणं सोपं होणार होतं.

एका गप्पिष्ट रविवारच्या दुपारी हूमराव आपल्या वर्तमानपत्राच्या मागून म्हणाला, ''मूर्खासारखा वाद घातलात.'' आजी नुकतीच मुलांच्या कृतघ्नते-बद्दल पुटपुटत घरी गेली होती आणि आम्ही विडीच्या ढगाखाली बसून, नेसकॅफे पिता पिता फारच विरळा असा एक कौटुंबिक क्षण अनुभवत होतो.

''मला आवडली होती अंगठी.''

''तू चुकीच्या बाजूला घातलीस, कपचीचं टोक आतल्या बाजूला करून.'' एम म्हणाली.

"ती फार सुंदर होती असं माझं म्हणणं नव्हतं. मला आवडली असं मी म्हटलं.''

"इतकी फालतू अंगठी तुला कशी आवडली?''

त्याने वर्तमानपत्र खाली ठेवलं आणि तिच्याकडे बघितलं.

"ती तुझ्याकडून आली होती म्हणून.''

एम विरघळली, पण काही न वाटल्याचा तिने आव आणला. वर्तमानपत्र पुन्हा वर गेलं.

"साखरपुड्यानंतर तुम्ही पुस्तकांच्या दुकानात जाणं चालू ठेवलंत?'' मी विचारलं.

"वेळ कुठला?'' हूमराव म्हणाला.

"तू नको हं कोणाशी कधी लग्न करू,'' एम जीव तोडून म्हणाली. "आपलं जिच्यावर प्रेम असतं तिला असं वागवणं बरं नाही. तुम्ही एकदा हो म्हणालात आणि कुटुंबीयांना कळलं हे लग्न होणार, की लगेच तुमच्या भोवताली एक अदृश्य यंत्र निर्माण होतं. इकडे तिकडे कुठेही बघा, ते असतंच. त्याच्या कार्यपद्धतीबाहेर काही करता येत नाही. तुमची कोणतीही कृती त्यातून सुटत नाही. तुमचा प्रत्येक क्षण ते गिळतं, प्रत्येक जागता क्षण. तुम्ही नोकरी करत नसलात तर ठीक आहे. पण असलात तर ती सोडून बाकी सगळ्यावर पडदा. तुमच्या संध्याकाळी भरलेल्या. लेसची निवड करायची असते. तुम्ही करता. मग कोणीतरी तुमच्या आईला सांगतं, 'त्या दुसऱ्या दुकानातली लेस तुम्ही पाहिलीत? ह्यापेक्षा ती बरी असेल.' 'पण आम्ही ही घेतल्येय आता,' तुम्ही म्हणता. 'छे!' तुमची आई म्हणते. 'हे तुझं लग्न आहे. त्या दुकानात ह्याच किमतीत ह्याहून चांगली लेस मिळाली तर ही परत करू. दुकानदारसुद्धा म्हणाला दुसरी चांगली मिळाली तर ही परत आणा.' 'नाही ग, तो त्याचा युक्तिवाद होता,' तुम्ही म्हणता. 'तो मुळीच परत नाही घ्यायचा.' पण आई सोय पाहून सगळ्याचा शब्दशः अर्थ लावते. तर आम्ही दुसरीकडे लेस बघायला जातो. शिवाय डोडोकडे डोकावायचं असतंच.''

"डोडो कोण?'' सूझन विचारते.

"देवा, जग इतक्या लवकर बदललं? जग क्लेअर रोडवरच्या डोडोला विसरलं?''

"जग नसेल विसरलं पण तू कोणाबद्दल बोलत्येस ते मला माहीत नाहीये.''

"तू पण शब्दशः विचार करतेस. माझा रूपकावर विश्वास आहे.''

“रूपकं जाऊ देत. डोडो कोण?”

डोडो म्हणे सेंट ॲन्सच्या प्रत्येक लग्नाचे ड्रेस बनवायची. साखरपुडा जाहीर व्हायच्या आधीच तिला बातमी लागायची.

“कानोबाने मला मागणी घातल्याच्या दुसऱ्या दिवशी ती हजर. बरोबर लेस, सॅटिनचं कापड, डिझाइनची पुस्तकं, फुलगुच्छांचे फोटो आणि काय आणि काय.”

“आगाऊ बया.”

“ती एकटी होती. एकच मुलगा, क्रिस्टोफर. तोही आपल्या नात्यातलीने चोरला.”

“हो. नर्सबाई सेअरा-मे.”

“तुला ठाऊक आहे ती गोष्ट?”

“कोणाला नाही ठाऊक?”

“तिची कल्पना चांगली होती. स्वभावाने गरीब मुलगा पकडायचा आणि त्याच्याबरोबर हवं तितकं हिंडायचं.”

“पण शेवट काही बरा नाही झाला म्हणे. तिचे पैसे घेऊन तो कॅनडाला का कुठे पळून गेला ना?”

“हो. पण निदान तिला तिच्या आईबरोबर शहरभर अनोळखी लोकांना पत्रिका वाटत तरी हिंडावं नाही लागलं?”

“हूमरावने तेच केलं?”

सूझनने वर्तमानपत्राच्या भिंतीवर टिचकी मारली. हूमरावने नाइलाजाने उत्तर दिलं, “मी ठरवलं ज्यांना यायचं असेल ते येतील. नसेल ते नाही येणार. कशाला धावपळ?”

“तुझ्या मित्रांनाही नाही सांगितलंस?”

“त्यांना पत्रिका छापण्याआधीच माहीत होतं. स्थळ इत्यादीचा तपशील पोस्टात टाकलेल्या पत्रिका वाचून त्यांना कळला.”

हे ठीकच आहे असं मला वाटलं. “प्रश्न छान सुटला. तू का नाही तसं केलंस?” मी एमला विचारलं.

“हुजुरांच्या इतकी मी हुशार नव्हते. आपण असं करू शकतो हे मला सुचलंसुद्धा नाही. आणि तो तसं करतोय हे मला माहीत नव्हतं. आम्ही हनिमूनला गेलो तेव्हा मला कळलं.”

एम बोलायची थांबली. सूझन आणि मी धास्तावलो. ‘हनिमून’ ह्या शब्दावरून ती ज्या विषयाला हात घालण्याची दाट शक्यता होती तिथे

आम्हाला मुळीच जायचं नव्हतं. हूमराव हजर असताना तर नाहीच नाही. शिवाय तिचे बरे दिवस असतानाही नाही. कारण मग कोणत्याही पडद्याआड लपण्याची सोय उरणार नव्हती.

एमने सुरुवात केली, "मी पहिल्या रात्री मुळीच करणार नाही असं मी त्याला बजावलं. मला बिचारी ऑड्री आठवत होती. ती म्हणे छप्पर फाडून किंचाळली होती. होटेलच्या लोकांना धावत येऊन ते सगळं थांबवावं लागलं होतं. मी ह्याबद्दल ऐकलं तेव्हा तिच्या वतीने मला मरणाची लाज वाटली आणि दुःखही झालं. पण तिच्या चेहऱ्याकडे बघते तर तो अभिमानाने फुललेला. कोणाला वाटावं 'पंच'नेच तिचा उल्लेख केला होता."

सूझन आणि मी अस्वस्थ झालो. हूमराव गप्प. नशिबाने एमसुद्धा गप्प झाली. सूझन लगेच टेबल पुसू लागली आणि स्वयंपाकघराच्या वाटेवर तिने रेडिओ लावला.

एके दिवशी मला एका लखोट्यात दोन पत्रं सापडली. लखोट्यावर 'करार' असं लिहिलं होतं.

प्रिय कानोबा,

आपला साखरपुडा झालाय वगैरे सगळं ठीक आहे. आणि तुला ह्यामुळे धक्काबिक्का बसेल. पण हे आताच सांगून टाकलेलं बरं. कारण नंतर तुला त्या भयानक सत्याचा उलगडा झाला की तू अधिकच दुखावला जाशील आणि तुला वाटेल आपण फसलो. तर उगाच इकडे तिकडे न करता सरळ मुद्द्यावर येते.

(ती सपक चहाचा एक मोठा घोट घेऊन स्वतःला स्थिरावते. त्यावरून तुला कळावं हे लिहिणं तिला किती कठीण जातंय ते.)

संभोग वगैरेविषयी मला फारसं आकर्षण आहे असं मला वाटत नाही. माझं तुझ्यावर अतोनात प्रेम आहे आणि आपण चुंबन वगैरे प्रकार करतो ते मला खूपच आवडतात. हे मात्र मी कबूल करते की त्यात तोंड उघडणं मला किळसवाणं वाटलं होतं. पण मी डोळे मिटून सेंट ॲनचा धावा केला आणि त्याची मला खूप मदत झाली. आता मला त्या चवीची सवय झाली आहे. मला ते आता आवडतही असेल. आणि तसं असल्यास त्याचं श्रेय प्रेमाच्या जादूला दिलं पाहिजे.

माझ्या एकूण वाचनातून मला एक गोष्ट लक्षात आली आहे— 'थ्री टु गेट मॅरीड' वाचून नाही, चर्चच्या व्यासपीठावरून पाद्री धमकीवजा सूचना

देतात त्यावरून नाही आणि अॅलबर्टो मोराव्हियाच्या लेखनातूनसुद्धा नाही— की संभोगाचा मुख्य भाग, आत शिरणे, ह्याची मौज माझ्यापेक्षा तुला मिळणार आहे.

हे पत्र कृपा करून गंभीरपणे वाच. मला तू इथे हसताना दिसतोयस. तुझ्या हसण्याचा विचार केला की आतून उबदार वाटतं. पण तू मात्र मी हसत्येय असं समजू नकोस. मी तुझ्याकडे थेट बघत्येय आणि आवर्जून हसत नाहीये असा विचार कर. (मी ढोंगामागे लपणारी जगातली सर्वात मोठी रडूबाई आहे.)

तेव्हा, मला जर ते आवडलं नाही तर? किती वेळा करावं अशी तुझी अपेक्षा आहे? माझ्याकडे नाही म्हणण्याचा हक्क असेल का? हा प्रश्न मी फादर फेबरगॅडना विचारला तर ''तो आपोआप सुटेल,'' असं म्हणत त्यांचे डोळे चमकले, ते गुलूगुलू गुलाबी झाले आणि फारच पोर्तुगीज वगैरे झाले. मी एखाद्या ब्रह्मचाऱ्याला बायकांच्या हक्कांविषयी का प्रश्न विचारावा हे मलाही कळत नाही. मग दुसरं कोणाला, असा विचार केला आणि लक्षात आलं अर्थात तो, जो ह्या कारभारात सर्वाधिक गुंतलेला आहे.

ह्या पत्राचा माझ्याकडे जर कधी उल्लेख केलास किंवा त्याला मोकळेपणाने आणि पूर्ण उत्तर दिलं नाहीस तर मी तुझ्याशी पुन्हा कधीही बोलायची नाही.

माझं मन आणि जीव संपूर्णपणे तुझ्यासाठी!

– इमेल्डा

अलीकडेच. अनेक वर्षांच्या शोधानंतर मला 'थ्री टु गेट मॅरीड'ची सेकंडहॅंड प्रत मिळाली. लेखक आहे फुल्टन शीन, जो आता स्वतःला देव-दास म्हणवून घेतो. त्याची शैली चर्चमधल्या प्रवचनासारखी अत्यंत सुंदर आणि भावदर्शी आहे. त्यात काही गोष्टी स्पष्ट केल्या आहेत :

''प्रेम वर चढलं नाही तर ते पडतं. ज्योतीसारखं सूर्याच्या दिशेने न जळता खाली झुकून नाशाच्या दिशेने जळतं. संभोग स्वर्गाला भिडणार नसेल तर तो नरकात उतरेल. शरीर देताना आत्मा दिला नाही असं होऊच शकत नाही. आत्मिक निष्ठा पाळली तर शारीरिक निष्ठा पाळण्याची गरज नाही असं जे समजतात, ते विसरतात की शरीर आणि आत्मा हे एकमेकांपासून विलग नाहीत. व्यक्ती एका बाजूला आणि संभोग दुसऱ्या बाजूला असं होऊच शकत नाही. जिवंत जीव त्यात नसेल तर हाताची किंचितही हालचाल

होणं शक्य नाही. माणसाची एकही शारीरिक कृती आत्म्यापासून विलग असणे शक्य नाही.''

अशा विचारांची खिल्ली उडवणं सोपं आहे. शारीरिक कृती आत्म्यापासून विलग करता येत नाही? म्हणजे तुम्ही पादलात तर तुम्ही काय जेवलात हे आत्म्याला कळतं? तुमचे केस गळले तर तुम्ही शाम्पू केल्यावर कंडिशनर वापरत नाही ह्याबद्दल आत्मा चुकचुकतो? शिवाय ह्या पुस्तकात कुठेही जननेंद्रियांचा उल्लेख नाही की ऑरगॅझम असा शब्द नाही. पुरुष, बाई आणि देव असं तिघांचं जिथे लग्न अभिप्रेत आहे तिथे सर्व अमूर्त असणं साहजिक आहे. पुस्तक अनंत विरोधाभासांनी भरलेलं आहे. तरीही ते प्रत्येक रोमन कॅथलिक विवाहेच्छुक जोडप्याला दिलं जात असे आणि अनेकांना त्याने कायमचं प्रभावित केलं.

एम टीनेजर होती त्यानंतर तीस वर्षांनीसुद्धा आम्हाला शाळेतले फादर हेन्री, सिस्टर मारिया इत्यादी शिक्षक पिएताची एक गोष्ट सांगत असत. मिकेलअँजेलोला लोक विचारायचे की तेहतीस वर्षांच्या मुलाचं मोडतोड झालेलं धड मांडीवर असताना मेअरी इतकी तरुण आणि सुंदर कशी असू शकते? त्यावर म्हणे त्याचं उत्तर होतं, 'तुम्हाला माहीत नाही का की अपवित्र स्त्रियांच्या तुलनेत पवित्र स्त्रिया अधिक टवटवीत राहतात? मग ही तर काय योनीशुचिर्भूत, जिच्या मनात, शरीरात बदल घडवून आणेल अशी कामवासना कधीही जागृत झाली नाही.' ऐंशीच्या आसपास मी जेव्हा धोक्याच्या वयात शिरत होतो तेव्हासुद्धा पाप म्हणजे कामवासना असं शिकवलं जायचं. पावित्र्य म्हणजे शारीरिक शुद्धता. मग इमेल्डा वयात येत असताना तिच्या मनावर तर ह्या भीतींचा, लज्जास्पद गोष्टींचा केवढा तरी पगडा असणार. तिने ऑगस्टीनला असं पत्र लिहिलं हेच नवल आहे.

पत्राला उत्तर आलं. त्यात भविष्यातल्या हूमरावची सर्व चिन्हं दिसतात. तो थेट मुद्द्यावर येऊन त्याच्या पार पुढे गेला.

प्रिय इमेल्डा,

तुझ्या इच्छेला मान देऊन तू हसत्येस अशी कल्पना मी करत नाहीये आणि मी स्वतःही हसत नाहीये.

मी चान्स घ्यायला तयार आहे.

तुझं शरीर तुझं आहे. ते द्यायचं की नाही हे तू ठरवायचंस. द्यायचं नाही असं ठरवलंस तर मी तुझ्या निर्णयाचा मान राखेन. पण तुला एक सांगून

ठेवतो. तू तो निर्णय बदलावास ह्यासाठी मी आटोकाट प्रयत्न करत राहीन. तूर्तास मी इतकंच म्हणेन की मला जी चिन्हं दिसतायत ती आशादायक आहेत.

मग आपण पुढे जायचं ना?

तुझाच
ऑगस्टीन

मी एमला पत्रं दाखवली. तिने दोन्ही वाचली आणि ती रडायला लागली. पण एकाच डोळ्यातून. ('व्हिएतनामनंतर मी दोन्ही डोळ्यांतून रडणं सोडून दिलं.' ती चेष्टा करत नव्हती.)

''मला प्रथमच कळलं की त्या सर्व गोष्टींना पर्याय आहे.'' ती थोड्या वेळाने म्हणाली. ''आणि तेव्हाच माझ्या हेही लक्षात आलं की मी सेक्सला खूप घाबरत्येय. ते नरकाचं दार आहे असं आम्हाला सांगितलं जायचं. संभोग केला तर आपण सर्व काही गमावतो. पुरुष फार धोकादायक असतात असंही आम्हाला सांगायचे. अविश्वसनीय आणि हिंस्र. तुम्ही त्यांच्याबरोबर एकटे असलात तर काय होईल सांगता येणं कठीण. त्यांनी थोडीशी दारू घेतली असेल तर त्यांच्यावर विश्वास टाकणं अधिकच धोक्याचं. काहीही होण्याची तयारी ठेवणं उचित. मग तुमचं लग्न ठरलं की तेच लोक तुम्हाला सांगतात दार बंद कर आणि त्याची बायको हो.''

''म्हणजे संभोग कर.''

''तो एक भाग झाला. तो काळ असा होता की त्याने तुमच्या एक-दोन थोबाडीत मारल्या तरी वावगं वाटत नसे. सगळ्यांनाच थपडा बसतात असं लोकांचं म्हणणं. त्याला त्याच्या ताकदीचा अंदाज नव्हता म्हणून त्याने तुझा जबडा फोडला. पण तो तरी काय करणार? त्याला कसं समजायचं तू त्याचा आदर करतेस की नाही. पुरुषाला दुसरा पर्याय नसतो...''

ती थांबली. माझ्या चेहऱ्यावर तिला काहीतरी दिसलं.

''नाही नाही. त्याने कधीच नाही हो. तसं करण्यासाठी मी त्याला कमी कारणं दिली नाहीत. तरीही नाही. तुला 'काळी पँट' आठवतो?''

९

तू मूर्खासारखं काहीतरी करणार नाहीस ना?

"काळी पँट?"

"आठवतो ना? तू होतास तिथे."

"कुठे?"

"नाही. तू फारच लहान होतास. पंखा निरोप पाठवत होता तो काळ."

पंखा निरोप पाठवत होता. बहुतेकदा हे निरोप निरुपद्रवी असायचे. त्यांचा कुटुंबावर फार परिणाम होत नसे. म्हणजे पहाटे तीन वाजता उठून सँडविच खा असा पंखा किंवा पंख्यातले लोक—तो का ते सांगणं कठीण असायचं—आज्ञा करायचे. किंवा थोड्याच दिवसांपूर्वी धुतलेले पडदे पुन्हा धू म्हणायचे. पण त्या दिवशी आज्ञा स्पष्ट होती. मुलाला उचल आणि घराबाहेर पड.

तिने तसं केलं.

"मला वाटतं ती दुपारची वेळ होती. तुला यायचं नव्हतं पण आलास. तेव्हा तू सतत माझ्या मागे मागे असायचास. डोळे नेहमी उदासवाणे. तुला मी कधी सांगितलंय का माझा जीव किती कासावीस व्हायचा ते?"

"पुन्हा पुन्हा."

"अपराधी वाटून घे जरा."

"ती अमेरिकन मासिकं वाचायची थांब."

"घरी कोण आणतं ती?"

आई आणि मुलगा रस्त्यावर उतरतात. क्षणभर एमला कोणत्या बाजूला वळावं कळत नाही. पण निर्णय पटकन घ्यायला हवाय नाहीतर तिला आणि तिच्या मुलांना काही होत नाही ना ह्यासाठी शेजारीपाजारी नजर ठेवून असतात त्यांना पत्ता लागेल. ती एकदा चालायला लागल्यावर तिला स्वतःवर विश्वास वाटू लागतो. 'त्यां'च्या मनात असलेला हाच तो रस्ता. चुकीचं वळण घेतल्याचं तिला ताबडतोब कळतं. मुलाला कशाचंही प्रलोभन दाखवलेलं नाहीये. त्यामुळे तो लवकरच दमतो. तळपत्या उन्हातून न

संपणाऱ्या ह्या चालण्याच्या शेवटी सिनेमा, सर्कस, केक, लाड करणारी मावशी असं काहीच नसणार आहे.

शिवाय त्याच्या पायात पायताणं नाहीयेत.

"काळी पँटने हे माझ्या लक्षात आणून दिलं."

काळी पँट बाईला आणि तिच्या मुलाला थांबवतो आणि म्हणतो, "ह्याचे बूट कुठायेत?"

"बूट?" एम विचारते.

"मुलाच्या पायात. पायाला फोड येतील."

एम खाली बघते. मुलाला बिन बुटाची सवय आहे. त्याच्या आईला बुटांचं महत्त्व कधीच वाटलेलं नाही. त्यामुळे तिने त्याला तसंच घिसाडपणे हिंडू दिलं आहे. पण आज उकडतंय आणि रस्ता तापलाय आणि त्याचे चिवट झालेले तळवे भाजू लागले आहेत. म्हणून तो ह्या पायावरून त्या पायावर करतोय.

"मी त्याला कडेवर घेतो." काळी पँट म्हणतो आणि मुलाला उचलतो. मुलगा रडायला लागतो आणि अंगाची घुसळण करत स्वतःचेच केस ओढतो आणि मुठींनी डोळे चोळतो. एवढं केल्याने भागण्याची त्याला सवय झाली आहे. एवढं केलं की त्याला हवं ते मिळतं.

"कडेवर बसायला तू जरा मोठाच होतास तरी पण मी तुला त्याच्याकडून घेतला. पण आवाज अजून ऐकू येतच होते. आता ते ओरडत होते. काय म्हणतायत ते कळत नव्हतं. गोंधळच होता सगळा आणि त्यात मी एका रेस्टरॉमध्ये बसले होते आणि काळी पँट चहा पीत होता आणि तुझं टॅहाँ-टॅहाँ रडणं चालू होतं. मला काय करावं कळत नव्हतं. मला घरी जायचं होतं पण मी काहीतरी मागवलं होतं. काय देव जाणे. माझ्याकडे पैसे नव्हते. तुझ्यासाठी आइस्क्रीम आलं. तू खाणार नाही म्हणालास. त्या क्षणी मला कळलं की त्यात विष घातलंय आणि 'ते' तुला न्यायला आल्येत."

बाई पूर्णपणे गोंधळली आहे. आवाज आता मंदावल्येत. पण तिने त्यांचं म्हणणं लक्षपूर्वक ऐकलं नाही म्हणून तिच्यावर वचपा काढतायेत. ते कोड्यात बोलू लागल्येत. "दैव म्हणजे किनारा नसलेला समुद्र," असं म्हणतायत. "प्रेम आणि मरण ह्यांनी धक्के दिलेले आहेत," असंही. आणि "सँडविच खाताना तू तुझं अंगठीचं बोट कसं खाल्लंस?" मधूनच ते गातात. भजनाच्या ओळी किंवा हिंदी सिनेमातल्या गाण्याच्या. त्या गाण्यांचे शब्द माहीत नसले

तरी चाली तिच्या ओळखीच्या आहेत. तिला वाटतं तिला शब्द माहीत असते तर ती सर्वांना मदत करू शकली असती.

"हो, मला हिंदी येतं," तो म्हणतो.

"मी तुला एका तासात हिंदी शिकवू शकेन," तो म्हणतो.

"पण मी उद्या बाहेरगावी जातोय," तो म्हणतो.

"आपण शिकत असताना तो खेळेल," तो म्हणतो.

"इथे जवळच माझी खोली आहे," तो म्हणतो.

तिला जायचं नाहीये. आता आवाज शांत झाल्येत. तिच्याकडे बारीक नजरेने बघतायेत. पुढे काय होणार ते ह्या क्षणावर अवलंबून आहे. त्यांनी ह्यापूर्वी असं कधीच केलेलं नाही. त्यांचं म्हणणं ते नेहमी स्पष्ट करत आलेले आहेत. दुसऱ्या दिवशी पेपरात कोण येणार, तिने काय बोलता कामा नये, आज त्यांचा एकूण कल तिला कळत नाहीये म्हणून ती खूप घाबरली आहे. तिला एक गोष्ट मात्र कळत्येय. ती म्हणजे काळी पँटला तिच्याबरोबर संभोग करायचा आहे. ते चालत असताना तो तिला इथे तिथे सारखा स्पर्श करतोय.

"हेच हवंय तुला?" ती विचारते. "हे केलं की पुरेल?"

उत्तर नाही. फक्त कुजबुज. कुजबुजदेखील नाही. सळसळणं, खोक्यात फार दिवस राहिलेल्या सॅटिनच्या हातरुमालांसारखं.

काळी पँट तिला भरभर चाल म्हणतोय. त्याला तिची अनिश्चितता, भीती जाणवत्येय.

'मला क्षमा कर,' ती मनात तिच्या नवऱ्याला म्हणते. त्याचा विचार मनात आल्याबरोबर तिच्या पापण्या ओलावतात. ती रडत्येय. दोन्ही डोळ्यांनी. तिच्या मुलाच्या हे लक्षात येतं. तो आक्रोश करतो. आक्रोश करून ओकतो. त्याचं हे रडणं साधंसुधं नाहीये. ते भयाने बेभान झालेल्या मुलाचं रडणं आहे. त्याची समजूत घालायला ती त्याला खाली उतरवते. पण तेवढ्यात भोवताली लोक जमतात. मुलगा तिच्याकडून सुटू पाहतोय, तिला मारू लागलाय. कारण तो आता बेभान होण्याच्या मार्गावर आहे. काळी पँट मधे पडण्याचा प्रयत्न करतो. मुलगा अधिकच किंचाळू लागतो. ह्या शहरात प्रत्येक कोपऱ्याला लपलेली एक गर्दी असते. जगाच्या कार्यपद्धतीत जरा बिघाड झाला की ती ताबडतोब गोळा होते. आणि तितक्याच तत्परतेने ती अदृश्य होते.

तिथे काय चाललंय ह्याचा अंदाज गर्दी लगेच घेते. बाई मुलाला पळवत्येय. ती बऱ्या घरातली दिसत्येय पण मुलाच्या पायात चपला नाहीत.

घराजवळ खेळत असताना उचलला असणार. खायला गोळ्या देईन किंवा अशी काहीतरी लालूच दाखवून त्याला राजी केलं असणार. किंवा विष घातलं असेल. म्हणून तर तो ओकला. ह्या भागात तिला कोणी ओळखत नाही. मुलालासुद्धा नाही. एक बाई तिचे केस ओढते. दुसरी तिला थोबाडीत मारते. मुलगा दुःखाने विव्हळतो. त्याचं रक्षण करू पाहणाऱ्या बायकांवर तो झेपावतो. एक बाई त्याला उचलून घेते. आपल्या आईपासून आपल्याला दूर नेणार ह्या विचाराने तो मनापासून भोकाड पसरतो. काळी पँट गर्दीतून निसटतो.

"मी किती वर्षांचा होतो?"

"नक्की माहीत नाही. दोन किंवा तीन."

बायका तिला पोलीस चौकीवर नेतात.

"तू खुलासा नाही केलास?"

"मी त्यांना आवाजांबद्दल सांगायचा प्रयत्न करत होते."

"मी तुझा मुलगा आहे हे का नाही सांगितलंस?"

"सुचलं नाही."

पोलीस चौकीवर एम तिथल्या मुख्य इन्स्पेक्टरला एक फोन नंबर देते. तास-सव्वा तासाने हूमराव चौकीवर पोहचतो.

"मस्तच मूडमध्ये असेल ना तो?"

"नको रे. हो होता. पण पोलिसांना तो एका शब्दानेही काहीही बोलला नाही."

का बोलला नाही ते मला माहीत होतं. कुठेतरी एक फाइल होती, ज्यात पद्मासनातल्या एका बस कंडक्टरची नोंद असण्याची शक्यता होती. पैसे सरकवले गेले आणि पोलिसांनी फाइल साफ करू असं आश्वासन दिलं. पण शाश्वती काय? आत्महत्या करणं गुन्हा आहे. तो असा एकच गुन्हा आहे की जो अयशस्वी ठरला तर तुम्हाला शिक्षा होते. भारतीय दंड संहितेच्या ३०९ कलमानुसार, 'आत्महत्या करण्याचा जो प्रयत्न करतो त्याला एका वर्षापर्यंत साधी कैद किंवा दंड किंवा दोन्ही अशी शिक्षा बजावली जाईल.'

म्हणजे आत्महत्या करण्याइतके तुम्ही निराश असता पण कायदा तुमच्या हालांना महत्त्व देत नाही. कायदा जुना आहे. वसाहतकारांनी प्रजेसाठी केलेला कायदा. तो अगदीच मूर्ख आहे असं म्हणता येणार नाही. त्याच्याशिवाय देहांती उपास करायला बसलेल्या त्रासदायक माणसांना कैद कशी करायची? गांधींसारख्या लोकांना काबूत कसं ठेवायचं?

पण मग जैन भिक्षू अन्न-पाणी सोडून देतात त्यांचं काय? आणि विनोबा भावेंनी एके दिवशी ठरवलं आपली वेळ झाली आणि ते शांतपणे गेले त्यांचं? म्हणजे कायद्याच्या मनात असलं तर तो कानाडोळा करू शकतो.

एमच्या बाबतीत हूमरावच्या घामाच्या पैशाच्या मदतीने तसं झालं होतं. पण ह्या वेळी विचार बदलला तर? आम्ही घरी गेलो.

काही दिवसांनी आमच्याकडे टेलिफोन आला. हा मोठा विक्रमच होता. टेलिफोन लाइन मिळवणं साधी गोष्ट नव्हती. तुमच्या घरात हृदयविकाराचा रुग्ण आहे वगैरे दाखले देऊनसुद्धा मंत्र्याबिंत्र्याची शिफारस लागायची. फारच कमी लोकांकडे फोन असायचा आणि ज्यांच्याकडे असायचा त्यांचा अनेकदा मृतावस्थेत असायचा. ह्याच्या विरोधात फार नाट्यमय रीतीने निषेध करण्यात येई. मेलेल्या फोनची अंत्ययात्रा काढणं इत्यादी.

"त्याने मला शपथ घ्यायला लावली की माझ्याशी पुन्हा आवाज बोलायला लागले तर मी त्याला फोन करेन."

मानसिक आजार झालेल्या बाईच्या अत्यंत नाजूक, कधीही मोडेल अशा शब्दावर विसंबून कुटुंब जगू लागलं. पूर्ण वेळाची नर्स ठेवणं आम्हाला परवडलं नसतं. जेव्हा परवडलं आणि ठेवली तेव्हासुद्धा तो भयंकर प्रकार घडलाच. एमने आपली मनगटं कापून घेतली तेव्हा नर्स होती. खासकरून त्या दुपारी, जे तिने मुळीच करायला नको होतं ते केलं. ती झोपली. म्हणून आम्हाला एमच्या शब्दावर विसंबून राहणं भाग होतं. सकाळी कामावर जायच्या आधी हूमराव तिला विचारून जात असे, "तू मूर्खासारखं काहीतरी करणार नाहीस ना?"

"नाही," ती म्हणायची. कधी कधी तिचा आवाज रडवेला येत असे. "नाही."

तो तिला मिठीत घ्यायचा आणि तात्पुरतं तिचं कपाळ नितळ व्हायचं. पण लवकरच तो जायचा. मग ती छातीवर हाताची घट्ट घडी घालायची आणि थरथरत आणखी एक डेप्सोनिल, मरण किंवा विडी मागायची. दिवस वाईट असले की विड्या ओढण्यातही तिला आनंद घेता येत नसे. ती खोल झुरका घ्यायची, त्या पहिल्या धुरात काहीतरी शोधल्यासारखा. ते तिला मिळालं नाही की तिला नैराश्य घेरायचं. काही क्षण बरं वाटायचंदेखील. पण एक-दोन झुरके घेतल्यावर ती हातातली विडी खाली पडू द्यायची. अक्षरशः पडू द्यायची. कधीतरी तिचा फ्रॉक जळायचा तर कधी विडी जमिनीवर पडून विझायची. विड्या लगेचच विझतात म्हणून बरं.

तिच्या 'नाही' ह्या एका शब्दावर आणि विड्यांच्या आधाराने ती तो येईस्तोवर कशीबशी तग धरायची. तो आला रे आला की ती लगेच सुटकेची मागणी करायची.

"मला मारून टाक."

"मला कैद होईल," तो शांतपणे उत्तर द्यायचा. "ते आवडेल तुला?"

"नाही," ती म्हणायची पण तिच्या आवाजात ठामपणा नसायचा. तिला कशानेच फरक पडत नव्हता. मला आठवतंय त्याने दुसरा मार्ग काढला तेव्हा मी किती दुखावलो होतो.

"मी जेलमध्ये गेलो तर मुलांकडे कोण बघेल?"

"मला काय माहीत," ती म्हणाली. पण सूर होता, 'मला पर्वा नाही' असा. हा मथितार्थ सूझन आणि मी, दोघांच्या लक्षात आला. तिला क्षमा करणं शक्य होतं. कारण तिची वेदना उघड होती. क्षमा करणं शक्य नव्हतं. कारण तिची वेदना तिला आमच्यापासून दुरावत होती.

पण हूमरावने तिला कशी सदैव क्षमा केली? तो कसा तगला?

सगळं उघडकीस आलंय. पळायला हवं.

एम आणि हूमराव ह्यांनी संसारात पदार्पण केलं तेव्हा प्रजासत्ताक राज्य अजून बाल्यावस्थेत होतं. खजिन्यात खडखडाट होता. पगार कमी, वस्तूंचे भाव जास्त. त्यामुळे मध्यमवर्गीयांनी जमेल तितकी बचत करावी अशी अपेक्षा होती. चढे कर, परकीय चलनावर नियंत्रण आणि रुपयाला भाव कमी यामुळे परदेशी जाण्याचा विचार विशेष कोणी करत नसे.

तरीही एकूण जे मी ऐकलंय त्यावरून वाटतं की ते दोघं सुखात होते. खरं वाटू नये इतके सुखात. त्यांचं जग फार मोठं सुरक्षित नव्हतं. धूर ओकणाऱ्या ज्वालामुखीवर टांगलेल्या तारेवर कसरत केल्यासारखं होतं ते. जहाज कधीही डगमगेल आणि त्यांना कर्जाच्या भोवऱ्यात बुडवेल. पण त्या काळात काढलेल्या छोट्या काळ्या-पांढऱ्या फोटोंमध्ये त्या धोक्यांचा लवलेशही दिसत नाही. फोटो नेहमीचेच, ऑफिस पार्टी, पिकनिक, चर्चमधला लग्न समारंभ अशा वेळी काढलेले. पैकी काही जरा वेगळे आहेत. एम रेशमी साडी नेसून हसण्याचा प्रयत्न करत्येय. हूमराव ऑफिसमधल्या आपल्या टेबलाशी बसलाय.

हा फोटो कोणी काढला असेल? तेव्हा प्रत्येकाच्या खिशात इन्स्टोमॅटिक कॅमेरे नसायचे. फिल्मचा रोलसुद्धा सहजासहजी मिळत नसे. ब्लॅकमध्ये घ्यायला लागे. फोटो पटकन काढला आणि झालं असं होत नसे. तो काळजीपूर्वक रचायला लागे. ह्याचा अर्थ इतर लोक घेतात तसे फोटो घेणं. पण इतर लोकांच्या अॅल्बममध्ये ह्या फोटोसारखा म्हणजे ऑफिसात बसलेल्या माणसाचा फोटो मी पाहिलेला नाही.

कदाचित माझे वडील शेतकरी कुटुंबातले, ऑफिसमध्ये नोकरी करणाऱ्या पहिल्या पिढीतले, म्हणून त्याचं नवल वाटलं असेल. गावी दाखवून काहीतरी सिद्ध करण्यासाठी घेतला असेल फोटो.

हे फोटो एका गोष्टीची ग्वाही देतात. इमेल्डा आणि ऑगस्टीन साठच्या दशकातल्या पापुद्र्याइतक्या पातळ मध्यमवर्गाचे सभासद होते. ते इतर

मध्यमवर्गीयांसारखे पोशाख करायचे. ते प्रतिष्ठित कंपन्यांमध्ये नोकऱ्या करायचे आणि त्यांचा मित्रपरिवार त्यांच्याचसारखा आयुष्यात स्थैर्य मिळवलेला होता. ते त्यांचं कर्तव्यही इमानेइतबारे बजावायचे. त्यांची पोस्टात बचत खाती होती, बँकेत रिकरिंग डिपॉझिट होती. वैद्यकीय आणीबाणीत वापरण्यासाठी पैसे बाजूला ठेवलेले होते. यूनिट ट्रस्टची यूनिट्स खरेदी केलेली होती आणि त्यांना मुलं होती.

त्यांच्या लग्नानंतर दोन वर्षांनी सूझन झाली. त्यांनी हे धाडस केलं ह्यावर माझा विश्वास बसेना.

"धाडस का? तेव्हा मी वेडी नव्हते."

"ते नव्हे. खर्च केवढा."

"ते खर्चीक नव्हतं. कारण ती चंगळ नव्हती. तुम्ही लग्न करता. मग तुम्हाला मुलं होतात. हे गृहीत धरलं जायचं. सर्वजण तेच करायचे. तुम्ही तसं केलं नाहीत तर तुमच्यात काहीतरी उणीव आहे असं समजलं जायचं. मग लोक तुम्हाला दत्तक घ्या असं सुचवू लागायचे. आम्ही मोटार घेतली नाही. ते महाग पडलं असतं."

एमला गरोदरपणीच्या आठवणी नव्हत्या.

"विशेष असं काहीच वाटत नव्हतं. पण माझ्याकडे एक छान गुलाबी स्कर्ट होता तो मला होईनासा झाला तेव्हा म्हटलं, 'हा बाळाचा प्रताप.' मनात विचार आला, आपण नोकरीवर जाणं बंद करावं का, पण एक सिगरेट ओढल्यावर सर्वकाही खुशाल झालं."

"गरोदर असताना तू सिगरेट ओढायचीस?"

"तुझ्यावर काही वाईट परिणाम झाला का? किंवा लाओत्सूवर? दिसत तरी नाही. तू तर मासाचा असा लगदा होतास की तू झाल्यावर माझी योनी पुन्हा होती तशी झालीच नाही. अर्थात त्याबद्दल आपल्या संताने कधीही तक्रार केली नाही."

"एम!"

"खरं ते सांगितलं. नैसर्गिक बाळंतपण तेव्हा फारच फोफावलं होतं. त्यामुळे सेंट एलिझाबेथ नर्सिंग होम वेदनामय बायकांनी भरलेलं असायचं. 'नर्स आणखी एक मिलटाऊनची गोळी द्या ना,' असं माझ्या शेजारच्या खाटेवरची अँग्लो-इंडियन बाई दर दहा मिनिटांनी विव्हळायची."

"तिला सिडेटिव्ह देत होते?"

‘‘छे, कुठे? क्रूर कुत्र्या मेल्या. त्यांच्या मते वेदना झाल्याच पाहिजेत. एका रविवारी एक पाद्री आले आणि बायबलचं पहिलं पर्व, जेनेसिस, वाचू लागले. ॲडम, ईव्ह आणि त्यांचं ते सफरचंद वगैरे. त्यामुळे आपल्याला वेदना सोसाव्या लागणं अपरिहार्य आहे. बाळंतपणाच्या वेदना आणि त्या सोसणं हे ईव्हच्या पापाचं आपण भोगत असलेलं प्रायश्चित्त. ॲडम अर्थात सहीसलामत सुटला. पुरुष सुटतातच.’’

जेनेसिसमध्ये ह्या बाबतीत स्पष्टता आहे. स्वतः देवच म्हणतो, ‘मी तुमचं दुःख प्रचंड पटीने वाढवेन. तुम्हाला गर्भ राहताना आणि प्रसूती होताना वेदना भोगाव्या लागतील.’ ॲनस्थीशियाचा शोध लागला तेव्हा प्रसूती कक्षात पेनकिलर्स वापरण्याच्या विरोधात चर्च उभं राहिलं. नाहीतर खुद्द देवाच्या शापाविरुद्ध गेल्यासारखं झालं असतं. शेवटी क्वीन व्हिक्टोरियाच्या हट्टाखातर डॉक्टरांनी आणि होऊ घातलेल्या मातांनी कबूल केलं की थोड्याशा नायट्रस ऑक्साइडच्या फवाऱ्याने जगातली सर्वात तीव्र वेदना थोडीशी सुसह्य झाली तर त्यात काय वाईट आहे?

‘‘माझी गोष्ट इथे संपते. त्यानंतर सांगण्यासारखं काय आहे? तुम्ही झालात आणि मी माता झाले.’’

पुन्हा तो शब्द. आणि त्यातला विखारी त्वेष. त्यांनी ह्याबद्दल विचार करायला हवा होता. उगीच इतरांना मुलं होतात म्हणून आपल्याला होऊ द्यायची?

‘‘मला त्याचं फार अप्रूप वाटलं नाही. सैतानी नगाला बाप होण्याबद्दल खास काही वाटलं का कोण जाणे. तो अर्थात अगदीच अलिप्त होता असं नाही. पहिलं मूल जन्माला आल्याचा आनंद त्याच्याइतका कोणालाच झाला नसेल.’’ ‘‘आणि दुसरं झालं तेव्हा...’’ मी.

‘‘...तेव्हा तर तो बेहोशच झाला. पण मी माझा फास टाकून त्याला जमिनीवर आणलं. ‘मला जाऊ दे.’ मी म्हटलं.’’

तिने अनेकदा ही याचना केली होती. त्यातली एक वेळ मला आठवत्येय. रस्त्याच्या टोकाला एक अंधारी बँक होती. त्यात एक खातं होतं. त्या खात्याचं चेकबुक दार उघडताना कर्र आवाज करणाऱ्या आणि गाणी गुणगुणाऱ्या गोदरेजच्या कपाटात कुलपात असे. ‘‘चोराची वर्दी देणारी आपली खास व्यवस्था,’’ एम म्हणायची. हे खातं एम आणि हूमराव दोघांच्या नावे होतं. त्यातले पैसे आणीबाणीत वापरण्यासाठी राखून ठेवलेले होते. आणीबाणीचा अर्थ आम्हाला न सांगता माहीत होता. म्हणजे हूमरावचं

बरंवाईट होणं. हे पैसे पवित्र होते. सूझनच्या आणि माझ्यासाठी ते जगात आम्ही एकटे उरण्याचं द्योतक होतं. असं काही होणं हे आमचं सर्वात भयानक कुस्वप्न होतं. आम्ही एकटे पडलो तर एमचं कसं करायचं ह्याची आम्हाला यत्किंचितही कल्पना नव्हती. गोळ्या कधी आणि किती द्यायच्या, हॉस्पिटलात कधी दाखल करायचं, तिला रोज आश्वासन देऊन तगवायचं, तिची बिलं भरायची, तिचे संतापाने किंवा नैराश्याने भरलेले टेलिफोन कॉल्स घ्यायचे, चरितार्थ चालवायचा.

आणि एके दिवशी सत्य बाहेर आलं.

वेळोवेळी हूमराव सूझनला आणि मला समोर बसवून पैशाचे व्यवहार समजावून सांगायचा. त्यात शेअरबाजार, अंतरिम लाभांश, भविष्य निर्वाह निधी, नियत ठेव इत्यादी सर्व गोष्टींचा समावेश असायचा. तो आमच्याकडून बँकेच्या कर्जासाठी किंवा एखाद्या कंपनीच्या आयपीओसाठी अर्ज लिहून घेत असे. तो गेल्यानंतर जगाशी सामना तयार करत आम्हाला शिकवत होता. शेवटच्या टप्प्यात तो बँकेतली खाती समजावून सांगायचा, कोणतं खातं कधी वापरायचं वगैरे. तो आम्हाला मुद्दल आणि रोजचा खर्च ह्याविषयी धडे द्यायचा आणि खर्चाचा अंदाज घेण्याचं महत्त्व पटवून द्यायचा. तो अंदाज कसा काढायचा ते दाखवताना एका स्तंभावर इमेल्डा हे नाव लिहायचा आणि त्या शीर्षकाखाली मिळकतीतली चाळीस टक्के रक्कम टाकायचा.

"चाळीस टक्के?"

"काही वर्षी अंदाजाहून जास्त झालेली आहे," तो त्रोटकपणे म्हणाला. ती कोणती वर्षं मला समजलं. आत्महत्येच्या प्रयत्नांची वर्षं. "पण बहुतेकदा हा खर्च अंदाजापेक्षा कमी होतो आणि हात हलवायला थोडा वाव मिळतो."

सरतेशेवटी रस्त्याच्या टोकावरच्या बँकेकडे आम्ही पोहचायचो.

"ह्या खात्याला हात लावायचा नाही," तो म्हणायचा. "हे पैसे आपत्तीत वापरण्यासाठी आहेत."

अशा वेळी एम 'मी मेल्यावर हं का,' असं काहीतरी म्हणायची.

पण त्या दिवशी ती गप्प होती. मग कसला तरी निर्धार केल्याप्रमाणे म्हणाली, "त्या खात्यात आता काही शिल्लक नाहीये."

एक क्षणभर शांतता पसरली.

"काय?" त्याचा आवाज शांत, नेहमीसारखा होता.

"मी सर्व पैसे काढले."

"कधी?"

“माहीत नाही.”

तो उठला आणि बेडरुममध्ये गेला. दहा मिनिटाने कपडे करून आला. काहीएक न बोलता बाहेर गेला.

“शी सगळं शेण झालं.”

“तू काय केलंस?”

“तुला उत्तर देणं मी लागत नाही,” ती म्हणाली.

हे अर्थात खरं होतं. ते आमचे पैसे नव्हते. पण एका अर्थी होतेही. एका भयानक भविष्यातल्या अर्थाने. ते तिला कसं सांगणार?

“पैसे गेले शेणात. वैतागवाडी नुसती,” एम म्हणाली. “तुला ती लॉरेन्सची कविता आठवते. कॉलेजमध्ये होती तुला. पौंडाबद्दल काहीतरी.”

डी एच लॉरेन्सची ‘द मॅडनेस ऑफ मनी’ पाठ होती मला. आम्हाला आमच्या सर्वच कविता पाठ असायच्या. आम्ही त्या फक्त पाठ करत नसू तर त्यांचे सारांशसुद्धा पाठ करायचो. कविता म्हणजे काय असतं ह्याचा आम्हाला पत्ता नव्हता पण प्रतीक आणि प्रतीप ह्यातला फरक चोख माहीत होता. शिवाय कवितेच्या कोणत्याही ओळी मला धाडधाड म्हणता यायच्या.

एका पौंडाची नोट हुरहुर न वाटता कोणी देऊ शकत नाही, तर दहा पौंडाची देताना हात थरथरतील नाहीतर काय, अशा अर्थाच्या लॉरेन्सच्या पंक्ती म्हणून दाखवल्यावर ती म्हणाली, “समजा मी स्वतःची परीक्षा घेत होते असं म्हटलं तर? समजा हुरहुर न वाटता मी चेक फाडू शकते हे मला सिद्ध करायचं होतं असं म्हटलं तर?”

“तू त्यासाठी केलंस का?”

“नाही. पण मी माझ्या आईला भेटायला जाते.”

“मला नाही वाटत तू जावंस,” सूझन म्हणाली.

“मला वाटतं मी जावं. त्याने मला मारून टाकलं तर?” ती नाटकी पद्धतीने शहारली. ती किती काळजीत आहे आम्हाला दिसत होतं. तो खरोखरीच तिला मारेल अशी भीती तिला नक्कीच नव्हती. पण तिने घोर अपराध केला होता ह्या जाणिवेने ती घोर काळजीत पडली होती. पण ते ती नाटकीपणाखाली लपवायचा प्रयत्न करत होती, त्याचा मला राग येत होता.

“मूर्खासारखं बोलू नकोस,” सूझन म्हणाली. “मी चहा करते.”

“त्यासाठी मी तुझ्यावर अनंत काळ प्रेम करेन,” एम म्हणाली. “पण ही चहा पिण्याची वेळ नव्हे. ही वेळ चिठ्ठी लिहिण्याची आहे. सगळं उघडकीस आलंय. पळायला हवं.”

"कोणाला चिठ्ठी?"

"आईला. आणि कोणाला?"

"तिला दिलेस पैसे?"

"माझ्या मुलांनी मला प्रश्न केलेले मी मुळीच खपवून घेणार नाही," एम म्हणाली. "अरे देवा, माझ्या विड्या कुठे गेल्या?"

सूझनने तिच्या हाउसकोटच्या खिशाकडे बोट दाखवलं. एमच्या विड्या नेहमी त्या खिशात असायच्या. एमने एक पेटवली आणि चिडल्याचा आव टिकवण्याचा खूप प्रयत्न केला. पण तिच्या पोझला लवकरच तडा गेला.

शेवटी ती म्हणाली, "पळून जाऊ का राहू?"

सूझनने तर्कशुद्ध प्रश्न विचारला. "कुठे जाशील?"

"आईकडे," एमने उत्तर दिलं.

"पोरकटासारखं काहीतरी बोलू नकोस. त्याला पळणं म्हणत नाहीत."

"अँजेला ब्राझिलची तुझ्याकडून काय अपेक्षा असती?" मी विचारलं.

प्रश्न वेडगळ होता पण माझ्या आईच्या इंग्रजी साहित्यावरच्या प्रेमामुळे तिचा चेहरा उजळला.

"ठीक आहे, कडू शेवट होईपर्यंत राहावं," ती म्हणाली. "आणि कर्माची फळं भोगण्याची तयारी ठेवावी. मग माझ्याविरुद्ध कारवाई होण्याआधी तोंडात बंदूक घालावी आणि चाप ओढावा. पण त्यातही माझं नशीब गांडू आहे."

थांबून थांबून तणाव असह्य झाला. पण ती पळून नाही गेली. हूमराव परत आला आणि काहीच बोलला नाही. एमने न बोलण्याचा प्रयत्न केला पण तो फार वेळ टिकला नाही. ती सारखी रडून त्याची क्षमा मागत होती.

प्रत्येक वेळेस तो म्हणत होता, "क्षमा करण्यासारखं काही झालं नाहीये." त्याचा आवाज भयानकपणे नेहमीसारखा होता.

काही वेळाने तिला दबाव असह्य होऊन ती म्हणू लागली की, पैसे तिचेही होते. कारण खातं तिच्या नावावर होतं.

"तुला तसं वाटत असेल तर तसं," तो म्हणाला.

वेळ इंचाइंचाने पुढे जात होता. मी वाचण्याचा प्रयत्न केल्याचं आठवतंय पण जमलं नाही. सूझन शब्दकोडं सोडवू लागली. हूमराव एकटाच वेगळं काहीच घडलेलं नाही अशा पद्धतीने वावरत होता. आपण लहान घरात राहात असतो तेव्हा आपली आयुष्यं सतत एकमेकांना छेद देत असतात. कोणताही खाजगीपणा नसतो आणि कोणतीही गोष्ट लपत नाही.

मी आणि सूझन तरातरा आपापल्या खोल्यांत जाऊन दरवाजे धाड्कन बंद करून जगाला बाहेर ठेवलं नाही. कारण आम्हाला आपापल्या खोल्याच नव्हत्या. एक झोपायची आणि एक बसायची खोली इतक्यामध्ये आयुष्यं बसवायचं. स्वयंपाकघर होतं. संडास आणि आंघोळीची खोली वेगवेगळी. ही ऐश म्हणायची. तेवढ्या भिंतींमध्ये चार आयुष्यं जगण्याचा प्रयत्न करायचा. जगा, प्रेम करा, लबाड्या करा, सर्व एकमेकांच्या ऐकण्याच्या टप्प्यात.

''पैसे कुठे गेले ते मला सांगता येणार नाही,'' एमने विरोधात्मक पवित्रा घेतला.

''मी विचारल्याचं आठवत नाही,'' तो म्हणाला.

''कुजकटपणा नको करू.''

''सॉरी.''

''नाही. मी सॉरी.'' तिला खरंच वाईट वाटत होतं. पण ते म्हटल्याने वादळ कोसळलं.

''तुला वाईट वाटतंय? तुला? फक्त सॉरी म्हणत्येस? विश्वासघात करतेस आणि फक्त सॉरी म्हणतेस?''

''कोणता विश्वास?''

''आई म्हणून तुझ्यावर टाकलेला विश्वास. बायको म्हणून तुझ्यावर टाकलेला विश्वास. आता तरी तुझी आस्था तू ह्या कुटुंबाकडे वळवली असशील हा विश्वास.''

''तसं केलंय मी. खरंच. तरी मी म्हणत होते मला कायमचं बाजूला कर. तेव्हा माझं का नाही ऐकलंस?''

हा वाद त्यांनी पूर्वी कधीतरी घातला असावा आणि तो आता पुन्हा तिने उकरून काढला होता असं मला वाटलं. कारण तो मला नवीनच होता. आम्ही कधीतरी झोपलेले असताना तो झाला होता का? नाही वाटत. सूझनची आणि माझी झोप तशी हलकी होती. एमच्या बदलत्या भावनिक अवस्थांचा सतत कानोसा घ्यायला लागायचा. ती फारच इकडे तिकडे करू लागली तर आम्ही लगेच उठायचो. बोलू लागली तरी उठायचो. तिला रात्री किंवा पहाटे फार एकटं वाटलं तर ती स्वतःशी बडबड करायची. ती ऐकून आम्हा दोघांपैकी कोणीतरी एकजण वैतागून चिडचिड करत लगेच उठायचं.

''तू का उठलास?'' ती भाबडेपणा पांघरून विचारायची. ''तुला झोपेची गरज आहे.''

"चूप बस," मी किंवा सूझन जे कोणी उठलं असेल ते म्हणायचं. "चहा कर."

ती उठून चहा करायची आणि हळूहळू पूर्ण जाग आल्यावर आम्ही गप्पा मारायला लागायचो.

आम्ही फारच दमलेले असलो तर ती आम्हाला पुन्हा झोपायला पाठवायची आणि स्वतः झोपण्याचं सोंग करायची.

आमच्या परीक्षा चालू असताना अलिखित नियम होता की हूमरावने तिची संपूर्ण जबाबदारी घ्यायची. अशा वेळी त्या खात्यातल्या पैशावरून हा वाद झाला असेल का?

आता तो तिच्याकडे जसं बघत होता तसं मी त्याला कधीच बघताना पाहिलं नव्हतं. लाडाने नव्हे, जबाबदार भावाने लहान बहिणीकडे पाहावं तसं नव्हे, तिच्याकडून काही न मागणाऱ्या प्रियकराच्या नजरेने नव्हे, तर विश्वास टाकून मैत्रीत ठोकर खाल्लेल्या आणि त्यामुळे झालेल्या दुःखाबद्दल आश्चर्य करणाऱ्या माणसासारखं.

"तसं केलंयस तू?" त्याने शांतपणे विचारलं.

"मी कोणत्या प्रकारे तसं केलं नाहीये?" एमने प्रश्न केला, पण तिच्या आवाजात अनिश्चितता होती.

"मी एकाएकी मरून पडलो असतो आणि तुला पैशाची गरज लागली असती तर काय केलं असतंस?"

"गुणवंतीबेनकडून घेतले असते."

एक क्षणभर खोलीत गाढ शांतता पसरली. घाबरवणारी.

"असं केलं असतंस? भीक मागितली असतीस?"

"भीक का? कर्ज घेतलं असतं."

"कर्ज? तुझं कुटुंब जशी कर्जं घेत आलंय तसं? त्यांच्या मागे कर्ज घेण्याचा अख्खा इतिहास आहे. तुम्ही लोक कर्ज नाही, भीक मागत असता हे माहीत असूनदेखील लोक तुम्हाला पैसे देत राहतात."

"भीक?"

"एक कर्ज घ्यायचं, मग दुसरं आणि दुसऱ्यातून पहिल्यातला थोडा भाग फेडायचा ह्याला काय म्हणतात? लोक पैसे देतात आणि त्यावर पाणी सोडतात ह्याला काय म्हणतात? त्याला भीक मागणं म्हणतात."

"गुणवंतीबेनला तसं मुळीच..."

"मी गुणवंतीबेनबद्दल बोलत नाहीये. मी तुझ्याबद्दल बोलतोय. तू तुझ्या मुलांना भिकेला लावणार आहेस त्याबद्दल बोलतोय. तू पैशाचं एकही खातं कसं सुरक्षित ठेवू शकत नाहीस त्याबद्दल बोलतोय."

"मला पैशाची गरज होती."

"तुला पैशाची गरज होती?"

तेवढ्यात त्याचं लक्ष आमच्याकडे गेलं. आम्ही ह्या वादाने गारठलो होतो. त्याला वाटलं, जाऊ दे, ह्यात काही अर्थ नाही.

"हो. तुला खरोखरीच पैशाची गरज भासली असणार," त्याच्या आवाजात कोणताही भाव नव्हता.

"असं नको वागूस."

"सॉरी," तो हळूहळू वाद आवरता घेत होता.

"तू मला तुझ्यापासून बाजूला लोटतोयस."

"मी?" आता त्याचा आवाज प्रसन्न झाला होता. जवळ जवळ. "आणि तुला पैशाची का गरज भासली हे तू मला सांगत नाही आहेस म्हणजे तू काय करत्येस?"

"माहीत नाही. पण ते वेगळं आहे. त्यात स्वाभिमानाचा प्रश्न येतो."

"हो का? आणि तुझ्या स्वाभिमानाच्या व्याख्येत तुझ्या मुलांकडून पैसे चोरणं बसतं का?"

"वाट्टेल ते काय बोलतोस?" एम कडाडली. "त्यांची उपासमार वगैरे होणार नाहीये."

त्यानंतर हूमरावने वादात ओढलं जाणं टाळलं. शेवटी एमने ठरवलं, झालं हे पुष्कळ झालं. ती घरातून बाहेर पडली. आईकडे गेली.

तो तिच्या मागे गेला तेव्हा आम्ही श्वास रोखून वाट पाहात बसलो. एका तासाने तो तिला घेऊन परत आला. पैशाचा वाद त्यांनी आपापसात मिटवला असावा.

मला एका गोष्टीचं नेहमीच नवल वाटत असे. इमेल्डाचे आई-वडील तिच्या लग्नाच्या बाबतीत इतके उदास का होते ह्याचं. पण हळूहळू लक्षात आलं की त्याला भक्कम आर्थिक कारण होतं. कुटुंबातली ती एकमेव मिळवती व्यक्ती होती. पैशाची नेहमी चणचण असायचीच, ती असण्याचं काही कारण नसतानाही.

"शेवटी मी त्यांना सरळ सरळ विचारलं. माझ्याबरोबर मी काय काय न्यायचंय? हुंडा प्रथा वाईट आहे वगैरे मला माहित्येय. पण मी रिकाम्या

हाती गेले तर माझं काय होईल? मी दहा-बारा वर्षं काम करत्येय तर थोडी तरी शिल्लक असेल की नाही? पण नाही. आई रडायला लागली आणि डॅडी भिंतीकडे तोंड करून झोपले. पाच वाजता. मग जादू करून बोलावल्यासारखी लुईझा मावशी प्रकटली. ती म्हणाली 'ऑगस्टीनो सालस मुलगा आहे. त्याने काही मागितलेलं नाही, तर आपण दहा वर्षं रोझरी माळेचे मणी जपून आपली कृतज्ञता व्यक्त करू.'

"दहा वर्षं माळेचे मणी जपण्यात किती शक्ती भरलेली आहे बघा! (विचित्र गोष्ट अशी की हा शुक्रवार होता, क्राइस्टच्या आयुष्यातला दुःखाचा वार आणि आम्ही रोझरीचा जप करणार होतो आनंददायी कारणासाठी.) डॅडी जागे झाले. आईची समजूत काढण्यासाठी मला संधी मिळावी म्हणून तिने मला चहा करण्याची परवानगी दिली. आणि लुईझा मावशीने स्वतःच्या गळ्यातली सोनसाखळी माझ्या गळ्यात घातली.

'तू माझी गॉड-डॉटर आहेस.' ती गंभीरपणे म्हणाली. 'तुला सोन्याची साखळी मी दिली नाही तर मी तरी कशी घालू?'

"पण तसं केल्याबरोबर ती वियोगाने व्यथित झाली. त्यामुळे माझ्यातलं खट्याळ पोर जागं झालं आणि सुचवू लागलं की तिचं म्हणणं खरं मान, मग बघ मजा. पण आधीच आयुष्यभर पुरेल इतकी नाटकं झाली होती आणि अश्रू वाहिले होते. म्हणून मी म्हटलं नको. साखळी काढून ती पुन्हा तिच्या गळ्यात अडकवली आणि तिच्या मनात हा विचार आला हीच मौलिक भेट झाली असं काहीतरी पुटपुटले. तिथे प्रकरण संपलं आणि मी म्हटलं, 'मला चर्चला जाऊन कन्फेशन करायचं आहे.' ही अर्थात तिथून पळ काढून एकांत मिळवण्यासाठी सबब होती.

"मी भायखळ्याला राणीच्या बागेत गेले. हत्तींच्या आजूबाजूचा परिसर खूप शांत वाटतो. मी हत्ती असते तर? किती शांत झाले असते मी."

राणीच्या बागेच्या बाहेरच्या मैदानात चालून चालून किती चालणार? थोड्या वेळाने ती थांबली. "काही तरुण मुलांच्या जवळ जवळ गळ्यातच पडले."

"मजा आली असेल त्यांना!" मी म्हटलं.

"असं वाटतं तुला? ते एकमेकांचं चुंबन घेत होते. समलिंगी."

ती बसने दादरला आली.

"जोव्हियल कॉटेज. हे काय नाव झालं? सहन होत नसे मला. एकमेकांच्या पाठीवर थापा मारणारे प्यायलेले पुरुष किंवा खो खो हसणारे असं काहीतरी ते नाव सुचवायचं. त्यात जुपिटरचा काय संबंध हेही कळत नसे."

"मी हरवलोय."

"जोव्हियल. जोव्ह. जोव्ह हे जुपिटरचं नाव. तू तुझ्या घराला जुपिटरचं नाव देशील? भयानक माणूस होता तो. सतत बहिणींबरोबर झोपायचा आणि बापाच्या गोट्या कापून समुद्रात फेकल्या. जरा कल्पना कर."

आपल्या भावी बायकोच्या आगमनाने आणि तिच्या हताश चेहऱ्याने ऑगस्टीन घाबरला पण त्याने स्वतःला लगेच सावरलं.

"त्याने मला आतदेखील येऊन दिलं नाही. 'तुझं नाव खराब होईल' म्हणाला. म्हणून आम्ही चहा घ्यायला बाहेर गेलो. कुठे गेलो आठवत नाही पण असंही माझं नाव खराब होईल असा मनात विचार आल्याचं आठवतं. आपण एखाद्या पुरुषाबरोबर इराण्याच्या हॉटेलात चहा घेतो का?"

"भावी नवऱ्याबरोबरसुद्धा नाही?"

"नाऽऽऽही. नियम सरळ होता. तुम्ही बाई असाल तर इराण्याच्या दुकानात फक्त बापाबरोबर किंवा नवऱ्याबरोबर जाण्याची तुम्हाला परवानगी होती."

इथल्या संभाषणात ऑगस्टीन काहीतरी बोलला, जे त्याच्या बायकोच्या मनात ठाम रुतून राहिलं.

चहा आल्यावर ती स्पष्टपणे म्हणाली, "माझ्याकडे हुंडा द्यायला पैसे नाहीत."

"मला फरक पडत नाही."

"तुझ्या कुटुंबाला पडेल."

"नाही."

"असं कसं म्हणू शकतोस?"

"कारण मी त्यांना सांगेन की तुझा हुंडा तू दर महिन्याला आणशील."

हे खरं होतं. कारण त्या काळात इमेल्डा अमेरिकन कॉन्स्युलेटमध्ये नोकरी करत होती आणि तिला ऑगस्टीनपेक्षा जास्त पगार मिळत असे. त्याचा पगार त्याने केलेल्या अवजड यंत्रांच्या विक्रीवर अवलंबून होता आणि त्या काळात हा उद्योग घसरला होता. तो सावरणार होता हे नक्की. भारताचं राक्षसी आकाराच्या गोष्टींवरचं जे प्रेम आहे त्याखातर कुणाला तरी लवकरच

धातूच्या भल्यामोठ्या तुकड्याची गरज भासणार होती. पण तोवर इमेल्डाला ऑगस्टीनपेक्षा जास्त पगार मिळत राहणार होता.

त्याच्या लक्षात आलं नाही, पण तो जे बोलला त्यामुळे एका बाजूला इमेल्डाला शाश्वत वाटलं पण दुसऱ्या बाजूला तिला भीतीही वाटली. नोकरी करायची गरज होती म्हणून ती करत होती. तिच्या मनात ह्याविषयी जराशीही शंका नव्हती. तिच्या पगारावर तिचं कुटुंब अवलंबून होतं. तिने मिळवलं नाही तर त्यांना अन्न मिळणार नव्हतं, निदान सकस अन्न तरी नाही. पण लग्नानंतर मिळवणं म्हणजे काय ह्याची तिला कल्पना नव्हती. तिने आपल्या डायरीत लिहिलं :

"तो जे म्हणाला त्यावरून माझ्या ध्यानात आलं की मला आयुष्यभर नोकरी करणं अपरिहार्य आहे. करेनसुद्धा. पण माझी तंतरली. मला काम करण्याबद्दल काही नाही वाटत. लांबलचक, आकड्यांनी विपुल, कार्बनचा कागद घालून प्रती काढाव्या लागतात त्या अहवालांबद्दलसुद्धा नाही. खाजगी रिपोर्ट्सबद्दलसुद्धा नाही. विलियम टर्नरने माझ्या रिपोर्टमध्ये मारलेल्या शेऱ्याबद्दल अर्थात मी त्याला कधीही माफ करणार नाही. 'ती आपलं टेबल स्वच्छ ठेवत नाही,' म्हणे. जशी काही मी गचाळ बाई आहे आणि माझं टेबल म्हणजे डुक्करांचं खुराडं. (रूपकांचा गोंधळ झालाय ना?) पण काय आहे की..."

इथे नोंद संपते. पण तिने लिहिल्याप्रमाणे प्रश्न नोकरी करण्याचा नव्हता. प्रश्न होता पगाराचा. ती धरून चालली होती की तो ती आईला देणार. तो धरून चालला होता की त्यांच्या सामाईक कमाईत तो जाणार. तिच्या डायरीतल्या पुढच्या नोंदीत हे स्पष्टच झालं आहे :

"माझा पगार म्हणजे माझा हुंडा. त्यात गैर वाटावं असं काही नाही. पण कोणत्याही रूपात हुंडा हा प्रकार अयोग्यच. मुलाला विचारलं तुझे प्रॉस्पेक्ट्स काय आहेत तर ते कोणाला अयोग्य वाटत नाही. मुलीची बाजू पैशाला महत्त्व देत नसेल तर मुलाकडच्यांनासुद्धा त्याचं महत्त्व वाटू नये. आजच्या काळात तरी नाही.

"आईला विचारलं. सरळच विचारलं, 'माझं लग्न होऊन मी त्याच्याकडे राहायला गेल्यावर तू घर कसं चालवशील?'

"ती म्हणाली, 'बघू.' म्हणजे काहीच नाही. तिला सांगावंसं वाटलं, तुझं उत्तर अर्थहीन आहे. पण त्यापुढे ती काहीही बोलायला तयार नव्हती. तिचं हे नेहमीचं आहे. म्हणजे माझ्या मनात कायमची अनिश्चितता. हे मला पेलणं कठीण जातंय.''

लग्न होईपर्यंत पुरेसे पैसे नाहीत म्हणून इमेल्डा वंचित राहिली. ती मिळवायची ते पैसे खर्च कसे करायचे हे ती ठरवत नव्हती. तो विभाग दुसऱ्याचा होता. मिळवलेली दिडकीन्दिडकी ती आईच्या स्वाधीन करायची. ती हे कसं करू शकते हे ऑगस्टीनला कधीच कळलं नाही.

"थोडेसुद्धा पैसे तुला स्वतःसाठी ठेवावेसे वाटत नाहीत?" त्याचा प्रश्न.

"नाही," इमेल्डाचं सरळ उत्तर.

"नाही?"

"नाही."

उत्तर पारदर्शक होतं.

"तुला कोणतीच गोष्ट विकत घ्यावीशी नाही वाटत?"

"वाटतं," इमेल्डा म्हणाली. "पण मला विकत घ्याव्याशा वाटतात त्या गोष्टी माझ्या पगारात बसणं अशक्य. मग त्यांचा विचार तरी कशाला करा? उदाहरणार्थ मला बोट घ्यायची इच्छा आहे. मला माझ्या पगारात बोट घेता येईल का?"

"म्हणून खजूर."

"हो. खजूर परवडतो."

"पण तू चालत घरी गेलीस तरच."

"चालत घरी जायला आवडतं मला."

"तू साधू-संत आहेस का?" ऑगस्टीन वैतागून म्हणाला.

"साधू-संतांना बोटी हव्या असतात? कदाचित सेंट क्रिस्टोफरला चालली असती. आणि सेंट जॉन जेव्हा टोळ आणि जंगली मध खाऊन जगत होता तेव्हा त्याला एखाददुसरा खजूर चालला असता."

"ह्या सगळ्याचा तू व्यवस्थित विचार करून ठेवलायस असं वाटतं."

"मुळीच नाही. मला पैसे कळत नाहीत."

"म्हणजे? त्यात न कळण्यासारखं काय आहे?"

"घर कसं चालवायचं ह्याबद्दल मला काहीही माहीत नाही. खर्चाचा अंदाज कसा काढायचा माहीत नाही. पाच किलो तांदूळ आणि एक किलो

डाळ घ्यावी का एक किलो तांदूळ आणि पाच किलो डाळ. पापलेटची योग्य किंमत काय. झाडूवालीला आपण पगार देतो तो कमी आहे का जास्त आणि तिला नाताळात पोस्त किती द्यावं ह्यातलं मला काहीएक कळत नाही. एक मात्र माहित्येय. आपण झाडूवालीला दिवाळीचं पोस्त देत नाही. माझा पगार बरा आहे का वाईट माहीत नाही. पैशाबद्दल बरंच काही कळावं लागतं.''

''म्हणून तू त्याकडे दुर्लक्षच करतेस.''

''मी शरलॉक होम्सचा अवतार आहे. आपला ज्याच्याशी संबंध नाही त्याने मी माझा वरचा मजला भरत नाही.''

''त्याचा अर्थ प्रौढ होण्यास नकार देणं असा होत असला तरी?''

''तुला मी तसं करत्येय असं वाटतं?''

''मला एक पक्क माहीत आहे. तुझ्या पैशाचे व्यवहार तू चालवू शकत नसशील तर तुला प्रौढ झालीस असं म्हणता येणार नाही.''

''पैशाकडे बघण्याचा हा एक दृष्टिकोण असू शकतो,'' इमेल्डाने मान्य केलं. ''पण माझा मार्ग 'द वे ऑफ वॉटर'चा आहे.''

ऑगस्टीन मान हलवत म्हणाला, ''वॉट्सचं ते पुस्तक मी तुला द्यायला नको होतं.''

''ह्यात झेनचा संबंध नाही,'' इमेल्डा म्हणाली. ''मी ते पुस्तक वाचलंसुद्धा नाही. खरंच. मला झेन कळत नाही. म्हणजे तुम्ही एखाद्याला नीट उत्तर दिलं नाहीत किंवा उद्दामपणे वागलात तर लोकांचं प्रबोधन होतं?''

''आपण झेनबद्दल का बोलतोय? आपण तुझ्याबद्दल बोलत होतो.''

''शक्य नाही. इतक्या सुरस विषयाला मी बगल दिलीच नसती.''

''पैशाबद्दल तुला वाटणाऱ्या अडचणीविषयी आपण बोलत होतो.''

''नाही. माझ्या पैशाबद्दल तुला वाटणाऱ्या अडचणीबद्दल बोलत होतो.''

''आणि तू म्हणालीस तू पाण्यासारखी आहेस.''

''हो आहे. मी पैशाच्या बाजूबाजूने वाहत जाते.''

''हे ढोंग आहे.''

''असं बोललास तर मी लालेलाल रागावून निघून जाईन.'' इमेल्डा म्हणाली.

पण ऑगस्टीन म्हणत होता ते बरोबर होतं. त्यांचा पैशाबद्दलचा संवाद अशा धर्तीवर जर झाला असेल—आणि असा झाल्याचं इमेल्डानेच मला सांगितलं—तर मग इमेल्डा थोडंफार ढोंग करत होती हे उघड आहे. कारण कधी कधी तिच्या आईला पैशाचा अंदाज नाही म्हणून ती वैतागायची.

‘‘पुन्हा एकदा मला हवं ते मिळणार नाहीये. असं का व्हावं कळत नाही. आईचं म्हणणं एकच. तुला नोव्हेंबरमध्ये नवा फ्रॉक घेतला होता. मी मरेस्तोवर माझी जन्मतारीख नोव्हेंबरमध्ये असेल आणि मी मरेस्तोवर ख्रिसमस डिसेंबरमध्ये येत राहणार. (अर्थात रोमन चर्चची उलथापालथ झाली, किंवा ग्रेगॉरियन कॅलेंडरमध्ये मूलभूत बदल झाले तर वेगळं. पण देव करो आणि तसं न होवो. अर्थात तसं झालं तर सगळे महिने ३० दिवसांचे होतील आणि उरलेले पाच दिवस सर्वांना सुट्टी, की वर्ष संपलं. माझं गणित पक्कं असतं तर माझी रास तरीही सॅजिटेरियस राहील का हे ताडून पाहिलं असतं. का राशी ग्रहांवर किंवा सूर्याच्या स्थानावर वगैरे अवलंबून असतात. कानोबाला विचारलं पाहिजे.)

‘‘मी जेव्हा म्हटलं मी एक छान रेशमी कापड पाहिलंय आणि त्याचा ख्रिसमससाठी मस्त ड्रेस होऊ शकेल तेव्हा मला ठामपणे सांगण्यात आलं मला असं काही मिळायचं नाहीये. मला लुईझा मे अ‍ॅल्कॉटच्या ‘लिट्ल विमेन’मधल्या चार मार्च बहिणींपैकी आपण आहोत असं वाटलं : नव्या कपड्यांबिगर ख्रिसमस हा ख्रिसमस असूच शकत नाही.

‘‘माझ्या पैशाचं ती करते तरी काय हे विचारणं म्हणजे आपण एखाद्या अतिरंजित नाटकातला नवरा आहोत असं वाटेल. म्हणून मी विचारत नाही.

‘‘कानोबा म्हणतो मला बरा पगार मिळतो. त्यावर खरंतर सुखाने जगता यावं. त्याला काय माहीत की मला आतले कपडे भलभलत्या ठिकाणी रफू करून वापरावे लागतात आणि रस्ता पावलांना थेट लागतो त्यानंतर कैक महिन्यांनी मला नवे बूट मिळतात.

‘‘पण तिला विचारलं तर ती ‘सर्व पैसे आपल्यावर तर खर्च करते. तू आणखी का नाही मिळवत?’ असं म्हणेल अशी भीती वाटते. ते करणं शक्य आहे का?

‘‘अ‍ॅमकॉनजेनमधल्या कोणत्याही मुलीला एका नोकरीपेक्षा अधिक असण्याची गरज भासत नाही आणि त्या बंदरात लागलेल्या बोटीवरच्या नावाड्यांसारखे पैसे उधळत असतात. ए एस एलची बात वेगळी होती. बिचारी लिडी मारवाडी मुलांची शिकवणी करत असे. इंग्रजी? किंवा इंग्रजी आणि इतिहास कदाचित. आणि गर्टी स्वतःचे कपडे शिवायची पण ते घालून तोरा असा की आपल्याला वाटावं आपलेसुद्धा तिच्याकडून शिवून घ्यावे, तिचं शिवणं फार चांगलं नव्हतं तरीसुद्धा. मी तिला एक छान फुलाफुलांचं कापड दिलं त्याचा तिने इतका चित्रविचित्र ड्रेस करून दिला की त्यावरचे

ढीगभर सॅटिनचे बो आणि बटणंफिटणं काढल्यानंतरसुद्धा मला तो घालवेना. तिला सांगितलं माझं वजन वाढलंय. ते कमी झाल्यावर घालेन. म्हणजे एवढीशी गोष्ट टाळण्यासाठी वजन वाढवायचं!''

इमेल्डा ढोंग करत्येय अशी त्याला खात्री होती म्हणून ऑगस्टीनने लग्नानंतरचा त्याचा पहिला पगार तिला दिला. पण तिचाही पगार झाला होता आणि तो त्याच्या हाती देण्याचा तिने बेत केला होता. हूमराव म्हणाल्याचं आठवतंय, ''तिच्या मांडीत मी साप टाकल्यासारखा चेहरा केला होता तिने.''

''एकदम केवढे ते पैसे!'' एम म्हणाली. ''वाटलं बाहेर जाऊन सगळे खर्च करून यावं.''

पण तिने तसं केलं नाही. वर्षानुवर्षं आपला पगार जसा आईच्या स्वाधीन केला होता तसा आता ती तो नवऱ्याला देऊ लागली. पण सर्व पैसे त्याला दिले की ते चोरून परत घेण्याची तिला आवश्यकता भासू लागली. त्याला ह्याचं पूर्ण ज्ञान होतं आणि तो मनाविरुद्ध का होईना ते होऊ देत होता. म्हणून ती तसं करत राहिली ते थेट तिचं मन ढासळेपर्यंत.

''त्याने मला नोकरी सोडायला लावली,'' ती रागाने म्हणाली. ''नाहीतर माझ्याकडे अजूनही स्वतःचे पैसे असते वेळेनुसार वापरायला.''

''काहीतरी बोलू नको,'' सूझन म्हणाली. हूमराव काहीच बोलत नसे त्याचं कारण आम्हाला खूप नंतर समजली ती गोष्ट त्याला आधीच माहीत होती. कॉन्स्युलेटने तिला राजीनामा देण्याची परवानगी दिली होती. राजनैतिक अहवालात स्वतःचे शेरे घुसवू लागली होती. त्यासाठी 'वैयक्तिक अंतर्वेशन' असा लोभस शब्दप्रयोग कॉन्स्युलेटने योजला होता. मला तो फारच आवडायचा. आठेक वर्षांचा मी, जेव्हा त्याचा उच्चार करायचो, तेव्हा एमसुद्धा हसायची. विनोद तिच्याबद्दल होता तरी.

हूमरावच्या एकट्याच्या पगारावरदेखील, ऐहिकदृष्ट्या, आम्ही जगत होतो त्याहून अधिक सुखात जगू शकलो असतो. ऑगस्टीनचा हूमराव झाला त्याआधी त्याने आमच्यासाठी बऱ्याच योजना आखल्या होत्या असा माझा समज आहे. एमच्या आजाराची सुरुवात झाली तेव्हा त्या योजनांमध्ये त्याला फेरबदल करावे लागले. आमच्या घरात खायला-प्यायला भरपूर असायचं. हवी तेवढी पुस्तकं घेण्याची आम्हाला मुभा होती. पण त्याउपर काही मिळत नसे. गडी नाही. फ्रिज नाही. टेलिव्हिजनदेखील नाही. त्या काळात ती चैन मध्यमवर्गाला परवडण्यासारखीही नव्हती.

अधूनमधून आम्ही फ्रिजचा हट्ट करायचो. खासकरून ज्या घरी फ्रिज आहे अशा ठिकाणी जाऊन आल्यावर. त्यांच्याकडे थंड गोष्टी किती सहज मिळायच्या. ऐनवेळी जेवण करायचं तरी फ्रिजमधलं हे-ते वापरून त्यांना करता यायचं. लहान लहान डब्यांमध्ये नीटनेटकं रचून काय काय ठेवलेलं असायचं.

हूमराव म्हणाला, ''करायचाय काय आपल्याला फ्रिज? शहरातली सर्वात उत्तम मंडई इथून ढेंगावर आहे. आपण ताजं अन्न खातो.''

''पण काही गोष्टी फ्रिजमध्ये टिकण्यासाठी ठेवतात,'' सूझन म्हणाली.

''उदाहरणार्थ पेढे,'' मी म्हणालो. ''तुझ्या ऑफिसमधून पेढ्यांचं केवढं मोठं खोकं आलं होतं, आठवतंय ना?''

''आणि ते किती तास टिकलं तेही आठवतंय,'' तो म्हणाला. सूझन त्या आठवणीने शरमून हसली. एमसुद्धा हसली. ''बापरे त्यानंतर किती दिवस ढुंगणाला गळती लागली होती.''

''शी!'' मी म्हणालो, सूझन म्हणाली आणि हूमरावनेसुद्धा नापसंतीचा आवाज केला. पण तो वाक्प्रचार एमच्या शब्दकोशात विराजमान झालेला होता. कोणालाही हगवण लागली की तो डोकं वर काढायचा.

तर मग आमच्याजवळ मंडई होती, आम्ही ताजं अन्न खायचो आणि उरेलसुरेल त्यासाठी एम होती.

''दुधी मात्र नाही हं,'' तिने मला आठवण करून दिली. ''आणि वेलचीच्या स्वादाचं हॉर्लिक्स. ते तर माझं सर्वात नावडतं. पण आपण अन्न आणि खाणं ह्याबद्दल बोलतोय तर गोड फुगियाची गोष्ट विसरता कामा नये.''

ती विसरणं सोपं नाही. एक काळ असा होता की लागोपाठ तीन दिवस एमला झोप नव्हती. अधूनमधून फक्त डुलक्या यायच्या आणि त्या काढताना हातातल्या अर्धवट ओढलेल्या विड्या जमिनीवर पडायच्या. तिची अस्वस्थ ऊर्जा आणि एकसारखी चालू असलेली बडबड ह्यांनी घर फुगून थरथरत होतं. मग एके दिवशी दुपारच्या जेवणानंतर एकाएकी त्या सर्वाची भरपाई झाली. ''मी झोपायला जाते,'' ती म्हणाली. आम्ही सुटकेचा निःश्वास सोडला. मग तिच्या शरीराने तिच्यावर सूड उगवला. ती सलग सोळा तास झोपली. त्या काळात दर चारेक तासांनी आमच्यापैकी कोणीतरी तिच्या तोंडात पाण्याचे थेंब टाकत होतं. मग ती जागी झाली. ताजीतवानी, पुन्हा हैदोस घालायला तयार. आणि काहीतरी चघळू लागली.

"हूँ!" म्हणाली. "हा फुगिया जरा जास्तच गोड आहे." सगळ्यांनी हातचं काम बंद केलं. फुगिया म्हणजे ब्रेडचे छोटे निमगोड गोळे. आम्ही ते दुपारच्या जेवणात झणझणीत सोरपोतेलमध्ये बुडवून खाल्ले होते. त्या जेवणानंतर एम तडक उठली आणि जाऊन झोपली.

"गोड लागणार नाही तर काय? इतके तास तुझी लाळ त्याच्यावर काम करत होती."

निद्रानाश झाल्यामुळे ती बेजार झाली होती. तोंडातला फुगिया गिळण्याचंही तिला भान राहिलं नव्हतं आणि तो तसाच तोंडात ठेवून ती झोपली होती. चमत्कार घडला म्हणायचं की तो गोळा भलत्या नलिकेत घुसून तिचा प्राण नाही गेला.

पण तिच्या शरीराची राखण एखादा जादुई ग्रहच करत असावा. जवळपास संपूर्ण आयुष्यभर तिने सिगरेटी आणि विड्या ओढल्या. त्यामुळे तिला कायमचा छातीफोड खोकला असायचा. एके दिवशी प्रकरण गंभीर झालं. सहज बोलता बोलता सूझनकडे तिने 'माझा कॉलीफ्लावर' असा उल्लेख केला. मी कॉलेजमधून घरी आलो तेव्हा सूझनने हे मला सांगितलं.

म्हणाली, "ती काय बोलली त्याचा मला काहीही बोध झाला नाही. तो उल्लेख शरीरातल्या कुठल्याही भागाबद्दल असू शकला असता. पण मी हबकले. म्हटलं, 'कसला कॉलीफ्लावर?' तर ती म्हणाली, 'माझ्या जिभेवर मध्यभागी वाढतोय तो.' मी म्हटलं, 'पाहू.' तिने जीभ दाखवली."

आम्ही दोघांनीही तिच्या तोंडात वाकून बघितलं. तिच्या जिभेला एक खोल चीर गेली होती आणि त्यात पांढरं काहीतरी उगवलं होतं. अगदी कॉलीफ्लावरसारखं.

आमची पाचावर धारण बसली.

"त्याला बोलवून घेऊया का?" मी विचारलं.

"मला नाही वाटत," सूझन म्हणाली. "तातडीने काही करायला हवंय असं हे दिसत नाहीये."

मी विचार केला.

"हो. ह्याचं लगेच काहीतरी होईल असं वाटत नाही."

"तुम्ही त्याला सांगायचं नाही," एमने बजावलं.

"डोकं फिरलंय का तुझं?"

"आपण एक वादा करू. माझ्या वाढदिवसापर्यंत थांबू. तोपर्यंत हे असंच राहिलं तर त्याला सांगायचं."

तिचा वाढदिवस दोन आठवड्यांवर आला होता.

"तेवढ्यात काय होईल असं वाटतंय तुला?"

"ते गायब होईल."

"तुला वेड लागलंय का?" मी विचारलं.

"तुला लागलंय का?" सूझनने मला विचारलं.

एमकडे उत्तर होतं. "घटनेच्या पाचव्या सुधारणेचा मी आसरा घेते."

"संविधानाची पाचवी सुधारणा मध्यवर्ती सरकार आणि राज्ये ह्यांच्यातल्या नात्याविषयी आहे."

"देवा, ह्या अतिशहाण्यांपासून मला कोणीतरी वाचवा."

सूझन मधे कडमडली, "कळत नाही तुला तिला कॅन..."

"तो शब्द उच्चारू नको," एम ओरडली. ही साधीसुधी अंधश्रद्धा होती की 'त्यांना ऐकू येईल' याची भीती, सांगणं कठीण होतं.

"ठीक आहे. तुझ्या जिभेच्या मध्यभागी कॉलीफ्लावर आहे."

"हे ठीक आहे. मला कॉलीफ्लावर आवडतो. जिभेवर खेकडा कोणाला हवाय?"

"नको असेल तर विड्या ओढणं सोड ना."

"मी काहीएक सोडणार नाहीये."

पुढे चर्चा बंद.

"मी पुन्हा एकदा बघू शकतो का?"

"बघ की!" एम जीभ बाहेर काढत म्हणाली.

"बापरे. हे तर अगदी..."

"बोलायचं नाही."

"ठीक आहे. पण हूमरावला सांगितलं पाहिजे."

"नाही. माझ्या वाढदिवसाला हे इथे नसेल. असलं तर मला गोळी घाला."

"मुद्दा तू मरू नयेस हा आहे," सूझनने तिच्या लक्षात आणून दिलं.

मागे पाहताना आश्चर्य वाटतं की आम्ही ताबडतोब तिला ऑंकॉलॉजिस्टकडे कसं नाही नेलं? नेलं नाही खरं. कारण एम ह्या ना त्या वैद्यकीय अटीतटीशी झुंजत असण्याची आम्हाला सवय झाली होती.

तिच्या वाढदिवसाला आम्ही दोघांनी तिची जीभ तपासली. कॉलीफ्लावर नाहीसा झालेला.

"हे कसं झालं?" मी विचारलं.

“मला काय माहीत,” ती म्हणाली. “मी मदर मेअरीला सांगितलं, मी अशी मुळीच जाणार नाही. म्हणून तिने तो काढून घेतला.”

ह्या चमत्काराचं काय करायचं मला कळेना. पण सूझन तिला अशी सोडायला तयार नव्हती. “खरं काय झालं?”

“ते निघून आलं आणि मी गिळलं,” एम म्हणाली.

“शी!” सूझन म्हणाली पण तिने ते खरं मानलं.

“त्याला आता सांगितलं तर चालेल?”

“कशाबद्दल?”

“तुझ्या कॉलीफ्लावरबद्दल.”

ती मोठे डोळे करून म्हणाली, “कसला कॉलीफ्लावर?”

तेवढ्यात हूमराव ट्रेमध्ये सकाळचा नाश्ता घेऊन आला. तिचा आवडता नाश्ता— बेकन, अंडी, टोस्ट. त्याने ऐकलं होतं.

“काय कॉलीफ्लावर?” त्याने विचारलं. महत्त्वाच्या गोष्टींचा त्याला हमखास सुगावा लागायचा. मी त्याला सांगितलं. आमच्या दोघांकडे त्याने बघितलं आणि मग तिच्याकडे. आम्ही सर्वचजण थोडेसे कोमेजलो. आम्ही शांततेत नाश्ता केला. शेवटी एमने शांततेचा भंग केला.

“ते आता गेलंय.”

तो काही बोलला नाही.

“आमच्याकडून तिने वचन घेतलं,” मी म्हणालो.

तो काहीच बोलला नाही. नाश्ता झाल्यावर त्याने एक फोन केला. एमला डॉक्टरकडे घेऊन जाण्यासाठी. कधी जायचं ठरल्यावर तो आम्हाला दोघांना उद्देशून म्हणाला, “कधी कधी विचार येतो शिक्षणाने काही फरक पडतो का?”

मग तो कामावर निघून गेला.

एमने आम्हाला धीर देण्याचा प्रयत्न केला.

“मला काहीही झालेलं नाहीये.”

“हे तुझ्याबद्दल नाहीये,” सूझन म्हणाली.

“आम्ही त्याला सांगायला हवं होतं,” मी म्हटलं.

“आपणच तिला डॉक्टरकडे न्यायला हवं होतं.”

“तुम्ही आणि कोणाचं सैन्य?” एमने निर्विकारपणे विचारलं.

हा तिचा आवडता वाक्प्रचार होता. ॲमकॉनजेनमध्ये काम करणाऱ्या नौसैनिकांच्या तोंडी तो खूप असायचा.

पण तो चमत्कार चालू राहिला. तिची खोदून खोदून तपासणी झाली. इथे चिमटा, तिथे चापट, ह्याचा स्कॅन, त्याचा आवाज आणि सर्वावर कडी म्हणजे ''माझ्या ढुंगणात बोटसुद्धा घालण्यात आलं. अर्थात एका गोड मल्याळी नर्सने त्याची पूर्वसूचना दिल्यानंतर.''

''फुप्फुसं कफाच्या पिशव्या झाल्या आहेत. आवाज रस्त्यावरच्या रातराण्यांचा. खोकला सेरेंगेटी जंगलातल्या सिंहासारखा. पण शरीरात खेकडे नाहीत. पाय फाकवून पाहिलं तरी नाहीत. शत्रूवर मात. माझं शरीर विज्ञानाला दान करेन मग हुडकून काढू देत लेको, ही प्रतिकार शक्ती माझ्यात कुठून आली ते. चला पैजा लावा,'' खुशीत येऊन एम खदखदली.

''मग त्या कॉलीफ्लावरचं काय?''

''शुंभ्यांनो तुमच्यासमोर रांडेचा चमत्कार घडला तरी तुम्हाला तो दिसत नाही.''

''नाही.''

''अश्रद्ध जन हो. तुमच्यासाठी मी इच्छा पणाला लावायला नसेन तर तुम्ही स्वर्गीय तळ्यात बदकं होऊन कसले पोहणार!''

''हे बदक प्रकरण बायबलमध्ये मी कुठेही वाचलेलं नाही,'' मी म्हटलं.

''माझ्या मनातल्या बायबलमध्ये बदकं आहेत,'' एम तरंगत होती. ''मी स्वर्गात राजहंसासारखी सैर करत असेन तेव्हा तुम्ही बदकं असाल.''

''पुरे पुरे!'' मी खेकसलो.

''एम—'' सूझनने दरडावलं.

''मी मेअरी माउलीला सांगितलं...'' इथे तिने पवित्रा बदलला. ''ठीक आहे तर. मी तिला म्हटलं, माझ्या एकूण गुणातून पाच वर्षं कमी कर, पण मला खातपीत विड्या ओढत जाऊ दे. तू मला हे दिलंस,'' तिने कपाळावर बोट टेकलं. ''आणि मी ते मुकाट्याने स्वीकारलं.''

''मुकाट्याने?''

''तुम्ही माझं आयुष्य जगा मग तुम्हाला कळेल किती मुकाट्याने ते. तर मी म्हटलं पाच वर्षं काढून घे. कोणीतरी ऐकलं असणार. निळी आई, तुझ्यावर मी प्रेम करते. म्हणून तुला सांगितलं होतं आता माझ्या आयुष्यात पुरुषी अहंकार बंद. 'दाय विल बी डन' वगैरे मला चालणार नाही. मी कशाचंही समर्पण करणार नाही. कशाचंही नाही. बाईच्या चांगुलपणातून मला जे मिळेल त्यावर जगेन.''

११

इलेक्ट्रो-कन्व्हल्सिव्ह थ्रॉपी

आमच्या कॉलेजने ठाण्याच्या मेंटल हॉस्पिटलला भेट दिली तेव्हा मला वाटलं भारतात मानसिक रुग्णांना दिल्या जाणाऱ्या सेवेत इथली सर्वात वाईट ठरावी. मानसशास्त्रात रस असलेले आम्ही तीसेक तिसऱ्या वर्षाचे विद्यार्थी त्या सहलीवर गेलो होतो. आम्हाला तिथे नेलं होतं अर्पणा शेट्टी नावाच्या एका जूनियर लेक्चररने. जूनियर म्हणजे काय, नुकत्या एम.ए. झालेल्या म्हणून आमच्या लंपट नजरांसाठी पात्र. सुनील नावाच्या एका व्यसनाधीन रुग्णाची आमच्याशी ओळख करून देण्यात आली. तो सुधारण्याच्या मार्गावर आहे असा निदान हॉस्पिटलचा तरी दावा होता. हा मध्यमवर्गातला किंवा त्याहूनही वरच्या वर्गातला असावा असं वाटलं. तो अस्खलित इंग्रजी बोलत होता.

''इथे हवं ते मिळतं. भारतीय पद्धतीनुसार.''

''म्हणजे? मला नाही कळलं,'' अर्पणा म्हणाली.

''तुमच्या मनाला बंधनमुक्त करा शेट्टीबाई,'' सुनील म्हणाला. ''आपला देश गरीब आहे. वरची माती फक्त सुपीक. गरीब देशात लोकांचे पगार गरीब असतात. त्यांना विकत घेणं, ते विकले जाणं ह्या रोजच्या गोष्टी आहेत.''

''सुनील,'' आमच्या मागून आवाज आला. तो अधिकाऱ्यासारख्या दिसणाऱ्या माणसाचा होता. अर्पणा शेट्टीने आपले कागद पुढे केले. अधिकारी ते तपासत असताना आणि स्वतःची ओळख करून देत असताना सुनील आमच्याशी बोलत राहिला. नजर शून्यात, बोलण्याची पद्धत मृदू.

''माझं म्हणणं एवढंच आहे की तुम्ही एखाद्या गरिबाला गरीब पगार आणि जमिनीवरची सुपीक माती दिलीत तर तो बी पेरेल, पालेभाज्या काढेल आणि पहिल्या गिऱ्हाइकाला विकेल.''

''सुनील, काय थापा देणं चाललंय?'' श्री. शिंदे म्हणाले. तेच ते अधिकारी, हॉस्पिटलचे सायकायट्रिक सोशल वर्कर. सुनील त्यांच्याकडे बघून सौम्यसा हसला. ''मी ह्या गोष्टी गृहिणीच्या पातळीवर मांडतोय, समजलं ना?''

"तुला गृहीतकाच्या पातळीवर म्हणायचंय का?" इति मरीना, जिला हनुवटी असती तर सुंदर दिसली असती ती.

"हो का? मी आता जाऊन पाकिटं कापत बसतो. म्हणजे जगापुढे सिद्ध होईल की मी एक समाजोपयोगी कामसू माणूस आहे."

तो वळला आणि निघून गेला. त्याची पावलं थंडावली की त्याचे बाळगे हळूच पुढे जाण्यासाठी त्याला प्रोत्साहित करत होते. तो भलत्या दिशेने जाऊ लागला की त्याला मार्गावर आणत होते.

"त्याला अटक झाली होती," श्री. शिंद्यांनी खुलासा केला. "कोर्टाने दोन पर्याय दिले. जेल किंवा इथे. इथे गुन्हा नोंदवला जात नाही म्हणून आई-वडिलांनी त्याला इथे ठेवलं. दोन महिन्यांनी घरी जाईल."

रुग्णांची एक ओळ आमच्या बाजूने चालत गेली. सर्वांचे कपडे पांढऱ्याचे करडे झालेले आणि डोकी भादरलेली. त्यामुळे ते एकासारखे एक दिसत होते. त्यांचं माणूसपण काढून घेतलं होतं, ओळख हिरावून घेतली होती. छळछावणीवरच्या चित्रपटातल्या माणसांसारखे ते दिसत होते.

"कुठे चालल्येत ते?" अर्पणाने विचारलं.

"इलेक्ट्रो-कन्व्हल्सिव्ह थ्रॉपी," शिंदे म्हणाले. "इ सी टी. शॉकचा उपचार."

हा विषय आम्ही असाधारण मानसशास्त्रात केला होता. जेम्स कोलमन, ज्यांची पाठ्यपुस्तकं आम्ही वापरत होतो, त्यांच्या मते ही उपचारप्रणाली इतिहासजमा झाली आहे. रशियात आजही ती कशी वापरतात आणि तिच्या उत्तम परिणामांविषयी अहवाल कसे लिहिले जातात ह्याचं औपरोधिक वर्णन त्यांनी केलं आहे. त्यांच्या म्हणण्याचा मथितार्थ हा की नेमून दिलेली संख्यालक्ष्ये पूर्ण करण्यासाठी सोशलिस्ट लोक काहीही करतील.

"विद्यार्थ्यांना पाहण्याची परवानगी मिळेल?" अर्पणाने विचारलं.

शिंद्यांनी मान डोलवली. जणू आम्ही पाहिलं काय आणि नाही पाहिलं काय त्यांना फरक पडणार नव्हता. त्यांचा आविर्भाव घरातला संडास वापरण्याची परवानगी द्यावी तसा होता. तेव्हा मला उमगलं की भारतातले मानसिक रुग्ण, मानसिक रुग्ण नसून केवळ आणि फक्त वेडे असतात. त्यांची दुसरी कोणतीही ओळख नसते. इथे सगळे वेडे होते. त्यांना केस नव्हते. कारण संस्थेला त्यांची डोकी उवांपासून मुक्त ठेवायची होती. त्यांना कपडे नव्हते. कारण त्यांच्या कुटुंबांनी त्यांना वाऱ्यावर सोडलं होतं. त्यांना जीवन नव्हतं. कारण त्यांना कुटुंबं नव्हती. एका भयानक प्रकारे ते आता स्वतंत्र

होते. पुढच्या माणसाचा खांदा आणि मागच्या माणसाच्या बोटांचा स्पर्श वगळता ते पूर्णपणे एकटे होते.

त्यामुळे अर्थातच आम्ही बघण्यासाठी शिंदेंनी त्यांची परवानगी मागितली नाही. त्यांची परवानगी कोणीच घेत नव्हतं. जरूरच काय? त्यांच्या नजरेला नजर देणं कठीण होतं. वाटलं त्यांच्या डोळ्यात पाहिलं तर न जाणो तिथे आपल्याला काय दिसेल. पण त्या ओळीत विशेष असं काही नव्हतं. एक म्हातारी सगळ्यांकडे विखारी नजरेने बघत होती. एक पुरुष बायकांचे कपडे फेडतोय असे हातवारे करत होता. आणि एक तरुण माझ्याकडे बघून इतका विलक्षण गोड हसला की मला वाटलं किल्ली सापडली.

मी होतो किल्ली.

माझ्यामुळे हे सर्व रुग्ण सुधारणार होते. तो तरुण माणूस सुधारला होता. त्याने माझ्याकडे पोहचण्याचा प्रयत्न केला होता. पण मग माझ्या लक्षात आलं की त्याचं ते गोड हसू यांत्रिकपणे जात-येत होतं. आपण कोणाकडे बघून हसतो आहोत ह्याचंही त्याला भान नव्हतं.

ती ओळ दवाखान्याच्या दारात विस्कळीत झाली. एका वॉर्डबॉयने लगेच आपल्या शरीराचं धोपटणं करून ती पुन्हा व्यवस्थित लावली. पहिला रुग्ण, वय वर्ष कोण जाणे, एका टेबलावर झोपला. त्याच्या शेजारी एक कप ठेवण्यात आला. त्याच्या मागच्या दोन रुग्णांनी त्याचा पट्टे बांधून बंदोबस्त केला. सवयीपोटी त्याने दुबळा प्रतिकार केला. ते दोन रुग्ण मागे झाले. विजेचं बटण दाबलं गेलं. रुग्णाच्या शरीराची कमान झाली. मग शरीर सैलावलं. त्याचं डोकं एका बाजूला वळवलं गेलं. त्याच्या तोंडातून फेस आणि लाळ कपात गळली. मग विजेचा दुसरा झटका दिला गेला. त्याचं शरीर हादरून आकसलं. मग मागच्या दोन रुग्णांनी त्याचे पट्टे सोडले आणि त्याच्या लटपटत्या शरीराला आधार देत त्याला पलीकडल्या कोपऱ्यात नेऊन बसवलं. तिथे तो हाडांचं पाणी झाल्यासारखा जमिनीवर कोलमडला. त्याचे पाय समोर पसरलेले, डोकं छातीवर विसावलेलं आणि तोंडातून लाळेचे शेवटचे थेंब छातीवर गळत होते.

एखाद्या आर्ष वैदूचं काम चालू आहे असं वाटलं. ऐंशीच्या दशकातला वैदू.

"ह्या उपचाराचं यशाचं प्रमाण खूप मोठं आहे," अर्पणा त्याचा बचाव करत म्हणाली.

"यश म्हणजे नक्की काय?" रवी म्हणाला. माझ्या विद्यापीठातला तरतरीत चेहऱ्याचा, रेशमी केसांचा आणि चंचल बुद्धीचा तो मुलगा. बुद्धी चमकदार होती पण तिच्यात टिकण्याची शक्ती नव्हती. पुढे तो जाहिरात जगतात खूप यशस्वी होईल अशी चिन्हं दिसत होती.

यश म्हणजे काय, इसीटीचे परिणाम काय असतात हे मी त्या दोघांना सांगू शकलो असतो, पण मी बोललो नाही.

नंतर अर्पणा म्हणाली, तिच्या ओळखीच्या एका डॉक्टरने एका चौदा वर्षांच्या मुलीला ती बिछान्यात लघवी करू लागली म्हणून इसीटी दिले व एका २४ वर्षांच्या माणसाला त्याची मधूनच स्मृती जायची म्हणून.

"ते बरे झाले?" रवीने विचारलं.

"त्यांना मदत झाली," ती म्हणाली.

"ती कशी?"

"नॉर्मल होण्यासाठी." अर्पणाला शब्दांच्या नेमक्या अर्थामध्ये रस नसल्याकारणाने तिने नॉर्मल हा शब्द सहजपणे वापरला.

"म्हणजे सायकायट्रिक शास्त्रातलं अंतिम यश माणसामाणसांतल्या सर्व वैशिष्ट्यांवर इस्त्री फिरवून त्यांना एकसमान कागदी बाहुल्या बनवणं हे."

"मी असं म्हटलं नाही."

"नॉर्मल ह्या शब्दाचं मूळ नॉर्म ह्या शब्दात आहे आणि नॉर्ममध्ये..."

"...वेगळेपणाला वाव आहे," अर्पणाने विजयी चेहऱ्याने वाक्य पूर्ण केलं.

"आणि ह्या वेगळेपणाच्या मर्यादा नॉर्मल ह्या शब्दात अभिप्रेत आहेत?"

"हो."

"ह्या मर्यादा कोण घालतं?"

ही चर्चा कोणत्या दिशेने जात्येय हे माझ्या लक्षात आलं. रवी आपल्या बौद्धिक सामर्थ्याने अर्पणाला हगायला लावणार होता. आपली बुद्धीची महानता दाखवून देणार होता. त्याचं वादविवादातलं कौशल्य आमच्यासमोर प्रदर्शित करणार होता. त्यानंतरची चर्चा आर डी लेंग, सामान्यतेची व्याख्या, मध्यमवर्गाच्या नीतिमत्तेची परिस्थिती, मार्क्सिस्ट विश्लेषण आणि आम्ही त्या काळात अभ्यासत होतो त्यातले वेचे आणि तुकडे ह्या मार्गाने गेली.

एक प्रश्न माझ्या मनात राहिला. माणसाच्या मनाचा जिथे मुद्दा आहे तिथे आपण कोणत्या गोष्टीला उपाय मानायचं? सर्वसाधारणता म्हणजे काय? एम डोळ्यांसमोर आली. ती स्टेवेल क्लिनिकमध्ये गेली त्या वेळची. ठार वेडी,

चेहरा लाल झालेला, ओठांमध्ये फेसाळलेल्या थुंकीचा गोळा, पिंजारलेले केस, आवाजाला तडा जाऊन तो रुक्ष झालेला, आम्हाला धमकावणाऱ्या आवाजांचा तिच्या मनात चाललेला कल्लोळ त्यामुळे भिरभिरणारी तिची भयभीत नजर.

नाही. ते तसं नव्हतं झालं. एम स्टेवेल क्लिनिकमध्ये गेली म्हणणं चुकीचं आहे. आम्ही, सूझनने आणि मी, तिला तिथे नेली.

Li_2Co_3 च्या मावळत्या प्रकाशात एमने ठरवलं की तिच्याविरुद्ध कट रचला जात आहे. मग तिच्या मनाने घेतलं की हा कट फक्त तिच्या विरोधात नाही तर संपूर्ण कुटुंबाच्या विरोधात रचला जातोय. बृहनमुंबई महानगरपालिकेने आमच्या घरासमोरचे रस्ते खोदायला घेतले होते. एमला ते खड्डे थडग्यांसारखे दिसले. तिची खात्री पटली की कटाचे रचनाकार जिंकू लागले आहेत. त्यांचं शमन करणं आता अपरिहार्य होतं. त्यांना वस्तू अर्पण करायला हव्यात. तर एका रात्री ती त्या खंदकांत वस्तू भिरकावू लागली. एक घड्याळ एका झोपलेल्या कामगारावर पडलं. खाली पडणाऱ्या आमच्या घरगुती वस्तू आता वर, आमच्या घरात, फेकल्या जाऊ लागल्या आणि त्यासोबत शिव्यांची लाखोली. पूर्ण शेजार जागा झाला. आम्हाला माहीमच्या रस्त्याखाली अनामिक थडग्यांमध्ये पुरायला निघालेल्या 'त्यांनी' मागणी केली होती आमच्या गजराच्या घड्याळाची, बहुसंख्य हातरुमालांची, हूमरावच्या घड्याळाची, वाट्यांची, ग्लासांची, काचेच्या शोभेच्या टॉफ्यांची, रक्षापात्रांची आणि माझ्या कॉलेजच्या काही पुस्तकांची.

पहाटे तीन वाजता हा प्रकार भयानक अतिप्रसंगासारखा वाटला. झोपमोड झाल्याबद्दल चिडावं की काय चाललंय ते कुतूहलाने बघावं अशा संभ्रमात अडकलेल्या शेजाऱ्यांचा आपल्या भोवताली घोळका आणि आताच कुठे दोन वर्षं शांतपणे गेली असताना ही घटना होणं, ही माझ्यासाठी उंटाची पाठ मोडणारी शेवटची काडी ठरली. मी ओरडायला लागलो, भेकायला लागलो. जी वागणूक मी सर्वाधिक तुच्छ मानायचो तीच करून दाखवली. चवताळून ओरडलो. 'मी घर सोडून जातोय. अशा माणसाबरोबर राहणं मला अशक्य आहे' असं म्हणालो. मला स्वतःचा जीव घ्यावासा वाटतोय असं म्हणालो. माझं आयुष्य आता असह्य झालंय असं म्हणालो. हूमराव जर गावात असता तर काहीतरी वेगळं घडलं असतं. पण तो भारत सरकारचा प्रतिनिधी म्हणून ब्राझिलला गेला होता. थोडे पैसे मिळवण्याची संधी त्याला देण्यात आली

होती. तो जाण्याआधी आम्हाला म्हणाला होता, ''मी केवळ पोर्तुगीज बोलतो म्हणून मला पाठवतायत बरं का.''

मी गर्भगळीत झालो. मी घरचा कर्ता पुरुष?

''आजी येऊन राहील इथे,'' तो म्हणाला. मग मला जरा रागच आला. आजीची काय गरज?

आजी माझ्याशी सहमत होती. पण ती आली. नंतरचे अनेक दिवस तिला काही करण्यासारखं नव्हतं. एम आणि ती इकडल्या तिकडल्या गप्पा मारण्यात वेळ घालवत होत्या. एम भजनं गायची 'वैयक्तिक अंतर्वेशना'सकट. ह्याला आजी मरगळलेला आक्षेप घ्यायची. प्रचंड प्रमाणात चहा प्यायला जायचा आणि जेवणाच्या वेळी सुखद धक्के बसायचे. कारण आजी चौघांचा स्वयंपाक आनंदाने करायची.

पण वादळाच्या आदल्या दिवशी आजीला माहीमच्या सेंट मायकल्स चर्चमध्ये नोव्हीनाला जाण्याचा मोह झाला. तिच्या मुलीच्या आरोग्यासाठी ती एका दिवसात नऊ वेळा नोव्हीना म्हणणार होती. दुसऱ्या दिवशी सकाळी ती परत आली तेव्हा ती रडून स्वतःला दोष देऊ लागली. आम्ही सगळेच सुन्न झालो होतो. मीसुद्धा रडायला लागेन की काय अशी भीती वाटली म्हणून मी पुन्हा जोरात ओरडायला लागलो. सूझन मला ''चूप बस'' म्हणाली. एम चिडून म्हणाली, ''चूप बसा रे. मी हॉस्पिटलात जाते.''

मग ती थकून झोपायला गेली.

सूझनने आणि मी ठरवलं तिने मदतीसाठी हाक घातली आहे. होती का? का आम्हाला थोडा शांतपणा हवा होता म्हणून तसा अर्थ काढला आम्ही? काय असेल ते असो, पण एमला जे जे हॉस्पिटलच्या ३३ नंबरच्या वॉर्डात घरच्यासारखं वाटायचं. सरकारी हॉस्पिटलमधला कोणताही वॉर्ड असतो तसाच तो वॉर्ड होता. तिथेही स्किट्झोफ्रेनियावाले, खाऊ न शकणारे, डिप्रेशनवाले, दारूबाज आणि अमली पदार्थाधीन या सर्वांचा एके ठिकाणी भरणा होता. पण एमला त्याचा जराही त्रास होत नसे. ती त्या अख्ख्या पर्यावरणात अलगदपणे सामील व्हायची. निर्णय घेण्याच्या गरजेतून ती मुक्त झाली की ताबडतोब तिचं आदर्श रुग्णात रूपांतर होत असे. विड्या ओढणाऱ्या, आरडाओरड करणाऱ्या, घरातून वस्तू बाहेर फेकणाऱ्या कर्कश बाईचं परिवर्तन नर्सच्या छोट्या मदतनिसात होत असे. जेवणावरची इच्छा गेलेल्यांना ती भरवायची. थुंकून टाकलेल्या गोळ्या उचलायची. वॉर्डबॉयना जरा सौम्यपणे वागा म्हणून विनवायची आणि सर्वांशी तिच्या मोडक्यातोडक्या

हिंदीत बोलायची. ई सी टी टाळण्यासाठी ही युक्ती असण्याचा संभव होता. असेल तर तो सफलही होत असे. त्यामुळे ती डिप्रेशनमध्ये असताना, मला मरायचंय म्हणत असतानासुद्धा ३३ नंबरच्या वॉर्डमध्ये खुशीने जात असे. हॉस्पिटलची विशिष्ट लय तिला मानवत असावी, शांत करत असावी. इथे आपल्याला निर्णय घेण्याची गरज नाही आणि आपल्याकडून कोणाच्या काही अपेक्षा नाहीत. फक्त जरा मळलेल्या बिछान्यावर झोपायचं आणि पुन्हा भरती येण्याची वाट पहायची. ती नेहमी म्हणायची, ''मला संस्थेत ठेवा.'' कदाचित अशीच असेल तिच्या मनातली संस्था. पण आपल्याकडे मानसिक रुग्णांसाठी संस्था नसतात. असतात ती मेंटल हॉस्पिटलं आणि ई सी टी.

ह्या खेपेला मात्र वॉर्ड भरलेला होता. जमिनीवरचीसुद्धा एकही गादी रिकामी नव्हती. एखादी मिळालीही असती जर रुग्ण आत्महत्या करू पाहतोय असं सांगितलं असतं तर. मग हॉस्पिटलला जागा करणं भाग होतं. पण एम जोरात होती, वॉर्डबॉईजकडे विड्या मागत होती. आपले जुने आप्त भेटल्यासारखी नर्सेसना अभिवादन करत होती, म्हाताऱ्या बायकांची डोकी थोपटून सांगत होती, ''देवावर भरवसा ठेवलात तर सगळं ठीक होईल.'' ही आत्महत्या करायला निघाली आहे असं सांगून कोणाला खरं वाटलं असतं का? हीच तर अडचण होती. तिच्या आजाराबद्दल अंदाज घेणं अशक्य होतं. काल रात्री तिला पॅरनॉयाचा झटका आला म्हणावं तर आज तो कुठे गेला होता? तिच्या मनात जर भीती असेल की काही लोक तिच्या अख्ख्या कुटुंबाला माहीमच्या रस्त्याखाली गाडायला निघाले आहेत, तर मग आता ती एका गोड मल्याळी नर्सला मिठी मारून का सांगत होती की बुटकी असल्याबद्दल तिने काळजी करू नये कारण नवरा शोधताना तिला 'अधिक इंचांचा फायदा मिळेल' म्हणून? तिने करार केला होता का की हॉस्पिटलमध्ये जाण्याची तिने तयारी दाखवली तर आम्ही सुखरूप राहू? का तिचा पॅरनॉया आटपला होता?

उत्तर : वरीलपैकी कोणतंही एक, अगर सर्व. पण मला राग येण्यासारखं काही झालं की माझ्या तापलेल्या डोक्यात जे उत्तर यायचं, की ती ढोंग करत्येय, स्वतःचे लाड करून घेत्येय, आम्हाला शेंड्या लावत्येय, ते नक्कीच खरं नव्हतं.

हा विचार आळसातून आलेला होता. स्वतःची सोप्या रीतीने सुटका करून घेण्याचा तो मार्ग होता. माणसांच्या सर्वसाधारण भावना आणि हेतू यांच्या परिघात तो एमला बसवू पाहात होता. ती खरी वेडी नव्हतीच.

खोट्या आजाराचं निमित्त करून आपल्या कर्तव्यांतून स्वतःला सोडवू पाहात होती. आजाराचं ढोंग करणाऱ्या इतरांसारखंच तिलाही आपली कोणीतरी सतत सेवा करावी असं वाटत असणार. आम्ही सर्वजण मस्तपैकी फसलो होतो. आम्ही मूर्ख होतो.

ती डिप्रेशनमध्ये असताना मात्र असे विचार माझ्या मनात आल्याचं आठवत नाही. तो प्रकारच असा होता की ती सोंग करत्येय असं वाटण्यास जागाच नव्हती.

पण आता. आदल्या रात्रीच्या हैदोसाने मनात भरलेली भीती आणि त्यामुळे वाटलेली शरम हे आठवणीत ताजं असताना माझी खात्री झाली होती की ते सर्व नाटक होतं, दुसरं काही नाही. तिच्याविषयी अनुकंपा वाटण्याची काही गरज नव्हती. दुर्दैवाने हा पटण्यासारखा विचार नव्हता आणि तो फार वेळ टिकलाही नाही. एमला फक्त आळशासारखं लोळायचंय हे मी स्वतःला पटवू शकलो नाही. ती चहा करायला, थोडीफार झाडपूस करायला, एखादं नाटक फोटोकॉपी करण्यासाठी टाइप करायला कधीही तयार असायची. कोणत्याही प्रकारची मदत मागितली तर ती करायला तयार असायची. शिवाय पॅरानोयाच्या झटक्याचं नाटक करून तिला काय मिळणार होतं? ३३ नंबरचा वॉर्ड तिला घरासारखा वाटत असे हे ठीक. पण सरतेशेवटी त्या घराचं स्थान दुय्यम होतं.

“पूर्ण भरलाय?” तीव्र धक्का बसल्याच्या नाटकी आवेशात तिने मेट्रन गळगळीकरांना विचारलं. “वॉर्ड भरलाय हे तुम्ही मला सांगताय? मी तुमची सर्वात चांगली पेशंट असताना?”

“अरे तुम्हाला आम्ही असं घेतलं असतं.” मेट्रन गळगळीकरांनी एमच्या नाकाखाली दोन गुबगुबीत बोटांची चुटकी वाजवली. “पण ठेवू कुठे? माझ्या कडेवर?”

“तुमची कड छान आहे की!” एम म्हणाली. पण न कुरकुरता आमच्याबरोबर खारच्या स्टेवेल क्लिनिकला जाण्यासाठी मोटारीत बसली. तिथे जाताना तिचा तोल साफ गेला. तिने टॅक्सी ड्रायव्हरला खडसावलं. त्याचा हिशेब चुकता करण्यासाठी ती अंगावरचे कपडे उतरवू लागली. कर्कश आवाजात गाऊ लागली. स्वतःला थोबाडून घेऊ लागली. सूझनला रडू फुटलं तेव्हा कुठे ती थोडी निवळली.

स्टेवेल क्लिनिक मुंबईतले वरिष्ठ सायकायट्रिस्ट डॉ. ॲलबर्टो डिसूझा यांचं होतं. ॲल्फ्रेड हिचकॉक जर भारतात जन्माला आला असता तर तो

डॉक्टर डिसूझांसारखा दिसला असता. ते बुटके होते, ते गोल होते, ते टकले होते, ते बेढब होते, त्यांचे गाल ओघळलेले होते आणि चेहरा इतका सुजट होता की त्यांना भावना व्यक्त करताना त्याची अडचण होत असेल की काय असं वाटावं. शिवाय मुंबईच्या उष्ण हवेतसुद्धा ते न चुकता थ्रीपीस सूट घालायचे. स्टेवेल क्लिनिकमध्ये जागा मिळायला कधीच त्रास होत नसे. पेशंटची उलाढाल भराभर व्हायची. कारण तिथे राहणं महाग पडायचं.

एका आठवड्याने ड्रायक्लीनरने परत केल्यासारखं एमला आमच्या स्वाधीन करण्यात आलं. तिला आम्ही ओळखण्याचं एकच कारण की ती मध्यावस्थेत दिसायची तशी दिसत होती. करकरीत फुलाफुलांचा ड्रेस, नवऱ्याच्या हाताचा किंचित आधार घेऊन चालणारी एक करकरीत रोमन कॅथलिक महिला. हूमराव अर्थात तातडीने परतला होता.

तरीही काहीतरी बरोबर नाहीये अशी आम्हाला शंका आली. तिच्या भोवतालची हवा सांगत होती. तिची नजर ज्या प्रकारे आमच्या नजरेला भिडली त्यावरून कळत होतं. तिच्या डोळ्यांत काही नव्हतं. कुटुंबाकडे ज्या आर्जवाने ती पाहायची तो आर्जव नव्हता. तिच्या मेंदूतला कोणतासा भाग तिला सांगत होता आम्ही मित्र आहोत म्हणून ती आमच्याशी मित्रत्वाने वागत होती. पण त्या वागण्यामागे कोणतीही भावना नव्हती. तेव्हा आम्हाला उमगलं की प्रेमाचा संबंध स्मृतींशी आहे आणि काही कारणाने तिला आणि आम्हाला जोडणाऱ्या स्मृती विस्कटल्या होत्या.

"तुझे केस का बांधल्येत?" सूझनने विचारलं आणि पुढे होऊन तिने तिच्या डोक्यावरचा पट्टा काढला. मोटारीच्या खिडकीतून येणारा वारा एमच्या काळ्या-करड्या केसांशी खेळू लागला. एमने डोकं हलवलं. केस मोकळे झाले. तिची सवयीची हालचाल.

सूझन जिथल्या तिथे थिजली.

तिच्या नजरेच्या दिशेने मी बघितलं. एमच्या भव्य कपाळावर, (ते तिच्या शेवटच्या दिवसापर्यंत नितळ राहिलं), एका बाजूला एक लालबुंद डाग होता, जिथे विजेच्या प्रवाहाने तिच्या शरीरात प्रवेश केला होता. आम्ही दोघांनी नजरा वळवल्या. खिडकीबाहेर बघू लागलो. सूझन आवाज न करता रडत होती. मला रडायचं होतं पण कसं ते कळेना. हूमराव एमशी बोलू लागला. त्याचा आवाज कुठेतरी दूरवर गडगडावं तसा खोल झाला होता.

घरी पोहचल्यावर सूझनने चहा केला आणि आम्ही आमच्या ठरलेल्या जागांवर बसून तो पिऊ लागलो. एम आणि सूझन टेबलाशी बसलेल्या,

हूमराव ओट्याला टेकून उभा आणि मी जमिनीवर. तो प्रसंग मला अजून डोळ्यांसमोर दिसतोय. कारण आम्ही चहाच्या वेळी चहा पितोय असे प्रसंग फार क्वचित येत असत. हजारो सुसंस्कृत रोमन कॅथलिक बायका बसतात तशी एम एक पाय दुसऱ्यावर ठेवून, कोपरं टेबलावर न टेकवता, जो बोलेल त्याच्याकडे सभ्यपणे मान वळवत बसली होती. ती स्वतःचीच एक नक्कल झाली होती. ती सभ्यपणे चहाचे लहान लहान घोट घेत होती. चहाचा दुसरा कप हवा का विचारल्यावर तिने सभ्यपणे थँक यू म्हणून होकार दिला. चहा पिऊन झाल्यावर तिने कप खाली ठेवला आणि ती भिंतीकडे बघत बसली.

त्या शांततेने आम्हाला गुदमरल्यासारखं होऊ लागलं होतं. शांततेची आम्हाला सवय नव्हती आणि ती कशी मोडायची हे माहीत नव्हतं. सूझनने एक चमचा चिवडा तोंडात टाकला आणि तो कुडुमकुडुम खाऊ लागली. ''छान आहे चिवडा,'' म्हणाली.

''कुठून आणला?'' एमने विचारलं.

''ब्रिजवासी,'' सूझनने उत्तर दिलं. तिच्या आवाजात थोडं आश्चर्य होतं. आमच्या घरी चिवडा नेहमी ब्रिजवासीकडूनच यायचा.

''जवळच आहे का?'' एमने विचारलं. स्वयंपाकघरात कोणीतरी बॉंब टाकल्यासारखं झालं. ब्रिजवासी म्हणजे त्या वस्तीतली संस्था होती. प्रत्येक मुलाच्या ओळखीची. तिथे गोडा-तिखटाच्या पदार्थांची रेलचेल असायची. एका बाजूला फक्त श्रीमंतांना परवडणारा सुकामेवा, तर रस्त्याकडे तोंड करून काचेच्या बरण्यांची उतरंड, सर्वात खालच्या थरात सर्वात स्वस्त गोळ्या. ब्रिजवासीच्या अलीकडल्या पलीकडल्या दहा इमारतींतली मुलं कोणत्या ओळीत काय असतं ते सांगू शकत असत. मीसुद्धा. अजूनही मी डोळे मिटले आणि कल्पना केली की माझ्या खिशात दातांची वाट लावायला ७५ पैसे आहेत तर...

एमही सांगू शकली असती.

मी पाहिलेल्या प्रौढ लोकांमध्ये तीच एक अशी होती जिचं गोडावरचं प्रेम मुलांच्यासारखं जनावरी आवेगाचं होतं. इतर आया आपल्या मुलांना स्वतःच्या ताटातलं गोडधोड खाऊ घालताना मी पाहिलं की आश्चर्याने थक्क होत असे. एमकडे तिच्या हिश्श्यातला गोडाचा पदार्थ मागण्याचा विचार सूझनच्या किंवा माझ्या मनाला कधीही शिवला नाही. ब्रिजवासीवरून जाताना आमच्याप्रमाणेच तिचीही पावलं रेंगाळायची आणि मिठाईची ताटं बघून तिच्या तोंडालासुद्धा आमच्यासारखं पाणी सुटायचं.

ते ती आता विसरली होती. आमचं जग जागचं हललं. बाकीचं जग व्यवस्थित चाललं होतं. बाहेरून बसगाड्यांचे आवाज येत होते. शेजारच्या फ्लॅटमध्ये गुणवंतीबेन कोणत्याशा खमंग पदार्थासाठी ओवा भाजत होत्या त्याचा वास दरवळत होता. पण आम्ही चहा पीत होतो आणि आमचं जग एका बाजूला कलंडलं होतं.

शेवटी हूमराव बोलला.

"ते मिठाईचं दुकान आहे," तो म्हणाला.

एमच्या प्रश्नाचं तेच उत्तर होतं.

"ही कुठे आहे मिठाई?" एमने चिवड्याकडे बोट दाखवलं.

सूझनला हसू फुटलं. मलाही. पण आम्हाला हे सगळं मजेदार वाटत होतं असं नाहीच नाही. आम्ही भयानक घाबरलो होतो.

"तुम्हा मुलांना पुस्तकं उघडायची नाहीयेत का?" हूमरावने प्रश्न केला आणि आम्ही स्वयंपाकघरातून पळालो. मी स्वतःला मॅट्रिक्सच्या आकडेवारीत गाडून घेतलं. सूझन ॲडोर्नो वाचू लागली. हे असं आम्ही केलं.

मी मोठा होत असताना मला सांगण्यात आलं होतं की माझ्या आईला मज्जातंतूंचा विकार आहे. नंतर मला सांगण्यात आलं की तिचा नर्व्हस ब्रेकडाऊन झाला होता. मग तिला तपासण्यात आलं तेव्हां डॉक्टरांनी तिला स्किट्झोफ्रेनिया आहे असं निदान केलं. त्यावर उपचार सुरू झाले. शेवटी सर्वांचं मत पडलं की ती मॅनिक डिप्रेसिव्ह आहे. हे चालू असताना ती तिच्या आजाराचं वर्णन एका शब्दात करायची : वेड.

वेड हा रोजच्या वापरातला शब्द आहे. नीटनेटका आहे. गाण्यात बसवता येतो. जुन्या हिंदी गाण्यात होताच - 'एम-ए-डी मॅड, मॅड माने पागल'. त्याचं वाक्य होऊ शकतं : "वेडबीड लागलंय का?" ते विशेषण म्हणून वापरता येतं : वेडी कल्पना, वेडा काळ, वेडं जग. किंवा साधं नाम म्हणून : गिर्यारोहणाचं वेड. पण आपली आई वेडी असते तेव्हा ते वेगळं असतं. मग तो शब्द वेळोवेळी जागा होऊन तुमच्याकडे अंगार पेटलेल्या डोळ्यांनी बघतो. पण ते कधी कधीच. एरवी आम्हीसुद्धा तो स्वतःला उद्देशून सहजपणे म्हणून जायचो : वेड्या आईची मुलं. ह्या परिस्थितीबरोबर भेट म्हणून आपोआप चांगुलपणा येत नाही. अशा कौटुंबिक परिस्थितीतून संवेदनशीलता जन्म घेत असती तर मनोरुग्णालयात वयस्क लोकांची इतक्या मोठ्या प्रमाणात भरती झाली नसती.

मी ठाण्याच्या मेंटल हॉस्पिटलला भेट दिली तेव्हा मला एका क्षणी वाटलं, आपल्या हृदयाचा काही भाग ठिसूळ होऊन त्याचे तुकडे पडत आहेत. एक अँग्लो-इंडियन बाई तिचा पत्ता सांगत होती. तिचा आवाज कागदासारखा झाला होता. ती म्हणाली, ''त्यांना लवकर यायला सांग बाळा. हे लोक त्यांना कळवणार नाहीत मी बरी झाल्येय म्हणून. हे बघ.'' असं म्हणून तिने मला तिचे केसचे कागद दाखवले. त्यावर लिहिलं होतं, ''फिट फॉर डिस्चार्ज.''

''मग तुम्ही तिला घरी का नाही पाठवत?'' मी अधीक्षकाला विचारलं. ''मी तिला पोचवून देईन.''

''कोणत्या घरी?''

''तुमच्याकडे तिचा पत्ता नाही?''

''केसच्या कागदावर बघा की.''

पत्ता होता. मी ओशाळलो.

''घर म्हणजे पत्ता नाही,'' अधीक्षक म्हणाला. ''घर म्हणजे कुटुंबं.''

''मग तिचं कुटुंबं कुठे आहे?''

''गेलं.''

''गेलं?'' मला फारसा धक्का बसला नाही. भारतात कुटुंबंच्या कुटुंबं नाहीशी होऊ शकतात. ''कोणीच उरलं नाही?''

''अहो, सगळे जिवंत आहेत. पण पत्त्यावर नाहीत. सगळेच्या सगळे पशार. आम्ही तिला टॅक्सीचं भाडं देऊन घरी पाठवलं. तिथे वेगळेच लोक राहात होते. तिचे लोक कोणालाही पत्ता न देता गायब झाले. एक शेजारी म्हणाला चोरांसारखे रातोरात पळून गेले.''

''कर्ज झालं असेल.''

''असेल.'' अधीक्षकाच्या आवाजात विश्वास नव्हता. ''किंवा ती परत येऊन आपल्यावर बोजा होऊ नये म्हणून त्यांनी ही व्यवस्था केली असेल. हे हॉस्पिटल आहे. पण त्याचा उपयोग कचरा फेकण्याची जागा म्हणूनसुद्धा होतो. मानवी कचरापेट्टी.''

घरी परतताना मी दुःखी, उदासीन आणि घाबरलेल्या मनःस्थितीत होतो. तुझ्या जनुकांविरुद्ध झगड असं तो म्हणाला होता. संभाव्य वेडापासून स्वरक्षण करण्यासाठी मी एक मार्ग योजला होता. मनात येणारी प्रत्येक भावना स्वतःला समजावून सांगायची. तिचं मूळ शोधून काढायचं. त्याप्रमाणे ठाण्याहून परत आल्यावर मी कागदावर टिपा लिहिल्या.

१. मी शेवटी कदाचित तिथे पोहचेन. ह्या विचाराने मला दुःख होत आहे.

२. ती बाई तिथेच खितपत पडणार. ह्या विचाराने मला दुःख होत आहे.

३. एम तिथे पोहचण्याची शक्यता आहे. हूमरावला काही झालं तर हा आमचा सुटकेचा मार्ग ठरेल. मी तिथे पोहचण्याच्या केवळ शक्यतेने मला दुःख होतंय तर हा विचार माझ्या मनात कसा येऊ शकतो ह्याबद्दल मी अस्वस्थ आहे.

४. सूझन. तिला काही झालं तर? तिच्याकडे मी बघतोय. ती ठीक दिसत्येय. पण ती ठीक नसली तर? एमसुद्धा तिच्या आई-वडिलांना ठीक दिसली असेल. सूझनला काही झालं तर हे सगळं मी पुन्हा तिच्यासाठी करू शकेन?

माझी स्वरक्षणाची व्यवस्था तकलादू होती. शत्रूने आधीच माझ्या डोक्यात प्रवेश केला असला तर? तर सगळंच मुसळ केरात. माझ्या प्रत्येक श्वासातून, घासातून मी शत्रूचं पोषणही करत असेन. ह्या गैर विचाराला जेरबंद करण्याची गरज होती. तो अतिनैराश्यातून पैदा झाला होता. मी समुपदेशनाचा विचार केला. मी पाहिलेल्या सर्व समुपदेशकांचे चेहरे माझ्या समोरून तरंगत गेले. सुस्वभावी पण दूर. त्या दुसऱ्या प्रदेशातले. नॉर्मल लोकांच्या प्रदेशातले. अर्थात ही उपचारपद्धती मला परवडण्यासारखीही नव्हती. आणि त्याचं निष्पन्न काय असतं ह्याविषयीची माझी समजूतही अंधूक होती. हे सगळं निराशाजनक होतं. माझ्या हाती करण्यासारखं काहीच नव्हतं. प्रतिबंधक औषधोपचार नाही; मानसिक आरोग्यासाठी व्हिटॅमिन्स नाहीत; सकाळी उठून करण्यासाठी मानसिक व्यायाम नाहीत.

मी २१ वर्षांचा झालो त्या दिवशी ऑफिसमधून सर्वजण घरी कधी जातील ह्याची वाट बघत बसलो. मला एक खाजगी टेलिफोन करायचा होता. मी डॉक्टर मायकलना फोन केला. हे एमच्या सायकायट्रिस्टांपैकी एक. तिचा त्यांच्यावर सर्वात जास्त विश्वास होता. तिच्या-त्यांच्या पहिल्या भेटीत तिने त्यांना नेहमीच्या सडेतोडपणे विचारलं होतं, "मला पुन्हा शॉक्स नाही ना देणार?"

"शॉक्स?" त्यांनी विचारलं. "हल्लीच्या काळात शॉक्स कोण देतं?"

"माझी मुलं," एम म्हणाली.

"माझीसुद्धा," ते म्हणाले.

एम हसली.

मग तिने माझ्या चेहऱ्याकडे पाहिलं आणि आपण काय बोलून गेलो म्हणून लुटूपुटूच्या भीतीने तोंडावर हात ठेवला.

"बापरे!" ती डॉक्टर मायकलना म्हणाली. "कोणीतरी रागावलं वाटतं."

"कोण?" ते म्हणाले. "हा?"

"हो," एम म्हणाली. "पण बिचाऱ्यांचा हेतू तो नव्हता. कधीच नसतो. आपल्याला प्रेमाने मारतात पण तेसुद्धा जाणूनबुजून नाही. रोज शॉक्स. दहा दिवस दररोज. घरी आले तेव्हा मी म्हणून काही उरलंच नव्हतं. पण ते बिचारे काय करणार?"

प्रत्येक वेळी ती बिचारे वेगळ्या प्रकारे म्हणत होती आणि तो प्रत्येक प्रकार बोचरा होता. झालेल्या गोष्टीकडे मी मागे वळून पाहिलं. आठवायचा प्रयत्न केला की तेव्हा आम्ही, सूझनने आणि मी, स्वतःची समजूत काढायला कोणत्या सबबी तयार केल्या? मला आठवेना. तिने आम्हाला जे काही केलं त्याच्या तुलनेत आम्ही तिला जे केलं ते फारच भयानक होतं.

"तुम्हाला आता कसं वाटतंय?" डॉक्टर मायकल म्हणाले.

"तुम्हाला कशी दिसते?" तिने एक भिवई उंचावून विचारलं. ती मॅनियाच्या पूर्णपणे ताब्यात गेलेली होती. लढाई लढायला, मैत्री करायला, कशालाही तयार होती, पण तिच्या त्या पोकळ फुशारक्यांखाली एक भयंकर भीती दडलेली होती. तसं तर होणार नाही ना? तसं म्हणजे नेमकं काय हे आम्ही कधीच जाणू शकलो नाही, पण तिच्या अव्यक्त भीतीमध्ये 'तसं' होण्याची भीती सर्वात मोठी होती. डॉक्टर मायकलना हे सर्व दिसत होतं का? का त्यांना दिसत होती फक्त एका विशिष्ट वयाची, फुलाफुलांच्या ड्रेसमधली, घाणेरड्या पायनखांची, वेडी रोमन कॅथलिक बाई? खरंच, त्यांना काय दिसलं? मला त्यांच्या आणि इतर सर्वांच्या नजरांपासून तिचं रक्षण करायचं होतं. पण ते करण्यात मी असफल झालो होतो. म्हणून मी तिच्यावर आणि स्वतःवर रागावलो होतो. हे डॉक्टरांना कसं समजावून सांगावं? आणि मी समजावून सांगावं अशी अपेक्षा तरी होती का त्यांची?

"आपला परिचय नाही. त्यामुळे मला अंदाज नाही येणार. तुमच्यातलं किती परत आलंय?" त्यांनी एमला विचारलं.

"तुम्हाला किती आलं असेल असं वाटतं?"

"मला वाटतं तुम्ही आता शंभर टक्के तुम्ही आहात."

"मी शंभर टक्के आहेच, डॉक.''

"मग ते सर्व काय होतं? मी म्हणून काही उरलंच नव्हतं वगैरे?''

"हुशार आहात बुवा,'' एम म्हणाली. "पण डॉक्टर, एक गोष्ट मला स्पष्ट करून घ्यायची आहे. तुम्ही कोणाच्या बाजूचे आहात?''

"तुमच्या.''

"पैज घेऊन सांगते तुम्ही तुमच्या सर्व पेशंट्ना हेच सांगता.''

"हो सांगतो.''

"खरंच? मला वाटलं तुम्ही फक्त तुमच्या बायकोला तसं सांगत असाल.''

डॉक्टर हसले आणि त्यांनी तिच्याकडे निरखून पाहिलं. जणू काही ते तिच्याविषयी पुनर्विचार करत होते. फुलांच्या ड्रेसवाल्या बाईत त्यांना आणखी कसलंतरी पाणी दिसलं असेल. पण ते त्यांचं कामच होतं. खरंच होतं? निदान केलं की उपाय सापडतो. पण निदान पेशंटला एका कप्प्यात बसवतं. ती मॅनिक डिप्रेसिव्ह आहे. हा कप्पा. ती स्किट्झोफ्रेनिक आहे. तो कप्पा.

"मला विचारतात त्यांनाच मी सांगतो.''

"सर्वांनी विचारायला हवं.''

"त्यांना अडचणी नसत्या तर विचारलंही असतं.''

"कारण तुम्ही माझ्या बाजूचे नसाल तर ह्यात अर्थ नाही.''

"पण मी आहे तुमच्या बाजूचा.''

"ऐकून आनंद झाला माइक. इथे दाखव ते मित्रा.''

तिने हात पुढे केला. त्यांनी शेकहँड केला. तिच्या सायकायट्रिस्टशी विश्वासाच्या नात्याची तिने इथे सुरुवात केली. ते करत असताना आम्हाला दुखवण्याचा अधिकार तिने गाजवला. डॉक्टर मायकलने एक वेळ सोडली तर तिला हॉस्पिटलमध्ये कधी रवाना केलं नाही. त्या एका खेपेनंतरही ती परत आली तेव्हा तिच्या चेहऱ्यावरच्या कातडीवर एकही डाग नव्हता. शॉक दिले नव्हते. ते स्वतः रोमन कॅथलिक होते. त्यामुळे तिला कन्फेशन हा प्रकार का कंटाळवाणा वाटायचा हे ते समजू शकत होते.

"मी त्यांना त्या सव्विसांबद्दल सांगितलं,'' ती मला एकदा म्हणाली. "ते म्हणाले, त्या गोष्टी फार जुनाट झाल्या.''

सव्वीस अर्भकांच्या हस्तांतराची मिथ्यकथा प्रभावी ठरायचीच. पण ज्या अर्थी ती गोष्ट तिला पुन्हा पुन्हा सांगावीशी वाटायची, त्या अर्थी गर्भरोधक

वापरल्याबद्दल आणि जिन्यावरून सव्वीस वेळा सहा सहा उड्या मारल्याबद्दल तिला अपराधी वाटत असावं. वर्षानुवर्षं तिने ही अपराधी भावना आपल्या मनात कोंडून ठेवली होती आणि आता डॉक्टर मायकलने फक्त म्हटलं त्या गोष्टी फार जुनाट झाल्या आणि तिला तेवढ्याने सुटल्यासारखं वाटलं ह्याची मला चीड आली. मीही तिला तसंच काही सांगत आलो होतो. सूझनने तिला पित्रुसत्ताक समाजात पुरुष बाईच्या शरीरावर कसे नियंत्रण ठेवतात आणि तिच्या प्रजोत्पादन प्रक्रियेवर कसा हक्क गाजवतात हे समजावून सांगितलं होतं. हूमरावने तिला सांगितलं होतं की हा त्याचा आणि तिचा खाजगी प्रश्न होता, इतर कोणाचाही नाही. हे सर्व ती शांतपणे ऐकून घ्यायची आणि मान्य करायची. ती मान डोलवायची आणि हसायची खरी पण आमच्या लक्षात यायचं की तो फक्त वरवरचा सभ्यपणा होता. त्याखाली काहीच बदललेलं नव्हतं. मग डॉक्टर मायकलने प्रश्न सोडवला. केवळ त्या गोष्टी फार जुनाट झाल्या एवढं सांगून.

ह्या नव्या नात्याबद्दल माझ्या मनात मत्सराच्या जवळ जाणारी भावना निर्माण झाली होती एवढं समजण्याइतका मी मोठा झालो होतो. आतापर्यंत माझ्यावर तिचा पूर्ण विश्वास असायचा. तिला गोळ्या मी दिल्या तरच ती घ्यायची. कधीतरी मी घरी नसलो तर ती सूझनकडून नाइलाज म्हणून घ्यायची. आणि आता डॉक्टर मायकल हा नवा मंत्र उपटला होता. सूझन त्यांना देवदूत म्हणायची.

''डॉक्टर मायकल म्हणतात,'' अशी एमच्या अनेक वाक्यांची आवडती सुरुवात असायची. कोणताही वाद मिटवण्यासाठी ती ह्या मंत्राचा उपयोग करायची. माझ्या मनात त्यांच्याबद्दल एक दुधट, फिक्कासा दुस्वास होता, पण आदरही होता. हूमरावसारखे तेही कोणत्यातरी भक्कम, अबाधित पदार्थाने बनवले गेले होते. पुरुषत्वाचा एक नमुना. कसा पुरुष? तर अस्सल, कानात केस असलेला, टिकाऊ तत्त्वावर उभा, मजबूत छाती-पोटाचा.

म्हणून मी त्यांच्या क्लिनिकमध्ये फोन केला आणि भेटण्याची वेळ मागून घेतली.

''त्यांना कधी आणायचंय?'' त्यांनी विचारलं.

''तिच्यासाठी नाही येत आहे मी. मला तुम्हाला भेटायचं आहे.''

आपण ज्याला अर्थपूर्ण स्तब्धता म्हणतो त्याची तेव्हा मला ओळख झाली.

''तातडीने भेटायचंय का?'' काही क्षणांनंतर त्यांनी विचारलं.

तसं नसल्याचं मी त्यांना आश्वासन दिलं.

आम्ही एका आठवड्याने एका सामान्य पॉलीक्लिनिकमध्ये सामान्य खोलीत भेटलो. जागेची तीव्र टंचाई असलेल्या ह्या शहरात डॉक्टर असल्या खोल्यांमध्ये खो खो खेळतात.

त्यांनी माझ्याकडे कुतूहलाने पाहिलं.

"तर तुझा प्रॉब्लेम काय आहे?"

मला काय म्हणावं कळेना म्हणून मी मुद्द्याचं बोललो.

"मी वेडा होईन का हे मला जाणून घ्यायचं आहे."

ते काही क्षण माझ्याकडे काही न बोलता बघत राहिले.

"बरं. तुम्ही ज्योतिष नाही वर्तवू शकत मला माहित्येय. पण किती टक्के शक्यता आहे?"

"थांबणं आणि वाट पाहणं एवढंच आपल्या हाती आहे. बायपोलर डिसॉर्डर्समध्ये जनुकांचा प्रभाव असतोच. पण तो आजार तुम्हाला होणार आहे की नाही हे कोणी सांगू शकणार नाही."

"म्हणजे ह्या पिढीत शक्यता कमी, पुढच्या पिढीत जास्त असा काही आडाखा?"

"नाही. हल्ली आम्ही ट्रिगर्सबद्दल बोलतो. म्हणजे तणाव, प्रेमाचा अभाव असणं, कामात अपयश येणं, अशा गोष्टी. पण लोकांना भयानक धक्के बसूनसुद्धा त्यांना काही झालेलं नाही हे मी पाहिलंय. एक गोष्ट मात्र आहे..."

डोळ्यांनी आणि हनुवटीने त्यांना पुढे बोलण्याचा मी आग्रह केला.

"की तुम्ही तीस वर्षांचं वय पार केलंत की साधारणतः सुरक्षित होता. तोपर्यंत ते जर झालं नसेल तर पुढे नक्की होणार नाही. किंवा स्टॅटिस्टिक्सच्या दृष्टीने त्याची शक्यता खूप कमी होईल."

स्टॅटिस्टिक्सप्रमाणे कमी शक्यता हे फार दिलासा देणारं नव्हतं. मला आश्वासन हवं होतं. किंवा माझ्या मानसिक स्थितीचं निदान. लहानपणी आपला जादूवर विश्वास असतो. मोठेपणी तज्ज्ञांवर असतो. मी तज्ज्ञाला विचारलं होतं. तज्ज्ञाकडे उत्तर नव्हतं.

थांबा आणि वाट पहा एवढंच.

१२

हॉट फ्लश कोणाला हवाय?

स्टेवेल क्लिनिकच्या (जिथे एम पुन्हा कधी गेली नाही.) प्रसंगानंतर थोड्याच दिवसांनी डॉक्टर मायकल आमच्या आयुष्यात आले. लवकरच इतर कोणत्याही सायकायट्रिस्टवर नाही इतके त्यांच्यावर आम्ही विसंबून रहायला लागलो. त्यांना एम आवडायची. कदाचित सर्वच पेशंट्स आवडत असतील. ''एका फोन कॉलच्या अंतरावर,'' असं त्यांनी आम्हाला सांगितलं होतं. आणि तसे होतेही. आता एमच्या औषधात एकेक आठवड्याने नाही तर जवळ जवळ दररोज बारीकसारीक बदल केले जाऊ लागले.

त्याचा फायदा?

आम्हाला किमान दिलासा की आम्ही आमची सर्व शक्ती पणाला लावतो आहोत. पण आम्हाला एक गोष्ट कळून चुकली की सायकायट्रिक औषधोपचार सर्वथा लक्षणांवर केंद्रित असतो. पॅरनॉया दाबा. संताप शमवा. एंडॉर्फीन्सची पातळी वाढवा. ह्या सर्वांच्या खाली आजाराचं गूढ मात्र जसंच्या तसं. कुठेतरी, एमच्या मेंदूच्या रसायनात, असा एक भाग होता जिथे आम्ही पोहचू शकत नव्हतो. ही जाणीव सदैव माझ्याबरोबर असायची. ''आई कशी आहे?'' ह्या प्रश्नाचं माझ्याकडे उत्तर नसायचं. मी नुसताच मंदसं स्मित करायचो. ते उपयुक्त ठरायचं. मी धीराने दुःख सोसतोय असा जगासाठी जो सावल्यांचा प्रदेश मी निर्माण केला होता त्यात विचारणारा ओढला जायचा.

शरीराने ती ठणठणीत होती. त्याविषयी आम्ही कधीच चिंता केली नाही. तिला 'कशी आहेस' असं कोणी विचारलं तर तिचं ठरलेलं उत्तर होतं, 'खेचराइतकी मजबूत आणि त्याच्या दुप्पट रासवट.' भजी तिचं आवडतं खाणं होतं आणि गोड फसफसणारी पेयं तिचं आवडतं पिणं. कारण ती 'जिभेला काहीतरी करतात' पण विड्यांपुढे ह्या गोष्टी निष्प्रभ होत्या.

दोन वेळाच आम्ही घाबरलो. पहिली वेळ तिच्या जिभेवर कॉलीफ्लावर उगवला तेव्हा आणि दुसरी तिच्या गर्भाशयात वाढ होत्येय असा संशय आला तेव्हा.

एम पन्नास वर्षांची झाली आणि तिचं कधी नव्हे इतकं वजन वाढायला लागलं. आम्हाला प्रश्न पडला तिच्या मेटबॉलिझम्मध्ये बदल झाला असेल का, किंवा तिच्या अव्वाच्या सव्वा गोड खाण्याचा तो परिणाम असेल का? गोड म्हणजे किती? ती बेताल व्हायची तेव्हा चहाच्या एका कपात सहा चमचे साखर, साखरेच्या डब्याजवळून गेली तर बचकाभर सहज तोंडात टाकली. चॉकलेटं, ब्रिजवासीकडल्या जिलब्या, मिठाई, बेसुमार. साखरेची टंचाई असायची तेव्हा डबा लपवायला लागायचा. पण इतर वेळी तिला ह्याबद्दल आम्ही मजेने चिडवायचो. त्यात कोणाला गैर वाटत नसे. एमला तर नाहीच नाही.

काही लोकांकडे ती सहानुभूतीपोटी जात असे तशी एकदा नर्स सेअरा-मेकडे गेली. ह्या बाईंशी आमचं लांबचं नातं होतं. त्या नात्यातल्या गुंतागुंतीमुळे तिची जबाबदारी आपल्यावर आहे असं कुटुंब समजायचं. सेअरा-मेचा तरुण बॉयफ्रेंड क्रिस्टोफर कॅनडात आपली काही व्यवस्था होऊ शकते का बघून येतो म्हणून तिचे सगळे पैसे घेऊन पशार झाला. वांद्र्याच्या सेंट जोझेफ वृद्धाश्रमात एम वर्षाकाठी एक-दोन वेळा तिला भेटायला जात असे. "मूर्ख थेरडीला जरा कमी एकटं वाटावं म्हणून."

ह्या खेपेला ती परत आली तेव्हा अस्वस्थ वाटली.

"मला हॉस्पिटलात गेलं पाहिजे," ती सूझनला म्हणाली. आम्ही टरकलो.

"काय झालं? तू पुन्हा काहीतरी करणार आहेस का?"

"हॅं. मला काही धाड भरली नाहीये. खोटं. भरलीये. मी बरी नाहीये. कदाचित. सेअरा-मे म्हणते गोळा आहे."

सेअरा-मे मोहकतेच्या प्रांतात कमी पडली तरी प्यायलेली नसताना नर्स म्हणून कुशल होती. ती तिळ्यातली होती. उरलेली दोन भावंडं डोक्याशी जोडलेली निघाली. लोक तिला काळ्या जिभेची म्हणायचे. तिने काहीही वाईट वर्तवलं की ते खरं व्हायचं. तिळ्यात तिचंही सर्वाधिक नुकसान झालं होतं. तिला तिचा एक कान ऑलिव्हिया-मेला द्यावा लागला होता. तिळ्यातली दोघं कानांनी जोडली गेली होती. त्यांना एकमेकांपासून सोडवताना सामाईक कान एकीलाच मिळाला. दुसरीला सेअरा-मेचा. त्यामुळे सेअरा-मेच्या शब्दाचा गंभीर विचार होत असे.

एमला एका स्त्रीरोगचिकित्सकाला दाखवण्यात आलं. बऱ्याच चाचण्या करून घ्याव्या लागल्या आणि त्यानंतर ऑपरेशनचा सल्ला दिला गेला.

“जे जे हॉस्पिटलमध्ये,” एम म्हणाली.

त्या संध्याकाळी हूमराव म्हणाला, “ड्राइव्हला जाऊ.” त्या दोघांना काही खाजगीत बोलायचं असायचं किंवा घरातल्या इतरांना तिच्यापासून थोडा वेळ सुटका द्यावी असं वाटायचं तेव्हा तो एमला रात्री मोटारीची सैर करायला न्यायचा.

बऱ्याच तासांनी ते परत आले तेव्हा त्यांना आम्ही जागे दिसलो.

“चहा पिऊया,” एम म्हणाली.

“काय ठरलं?”

“ती जे जेला जात्येय,” हूमराव म्हणाला.

एमने चहासाठी आधण ठेवलं.

“कधी?” सूझनने विचारलं. “उद्या,” एम म्हणाली, आणि ‘इट्स नाओ ऑर नेव्हर, कम होल्ड मी टाइट,’ गाऊ लागली. हूमराव तिच्याजवळ गेला आणि तिला मिठीत घेतलं. आम्ही शांतपणे चहा प्यायलो.

“मी टेबलावर गचकले तर माझं किडूकमिडूक ज्याला हवं त्याला द्या.”

“म्हणजे?”

“माझे तुकडेबिकडे. मला किड्यांचं जेवण व्हायचं नाहीये. माझ्या तुकड्यांना दुसरी संधी हवी आहे. माझ्या डोळ्यांतून कोणीतरी बघतंय. माझ्या काळजाने कोणीतरी प्रेम करतंय. माझ्या यकृताने कोणीतरी धमाल करतंय.”

“ठीक आहे,” हूमराव म्हणाला.

दुसऱ्या दिवशी सकाळी ते गेले. आम्ही उठलो तेव्हा आजी बेकन आणि अंडी परतत होती.

“या,” ती म्हणाली.

आम्ही बसलो.

“ते दोघे काय ते आपलं. आपण फक्त काय ते आपलं...”

आम्हाला आजीबरोबर प्रार्थना करायला आवडायचं. ती शब्दांचा सुरेल विचका करत प्रार्थना करायची. उदाहरणार्थ ‘आव्हे मारिया’ची सुरुवात असते, ‘हेल मेअरी फुल ऑफ ग्रेस, द लॉर्ड इज विथ दी.’ ह्याचं रूपांतर व्हायचं, ‘हेल मेह फ्लू ग्रेस लॉझविडडी.’ हसू आवरणं कठीण व्हायचं. हे तिच्या लक्षात आलं तरी ती त्याबद्दल बेफिकीर असायची. तिचं बरळणं तसंच चालू ठेवायची. शब्दांचा वेग कमी करायची इतकंच. नेहमीप्रमाणे त्यांचा अर्थ तिला कळत होताच असं नाही.

त्या दिवशी सकाळी मात्र आम्ही हसत नव्हतो आणि शब्दांच्या अर्थाचा विचारही करत नव्हतो. आम्ही फक्त प्रार्थना करत होतो. आमच्या एमसाठी. प्रार्थना तिच्या मानसिक आजारासाठी नव्हती. ती आम्ही करायचे थांबलो होतो असं नाही. पण तिच्या आजारावर उपाय असेलच तर त्यात प्रार्थनेचा सहभाग असू शकेल ही आशा आमच्या मनातून मावळत चालली होती. आम्ही तिच्या शरीरासाठी प्रार्थना करत होतो आणि मनात विचार आला की ह्यापूर्वी आम्हाला ती कधीच करावी लागली नव्हती. (ही गोष्ट मी सूझनच्या लक्षात आणून दिली तेव्हा ती म्हणाली, ''घोड्यासारखी ठणठणीत आहे.'' त्यानंतर आठवडाभर आम्ही तिला 'घोडेश्वर' म्हणत होतो.)

माझं लक्ष आता प्रार्थनेच्या शब्दांकडे गेलं आणि लक्षात आलं की ज्यासाठी आम्ही ते वापरत होतो त्यासाठी ते पूर्णतः गैरलागू होते. म्हणजे ऑपरेशन थिएटरमध्ये वैदू हजर व्हावा तसं. आम्ही करत होतो तो एक सवयीचा विधी. तो तिच्यापेक्षा आमच्या फायद्यासाठी होता.

एम शंभर टक्के बरी झाली. वाढलेला गोळा मोठा होता पण कॅन्सरचा नव्हता. तो पुन्हा वाढू नये म्हणून गर्भाशयाबरोबर तिचे दोन्ही अंडाशयही काढून टाकले होते.

''मला आता स्त्री हिजडा म्हणा,'' ती हसली. आणि तीन आठवड्यांनी प्रथमच विडीचा झुरका घेतला.

''तुला वाईट वाटलं?'' सूझनने विचारलं.

''आता सांगू शकत नाही. नंतर सांगेन.'' तिच्या भावनांबद्दल क्वचितच ती अनिश्चित असायची. ''ते म्हणाले आता मासिक पाळी बंद. मी म्हणते, ''आनंदी आनंद गडे.''. हॉट फ्लश आणि भावनिक अस्थैर्य वगैरे वाटू लागलं तर वेगळी गोष्ट. हॉट फ्लश कोणाला हव्येत? आणि भावनिक अस्थैर्य तरी कोणाला हवंय? मिल्ज अँड बूनमधल्या नायिकांसारखं. माझं वय तरी आहे का तसल्या गोष्टींसाठी? पण आता आम्ही परिणामांची काळजी न करता संभोग करू शकणार आहोत.''

ह्या विषयाकडे ती पुन्हा कधी वळली नाही. मनात विचार आला, 'आता ती थोडी शांत होईल का?' ह्या विचाराला विज्ञानशास्त्राची बैठक नव्हती. पूर्वी एक समज होता की हिस्टेरियाचा उगम गर्भाशयात असतो. त्या प्राचीन विचाराकडे मी उडी घेतली होती. पण शेवटी विज्ञानशास्त्रच खरं ठरलं. तिचा गर्भाशय काढल्यामुळे एममध्ये काहीएक बदल झाला नाही. ती होती तशीच एम राहिली. पूर्वीसारखीच ती स्वतःचा जीव घेण्याचे प्रयत्न

करत राहिली. म्हणून मे महिन्यात एका सकाळी त्या म्हाताऱ्याने दारावर जोरजोरात थापा मारल्या तेव्हा आम्ही धरून चाललो की काहीतरी भयंकर झालंय. ते तातडीचं ठोठावणं ऐकून सूझनने दार उघडलं. तो म्हणाला, ''तुझी आई...'' सूझनच्या डोळ्यांवरची झोप तडक उडाली आणि ती सावध झाली. तिने मला उठवलं आणि मी हूमरावला उठवलं आणि आम्ही धावत रस्त्यावर गेलो. एम रस्त्यावर पडली होती. तिच्या विचित्रपणे अवघडलेल्या हाताजवळ दुधाची फुटलेली बाटली होती.

''मी नाही केलं,'' ती म्हणाली, हसली आणि बेशुद्ध झाली. आम्ही, हूमरावने आणि मी, तिला उचलून वर आणलं. मग डॉ. साहांना बोलावलं.

''तुटलंय,'' ते म्हणाले. जिथे निदान करायचंय तिथे जास्त शब्द कशाला असा साहांचा विचार होता.

''फ्रॅक्चर?'' हूमरावने विचारलं.

''तुटलंय,'' डॉ. साहा पुन्हा म्हणाले. म्हणजे एकच नव्हे का? तर नाही. तुटलेल्या हाताचं ऑपरेशन करून आत पिन टाकावी लागते. म्हणजे एमच्या हाताला वरपासून खालपर्यंत आणखी एक व्रण.

''तो नरकातल्या वटवाघुळासारखा माझ्याकडे झेपावत आला,'' तिने आम्हाला नंतर सांगितलं. ''मी नेहमी प्रथम डावीकडे मग उजवीकडे वगैरे बघते. पण तो आलाच,'' ती मधेच थांबली. ''दुधाची बाटली?''

त्या काळी दुधाची बाटली मौल्यवान वस्तू असायची. व्यवस्थित धुऊन बाटली परत केली नाही तर रॅशनचं दूध मिळत नसे.

''ती आहे,'' सूझन म्हणाली.

''खोटार्डी!'' एम म्हणाली. ''ती कशी वाचली असेल? माझ्या हातून उडाल्याचं मला कळलं आणि नंतर शुद्ध गेली. असो. तुला हा विचार सुचला त्याला मी दाद देते.''

म्हणजे ती दुधाची बाटली तिच्या वर्षानुवर्षं लक्षात राहणार एवढं आम्ही ताडलं. ती डिप्रेस झाली की बाटली फुटल्याबद्दल ती काळजी करणार आणि त्या काळजीतून एक नवीन काळजी, आम्ही काय खाणार, आम्हाला जेवू कोण घालणार, निर्माण होणार. तिचं मन असंच होतं, स्पंजसारखं काळज्या शोषून घेणारं. साध्या घटनांची शुभाशुभ लक्षणं व्हायची आणि सहज बोलून गेलेल्या शब्दांचे मंत्र.

पण तिचं वय होत गेलं तशी ही जमवाजमवीची प्रक्रिया आणि तिचा वेग कमी होत गेला.

''वयेपरत्वे बेतालपणाची तीव्रता कमी होईल आणि डिप्रेशन तिला इतकं खोल ओढणार नाही.'' डॉ. मायकल म्हणाले.

आम्हाला काय होतंय ते नीटसं कळत नव्हतं, पण तरी परिस्थिती सुधारत्येय ह्या आशेला मन घट्ट चिकटून राहिलं. सुधारली असेलही. कारण अख्खी तीन वर्षं तिने आत्महत्या करण्याचा प्रयत्न केला नाही. मग अचानक मृत्यू तिच्याकडे वळला आणि त्याने तिचा ताबा घेतला.

१३

शेवटचं मोठं गूढ

त्याचा फोन आला तेव्हा मी एका मित्राकडे रात्री राहायला गेलो होतो. आम्ही सिनेमा पाहिला होता. मग मस्त जेवलो होतो. एम त्या काळात बेताल अवस्थेत होती. पण सूझन आणि हूमराव दोघंही तिच्या जवळ होते म्हणून मला घराबाहेर राहण्याची सूट मिळाली होती. रात्री मला झोप आली नाही. लोकांच्या घरात मला झोप लागत नसे. त्या सर्व नवेपणाच्या प्रत्येक क्षणाचा मला आस्वाद घ्यावासा वाटे. मी सूझनला तसं सांगितलं तेव्हा ती म्हणाली, ''लोकांच्या घरीच मला ताबडतोब झोप लागते. काळजी करायची गरज नसते म्हणून किती बरं वाटतं.''

फोन वाजला तेव्हा तो दुसऱ्याच्या घरी असूनसुद्धा, का माहीत नाही, पण माझ्यासाठी आहे हे मी ओळखलं.

''ती गेली,'' तो म्हणाला. त्याच्या आवाजात कोणतीही भावना नव्हती. तो केवळ एक सुकलेली करवंटी होता; जी एके काळी दाणेदार स्निग्धतेने भरलेली असायची.

''तिने...?''

आत्महत्या हा शब्द माझ्या तोंडून निघेना.

''नाही,'' तो म्हणाला.

इतक्या अपरात्री माझ्या यजमानांना मला उठवायचं नव्हतं. मी तिथून गुपचूप निघालो. बाहेर आल्यावर अर्ध्या रात्रीचा गार श्वास माझ्या चेहऱ्याला स्पर्शून गेला तेव्हा मी कुठेतरी सुखावलोसुद्धा. वाहनांची वर्दळ नसलेल्या रस्त्यांवरून टॅक्सी त्या उपनगराला कापत गेली. इथे तिथे इतर मुंबईकरांची शरीरं मृतवत पडलेली होती. मी माहीमला इतक्या लवकर पोहचलो की मला झालेल्याचा विचार करायला उसंत मिळाली नव्हती. ह्याचा अर्थ काय? एम नाही?

''शेवटचं मोठं गूढ!'' ती नेहमी म्हणत असे.

"त्याच्या खुणा कुणाला माहीत असतीलच तर त्या तुला," मी एकदा तिला म्हटलं होतं.

त्यावर ती गुदगुल्या झाल्यासारखी हसली होती.

"तसं असतं तर! पण मला त्याची भीती मात्र वाटत नाही. मी म्हणते आणा काय आहे ते."

तर ते आता आलं होतं.

मी घरी पोहचलो तेव्हा दार सताड उघडं होतं आणि सर्व दिवे जळत होते. मृत्यूची वैश्विक खूण. घरात खूप आवाज आणि गोंधळ चालला होता. मी तो टाळत बेडरुममध्ये गेलो. पलंगावर एम होती आणि तिच्या शेजारी सूझन. ती शांत, निश्चल पडलेली. विचित्र दिसत होती. फारच विचित्र. आजही तिच्या त्या दिसण्याचं वर्णन वेगळ्या शब्दांत कसं करावं कळत नाही. माझ्या वाचनात आलेल्या गुन्हेगारीच्या कादंबऱ्यांमध्ये मरणानंतर शरीरात काय बदल होतात हे मला माहीत झालं होतं. स्नायू सैल पडतात, शरीरातला तणाव जातो, आतल्या द्रवपदार्थांचं एकीकरण होतं, प्रत्येक पेशीत छोटे छोटे स्फोट होतात.

हूमराव आत आला आणि मला काही क्षणांसाठी त्याने जवळ घेतलं. ही गोष्ट त्याआधी फार वेळा झाली नव्हती. पण तीही फार वेळा गेली नव्हती. अवघं विश्वही फार वेळा कोसळलं नव्हतं. आणि त्याचा मध्यबिंदूही फार वेळा सटकला नव्हता. त्यासाठी मृत्यूच यावा लागतो?

"काय झालं?"

"हार्ट अटॅक!" तो म्हणाला. मला हसूच आलं. हार्ट अटॅक? तो दुसऱ्यांना येतो. माझी आई हार्ट अटॅकने गेली हे केवळ अशक्य होतं.

सूझनने माझ्या मनातला विचार ओळखला असावा.

"खरंच. तो जागा झाला तेव्हा ती त्याच्या शेजारी पाय दुमडून कुशीवर पडली होती."

मी तिच्या शेजारी बसलो. मला तिला मिठीत घ्यायचं होतं. पण मी ते करू शकलो नाही. आम्ही मिठ्या मारत नसू. मिठ्या मारायच्या त्या एमने. लोक बेसावध असताना त्यांना पकडून ती मिठ्या मारायची आणि पापे घ्यायची. पाप्यांच्या जागी थुंकी राहिली तर ती त्याला 'पॉच्ची पापा' म्हणायची.

"खरं नाही वाटत."

"जगाचा शेवट स्फोटाने तर नाहीच, पण साध्या कण्हण्यानेही नाही झाला."

ती जिवंत असताना स्फोटही झाले होते आणि कण्हणेही. पण जाताना ती झोपेत गेली. चूपचाप.

जगाने पुन्हा आमच्यात प्रवेश केला. इतर लोक, त्यांचे आवाज, त्यांचे चौकस चेहरे, त्यांच्या बेडौल हालचाली. आम्हाला लोकांची सवय नव्हती. आम्ही त्यांच्या घरी जात असू. ते आमच्या घरी कधीच येत नसत. तिला बघण्याची त्यांना इच्छा नव्हती आणि ती त्यांच्या सान्निध्यात बेचैन होत असे. एखाद्या बेसावध बोलाचे परिणाम अनेक दिवस टिकायचे. पाहुणा कुठे बसला, काय बोलला आणि त्याने काय केलं ह्या सर्वांचा मिळून तिच्या मनात एक सुपीक चिखल तयार व्हायचा, ज्यात चित्रविचित्र कल्पना, नाटके, तमाशे आणि भित्या उगवायच्या. त्या कारणाने लोकांना घरी येण्याचं आमच्याकडून प्रोत्साहन नव्हतं. हो. आमच्याकडे पाहुणे येत नसत. आता ते येऊ शकत होते. पण आम्हाला ते हवे होते का? त्यांचं काय करायचं असतं आम्हाला उमगणार होतं का?

मला खरं वाटेना की मी इतक्यात...

"तुझी आंघोळ झाल्येय?" सूझनने विचारलं.

झाली नव्हती.

"जा कर," सूझन म्हणाली. तिच्या आवाजात थोरल्या बहिणीच्या आस्थेला चढलेली वैतागाची धार होती. मला तिच्याविषयी काळजी वाटत होती का? काय माहीत? मला कशाहीबद्दल काहीही वाटत नाहीये असं माझ्या लक्षात आलं.

मी शॉवर घ्यायला गेलो. पाण्यामुळे रडू आलं. मी रडून घेतलं. रडून झालं असं वाटलं तेव्हा चेहरा पुसला आणि थांबलो. वेळोवेळी येणाऱ्या अनपेक्षित हुंदक्यांनी मी चकित होत होतो. त्या हुंदक्यांचा आणि मनातल्या दुःखाचा संबंध नव्हता. ते खंदकातल्या वायूसारखे, श्वासासारखे स्वतंत्र जीव होते.

आता काय होणार होतं? आम्ही कसं वागायचं होतं? कितीतरी प्रश्नांची उत्तरं मिळवायची होती. कितीतरी माणसांशी व्यवहार करायचा होता. तिच्यासाठी बरा ड्रेस होता का? (सूझन तो शोधत होती.) पॅरिशच्या पाद्र्यांना मी बोलवायचं का? (त्यांना कोणीतरी आधीच बोलावलं होतं.) मृत्यूच्या दाखल्यावर कोणी सही केली होती? (डॉ. साहांनी सांगितलं होतं कोणाला तरी नऊ वाजता घरी पाठवा.) आम्हाला कोणत्या प्रकारची शवपेटी आवडेल? (आवडेल?)

खोलीत बरेच तरुण दिसत होते. त्यांपैकी एकाने बर्फ आणला, मोठी लादी.

"ही कुठे ठेवू?" पहा मी काय मारून आणलं अशा शिकाऱ्याच्या तोऱ्यात त्याने मला विचारलं.

दुसरा फिस्कारला, "तो त्यांचा मुलगा आहे." मी दोघांपैकी कोणालाच ओळखलं नाही. पण त्यांना तिथे असण्याचा आणि मदत करण्याचा हक्क आहे असं ते धरून चालले होते. तो अशा प्रकारच्या लोकांचा छापच असतो.

"सॉरी हं!" तो म्हणाला. त्यावरून कळलं की गेलेल्या माणसाच्या मुलाकडून उत्तरांची अपेक्षा केली जात नाही. तो बर्फाची लादी घेऊन स्वयंपाकघरात गेला आणि तिथे तिचे लहान तुकडे करू लागला.

एकानंतर एक बऱ्याच बायका आल्या आणि माझे पापे घेऊन गेल्या. त्यांच्यात अचानकपणे आजी प्रकट झाली. तिचा चेहरा अश्रूंनी माखला होता. सर्व बायका मग तिच्याकडे वळल्या आणि तिचे पापे घेऊ लागल्या.

"गुलाबी ड्रेस. गुलाबी..." आजी म्हणाली. "ती काय ते आपलं."

सूझन गुलाबी ड्रेस शोधू लागली ज्यात आपल्याला पुरावं अशी एमची इच्छा होती. मी हूमरावच्या शेजारी बसलो.

"मला वाटलं होतं माझी पाळी आधी येईल. प्रथम मी जाईन."

"मलाही तेच वाटलं होतं," हे म्हणणं अविचारी होतं पण तो त्याने दुखावला गेला नाही. मी असं का बोललो मला कळलं नाही. कदाचित गोव्याच्या रोमन कॅथलिक कुटुंबांमध्ये नवऱ्याने आधी जाण्याची प्रथा आहे म्हणून असेल. नंतर त्यांच्या विधवा जन्मभर काळं लेवून, धीरोदात्त बनून लोणची घालतात आणि त्यांचे मुलगे जेव्हा बिशप होतात तेव्हा त्यांच्याविषयी ते प्रवचनं देतात. त्याचं कशाकडेच लक्ष नव्हतं. फुलांची चक्रं येऊ लागली तसं लिलींच्या वासाने घर भरलं. कोण पाठवत होतं ही फुलं? मला लिलीचा वास मुळीच सहन होत नसे.

"मी शवपेटीची ऑर्डर द्यायला जातो," मी म्हटलं.

"तुझं चित्त शांत असेल तरच जा," तो म्हणाला.

माझं चित्त शांत नव्हतं पण मला एक गोष्ट आठवली. एम म्हणाली होती की तिला साध्यातल्या साध्या शवपेटीत पुरलं तर आवडेल. शिवाय तिला उपयोगी पडायचं होतं. मी घरात परत शिरलो आणि सूझनला अडवून म्हटलं, "तिला डोळे दान करायचे होते."

“ते घेऊन गेले,” ती म्हणाली.

“घेऊन गेले?”

“हो अर्थात. तशी तिची इच्छा होती.”

मला अचानक तिचे डोळे पाहण्याची अनावर इच्छा झाली. पण ते आता शक्य नव्हतं. आता फक्त आठवणी.

मला अनेकदा सांगितलं जायचं, ‘आईचे डोळे तुझ्याकडे आल्येत.’

मला पुन्हा रडू आलं पण गळा काढून न रडण्याचा प्रयत्न केला. सर्वांसमोर रडायला हरकत नसते पण गळा नाही काढायचा. अश्रू पारदर्शक असतात. आपण भरभर चालत असलो आणि सूर्य तळपत असला तर कोणाला ते दिसतही नाहीत. गळा काढणं म्हणजे अतिक्रमण. लोकांच्या जाणिवेत घुसणं. काय झालं वगैरे त्यांना विचारायला भाग पाडणं. मी अंडरटेकरच्या दुकानात जात असताना रस्ताभर रडलो.

दुकानाच्या बाहेर पाटी होती, ‘तुमचा मृतदेह आम्ही कधीही, कुठेही, म्हणाल तिथे नेऊ.’ ह्या मजकुरासोबत विमान आणि त्याला लोंबलेली शवपेटी असं चित्र रेखाटलं होतं. त्यानंतरच्या दिवसात हा अंडरटेकर त्याच्या पाट्यांसाठी मशहूर झाला. ‘तिथे मेलात की इथे आलात,’ अशी एक होती. दुसरी होती, ‘सिगरेट ओढा, इथे पहिला नंबर लावा.’ नंतर आली, ‘थडग्यांच्या समस्या आम्ही उकलतो.’

पण सध्या शवपेटीवालं विमान होतं आणि शवपेट्यांची चित्र दाखवणारे तीन ॲल्बम. काही पांढऱ्या होत्या (नन, पाद्री आणि अविवाहितांसाठी खास, दुकानदाराचा मदतनीस म्हणाला.) पण इतर लाकडाच्या नैसर्गिक रंगाच्या किंवा जांभळ्या होत्या. गोंधळात पडावे इतके प्रकार आणि डिझाइन्स होती. मदतनिसाची टकळी चालू होती, “लेस लावलेली अस्सल रेशिमाची, किंवा हवी असल्यास ही सॅटिनची उशी, सर्व बाजूंनी हातांनी बसवलेली बिजागरं, पितळेची किंवा हे बघा ह्यात चांदी आहे, पण प्रथम तुम्हाला काय हवंय ते ठरवा. साग का साधं लाकूड. तुमचं कायमचं थडगं आहे का?”

मला काय कल्पना? पण मी अंदाज लावून म्हटलं, “नाही वाटत.”

“वाटून उपयोग नाही. नक्की काय?”

मी घरी फोन केला. नव्हतं.

“ठीक. कधीतरी प्रॉब्लेम होतो. बुकिंग केलं का?”

“कशाचं बुकिंग?” मला पत्ता नव्हता.

“जाऊन फादरना सांगा. नाय तर आम्ही सांगू. पण तुमचं नक्की ना?”

शेवटी त्याच्या डोक्यात जेव्हा प्रकाश पडला की आम्हाला धिम्या गतीने जाणारं शववाहन आणि अस्सल रेशमी अस्तर असलेली सागाची शवपेटी नकोय, साध्या लाकडाची साधी शवपेटी हवी आहे तेव्हा त्याचा माझ्यातला रस ओसरला. मी काय करायचं ते त्याने मला सांगितलं आणि ते करण्यासाठी मला एकटं सोडलं.

घरी नात्यातल्या बायकांनी मृतदेहाला स्नान घातलं होतं आणि तिला कपडे घालून तिच्या पायात हसरे गुलाबी बूट चढवले होते.

काहीशा अस्ताव्यस्त अवस्थेत पाद्री आले. त्यांना चहा दिला गेला आणि ते माळ जपू लागले. नंतर त्यांनी मृतदेहासाठी देवाची कृपा मागितली आणि तुला बोलायचंय का असं मला विचारलं. मी काय उत्तर द्यावं मला कळलं नाही. मी काहीतरी बोलू शकलो असतो पण ते शेवटपर्यंत नेऊ शकलो असतो की नाही सांगता येत नव्हतं. लोक प्रभावित व्हावेत ह्या विचाराने मी फार हुशारीने शब्द वापरले असते, तर ते मला आयुष्यभर खात राहिले असते. शेवटी आम्ही ठरवलं की चर्चमधल्या विधीत एम ही किती अनन्यसाधारण बाई होती आणि आमच्या आयुष्यात ती कशी एक महान शक्ती होती ह्याची वर्णनं करायची नाहीत. साधेपणाने, साध्या शब्दांनी तिचं पार्थिव झाकायचं. ती कोण होती, तिचं आयुष्य किती असाधारण होतं, आमचं दुःख किती विचित्र होतं ह्याच्या तिथे आठवणी काढायच्या नाहीत.

अंत्यसंस्कारानंतर आम्ही घरी आलो.

सूझन झोपायला गेली. हूमराव दिवसभर जसा वागत होता तसाच वागत राहिला. जणू काही त्याच्या व्यक्तिमत्त्वातला एक मोठा भाग विरघळायला लागला होता आणि त्याबद्दल तो काहीएक करू शकत नव्हता. जागरण नेहमीसारखंच होतं. पहिले काही क्षण संकोच, त्यानंतर दहा मिनिटांची स्मरणासाठी मुदत. त्या शांततेत मृत्यूच्या अस्तित्वाचा स्वीकार होता. मग मानवी स्वभावाने आपलं अस्तित्व प्रस्थापित केलं. गप्पा सुरू झाल्या, विनोद केले गेले, जेवण जेवलं गेलं, त्यावर शेरे मारले गेले. ते बहुतेक प्रतिकूल होते. साधारण तासाभराने हूमराव उठला आणि झोपायच्या खोलीत गेला. त्याच्या मागोमाग मीही गेलो. तो पलंगाच्या काठावर बसला. मी त्याला कोट काढायला मदत केली. तो किंचित हसला आणि मग त्याने पाठ टेकली.

"मी ठीक आहे," तो म्हणाला. "तू जा."

त्याचा आवाज विचित्र वाटला. एखाद्या घट्ट, चिकट पदार्थातून बाहेर पडावा तसा. मी त्याला दुःख करायला एकांतात सोडलं. सूझन जमलेल्या

लोकांमध्ये नव्या आणि काहीशा आगाऊ आत्मविश्वासाने फिरत होती. जणू लगेच कुटुंबमाता होण्याच्या तयारीला ती लागली होती. तिच्या हाती सँडविचच्या बशा दिसत होत्या. ज्यांचा न संपणारा पुरवठा कुठूनतरी होत होता. शिवाय चहाचे कप—कोणाला कमी दूध, साखर नाही, कोणाला दोन चमचे भरून साखर आणि भरपूर दूध—दारू पिणाऱ्यांमधून वाट काढत न पिणाऱ्यांपर्यंत पोहचत होते. आजीच्या भोवताली इतर वयस्क बायकांचं कोंडाळं होतं. त्यांना तिच्या नवीन स्थानाचा सौम्य मत्सर वाटतोय की काय अशी शंका आली. त्या एकमेकींशी फार बोलत नव्हत्या. फक्त दीर्घ निःश्वास सोडत होत्या आणि मधूनच वापरून गुळगुळीत झालेल्या वचनांचा शांततेत खडा टाकत होत्या.

"बिचारी आता शांत झोपली."

"देवाच्या इच्छेचं कोणी सांगावं?"

"काही झालं तरी मनाने ती सोन्याहून पिवळी होती."

खोलीत सिगरेटचा धूर भरू लागला होता. हळूहळू मृत्यू, मृत्यूविषयीचे विचार सर्व तिथून गायब झाले. आवाजांचं स्वरूप पार्टीसारखं होऊ लागलं.

काही क्षण मी भयानक घाबरलो. माझ्या सर्व बांधवांविषयी वाटणाऱ्या जळजळीत दुस्वासाने मला गुदमरल्यासारखं झालं. तिथे जमलेल्या सर्वांना आठवण करून द्यावीशी वाटली की तेसुद्धा एके दिवशी जाणार आहेत. थोडक्यात, मला कडाडायचं होतं किंवा पळून जायचं होतं किंवा दोन्ही करायचं होतं. अर्थात मी तिथेच राहिलो आणि आळीपाळीने बायका माझे पापे घेऊन पावडर, फाउंडेशन, लिपस्टिकच्या खुणा माझ्या चेहऱ्यावर सोडून जात होत्या तेही सहन केलं. सर्व पुरुषांबरोबर हस्तांदोलन केलं आणि प्रत्येकाने आपल्या खास दर्पाची सही माझ्या हातावर सोडली. व्हिस्कीचे शेवटचे थेंब संपले आणि नवी बाटली उघडली जाणार नाही अशी लक्षणं दिसली तेव्हा जागरण पेंगायला लागलं.

शेवटी शेवटचा माणूस गेला आणि आम्ही एकटे राहिलो. घराचा अवकाश आता पातळ आणि हलका झाला होता. त्या फ्लॅटमध्ये आम्ही जे आयुष्य जगलो त्यात काही वेळा माझी घुसमट झाली. नंतर एक काळ असा होता जेव्हा मला वाटत होतं की ह्या चारशे वीस चौरस फुटांच्या जागेचा मी एक दिवस एकमेव मालक असेन. त्याची योजना मी अशी केल्याचं आठवतंय. प्रथम सूझनचं लग्न होईल. मग हूमरावचा मृत्यू. हा विचार मनात आला की माझ्या शरीरातून एक ओंगळ शिरशिरी जायची. त्या शिरशिरीत

त्याच्या जाण्याबद्दलचं भय भरले असायचं आणि असे विचार मनात यावेत ह्याची स्वतःबद्दल वाटणारी घृणा. शिवाय हीदेखील जाणीव होती की मला हवं आहे ते मिळण्याचा हाच एक विकृत मार्ग आहे. मग फक्त मी आणि एम राहणार होतो. तिची समस्या मी इतकी चांगल्या रीतीने हाताळणार होतो की सारं जग—हजार डोळ्यांचं, हजार जिभांचं, असं सर्वज्ञानी जग—मी माझी जबाबदारी किती उत्तम सांभाळतो आहे ह्याची प्रशंसा करणार होतं. शिवाय 'बाईलवेडा' ह्या माझ्या ख्यातीबद्दल चुकचुकत मी माझ्या कामात कसला जीनियस आहे हे आवळलेल्या ओठांतून कबूल करणार होतं.

मग एमसुद्धा जाणार होती आणि मी एकटाच राहणार होतो आणि जगाचा कायापालट होणार होता. तो कसा माहीत नाही, पण होणार होता. मला माझी एकट्याची अशी जागा मिळाल्यावर ह्या वन बीएचकेच्या गजबजलेल्या आयुष्यातून काही चोरटे क्षण स्वतःसाठी झगडून मिळवण्याऐवजी मला हवं ते आणि हवं तेव्हा मी करू शकणार होतो.

आता लोक जाऊ लागले तसा जगाचा विस्तार वाढला. एक क्षणभर माझ्या वडिलांनी, मी आणि सूझनने एकमेकांकडे बघितलं. तरलेली माणसं. जहाजबुडीतून तरलेली.

''चहा?'' मी विचारलं.

त्याने न बोलता मान डोलवली. मी सूझनबरोबर स्वयंपाकघरात गेलो. तिने चार कप काढले. मी एक परत ठेवला. ती आवाज न करता रडू लागली. ती नेहमीच आवाज न करता रडायची आणि रडताना तिला एकांत हवा असायचा. म्हणून मी बाहेर गेलो. हॉलमध्ये आलो. तिथे हूमराव आमच्या एकुलत्या एक आरामखुर्चीत बसून रडत होता. 'अरे देवा,' माझ्या मनात विचार आला. दुसरा विचार, 'सूझनने हे सांभाळायला हवं.' पण देव आणि सूझन यांच्यापैकी कोणीच ते करणार नव्हतं. मी तिथे होतो आणि ते मला करणं भाग होतं. मी त्याच्या शेजारी गुडघे टेकून बसलो आणि त्याला मिठी मारण्याचा दुबळा प्रयत्न केला. त्याने अश्रूंचा ओघ थांबवण्याचा प्रयत्न केला. तो असफल ठरला. आम्ही तसेच बसून राहिलो. माझ्या मनात अयोग्य विचार धावत होते. 'च्यायला ती माझीही आई होती' आणि 'सोफ्यावर बसून हे जरा सोपं होईल' आणि 'तो चहा कुठे गेला?'

शेवटी चहा आला. तो तिथे आमच्यासमोर पडला होता. मला चहा आवडतो का मी स्वतःला विचारलं. मी तो प्यायचो. आम्ही चहा प्यायचो. एम चहा प्यायची.

हूमराव आपल्या कपाकडे बघून म्हणाला, ''ह्यापेक्षा कडक काहीतरी हवंय.''

मी विचारलं, ''कॉफी?'' हा विनोद नव्हता. आम्ही घरात दारू ठेवत नसू.

''नाही,'' तो म्हणाला. ''मला दारू प्यायची आहे. आपल्यासाठी ओल्ड मंक घेऊन ये जा.''

तो खिशात हात घालून पैसे काढू लागला. विसरला होता की मी आता मिळवत होतो आणि एक दारूची बाटली घेण्याची माझी ऐपत होती. पण म्हटलं थांबावं. शेवटी रबर बँडने सुरक्षित केलेलं नोटांचं आणि कागदांचं पुडकं, जे पाकिटाचं काम करायचं, त्याच्या हाती लागलं. त्यातून त्याने एक-दोन नोटा काढल्या. ''एवढे पुरतील तुला वाटतं?''

मी त्याच्याकडे पाहून हसलो. ''वाटतं!'' म्हणालो.

शहर आपल्या मार्गाने चाललं होतं. मुलं मला शेवग्याच्या शेंगा विकतायत, मुली टिकरी खेळतायत, बदली इस्त्रीवाला गिऱ्हाइकांचे इस्त्री केलेले कपडे त्यांच्या त्यांच्या घरी पोहचवायला निघालाय, आत्महत्या इच्छुक वाटणाऱ्या सायकलवाल्यांला बसेस भोंग्यांनी हटवतायत. एका पातळीवर हे गोंधळात टाकणारं होतं. सारं किती बदललं आहे ह्याची कुठेतरी खूण दिसायला नको होती का? पण दुसऱ्या पातळीवर हीच गोष्ट आश्वासकही वाटत होती.

मी परत गेलो तेव्हा हूमराव मिठाच्या पाण्यात शेंगदाणे उकडवत होता.

''रमबरोबर खायला,'' तो साशंक नजरेने बघणाऱ्या सूझनला म्हणाला.

मी रस्त्याच्या टोकाला असलेल्या चायनीज ठेल्याकडे गार्लिक चिकनची ऑर्डर दिली होती. ते नेहमीच्या पुडीतून न येता ॲल्युमिनियम फॉइलमध्ये लपेटून आलं. ठेला पॉश झाला होता. मी पैसे देऊ केले तेव्हा तिथला पोरगा म्हणाला, ''अंकल को बोलो, फ्री,'' आणि धावत आत गेला. हे ते शहर. भारतातलं सर्वात मोठं. प्रचंड. पण तुमच्या आयुष्यात काय होतंय तिकडे लोकांचे कान आहेत आणि ते त्याची दाद घेतायत. एवढंसुद्धा कधीतरी पुरेसं असतं.

मी पुडा ओट्यावर ठेवला तेव्हा सूझन चिडली.

''घरात ढीगभर अन्न पडलंय.''

तेव्हा माझ्या लक्षात आलं खरोखरीच किती अन्न होतं ते. वेगवेगळ्या आकारांची भांडीच भांडी. हूमरावनेसुद्धा त्याच्याकडे बघितलं. मग रेस्टराँ

ज्या प्लास्टिक डब्यांमधून आपण मागवलेलं अन्न पोहचवतात, ते सर्व डबे त्याने उपसले.

"काय करतोयस?" सूझनने विचारलं. प्लास्टिकच्या त्या डब्यांवर तिचा जीव होता. "हे सगळं अन्न जास्तच झालंय. मी देऊन टाकतो."

मग आम्ही तिघांनी बसून अन्नाची वाटणी केली. प्रत्येक डब्यात थोडे कार्बोहायड्रेट्स, थोडं मटण, थोडी भाजी. काहीतरी करायला मिळालं. मी कार्बोहायड्रेट्स, सूझन मटण, हूमराव भाजी. काम संपलं तेव्हा वीस छोटी जेवणं व्यवस्थित पॅक करून आमच्यासमोर तयार होती.

"मी साफसूफ करते," सूझन म्हणाली. "तुम्ही दोघे जा."

आम्ही अत्यंत शिस्तीत वाटप केलं. त्यामुळे अन्नावरून भांडणं झाली नाहीत. एका वयस्क बाईच्या प्रश्नातून मात्र मुंबईचं वैशिष्ट्य झळकलं. "तुमच्याकडे शाकाहारी जेवण आहे का?" तिने विचारलं. हूमराव सभ्यपणे बोलला. मी नाही.

"भिकाऱ्यांना निवड करण्याचा हक्क नसतो," मी म्हणालो.

"ही म्हण एखाद्या भिकाऱ्याला सुचली असेल का?" हूमराव म्हणाला.

"नक्कीच नाही."

"मग आपण असं का नाही म्हणू की काही निवडी भिकाऱ्यांनाही करण्याचा हक्क आहे?"

"पण हे किती विचित्र आहे. मी तीन दिवस जेवलेली नाही. मला खूप भूक लागल्येय. पण मी तुमचं ते घाणेरडं मांसाहारी जेवण जेवणार नाही."

"तिला ॲलर्जी असली तर? मटणाची ॲलर्जी? मग ते ठीक वाटेल का?"

"गरिबांना ॲलर्जी असते?"

घरी आलो. समोर रम, शेंगदाणे आणि सुकं गार्लिक चिकन. त्यांपैकी काहीच खावंसं-प्यावंसं वाटेना. "पुन्हा भिकारी?" मी विचारलं.

"न पिणारे भिकारी असतात?" सूझनने विचारलं.

"आपण छोट्या ड्रिंकने सुरुवात करूया," मी म्हटलं. आम्ही खायला-प्यायला लागलो. सूझनने ग्लासात कोका कोला भरला आणि होम्योपॅथिक डोसच्या प्रमाणात त्यात रम घातली. हूमरावला मी लहान पेग दिला. त्याने पहिला घोट मोठा घेतला पण त्यानंतर तो जपून पिऊ लागला.

ग्लासात बघून तो निःश्वास टाकून म्हणाला, "मला वाटतं ह्याच्यावरची माझी इच्छा उडाल्येय."

मी चहा करायला गेलो.